आपल्या स्नेहीजनांना पुस्तके भेट द्या

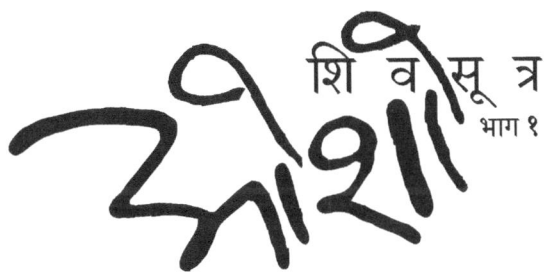

ओशो

शिवसूत्र

भाग १

I0631647

अनुवाद

डॉ. वृषाली पटवर्धन

मेहता पब्लिशिंग हाऊस

Shiv Sutra (Part - 1)

Reprint 2012
Translated into Marathi Language by Dr. Vrushali Patvardhan

शिव-सूत्र (भाग – १)

अनुवाद : डॉ. वृषाली पटवर्धन
१०, शरयू, पत्रकारनगर, पुणे – ४११०१६.

मराठी अनुवादाचे व प्रकाशनाचे हक्क मेहता पब्लिशिंग हाऊस, पुणे.

प्रकाशक : सुनील अनिल मेहता, मेहता पब्लिशिंग हाऊस,
१९४१ सदाशिव पेठ, माडीवाले कॉलनी,
पुणे – ४११०३०. ✆ २४४६०३१३
Email : info@mehtapublishinghouse.com
Website : www.mehtapublishinghouse.com
अक्षरजुळणी : एच्. एम्. टाईपसेटर्स, ११२०, सदाशिव पेठ, पुणे – ४११०३०.
मुखपृष्ठ : फाल्गुन ग्राफिक्स
प्रथमावृत्ती : ऑक्टोबर, २०१० / पुनर्मुद्रण : जानेवारी, २०१३
ISBN 978-81-8498-171-1

भूमिका

नव्या जीवनाची पहाट!

धर्म मोठी क्रांती आहे. धर्माच्या नावावर म्हणून तुम्ही जे समजता, त्याचा धर्माशी जवळजवळ शून्य संबंध आहे, संबंध नसल्यातच जमा आहे. म्हणून 'शिव-सूत्र' तुम्हाला चकितही करतील. तुम्ही घाबरून जाल, भ्याल. कारण, तुमचा धर्म मुळापासून हादरेल, डगमगेल. तुमचं मंदिर, तुमची मशीद, तुमचं चर्च, तुम्ही जर ही सूत्रं समजून घेतलीत तर ढासळून जातील; कोसळून पडतील. तुम्ही ते वाचवण्याच्या मागे लागू नका. कारण, जरी ते वाचले, तरीही त्यांच्यापासून तुम्हाला काहीही मिळणार नाही. तुम्ही त्यात आपले प्राण ठेवून जगतच आहात आणि तुम्ही मृत आहात. मंदिरं तशी बरीच सुशोभित आहेत, पण तुमच्या आयुष्यात मात्र आनंदाचा कवडसाही नाही. मंदिरात भरपूर प्रकाश आहे, पण त्यानं तुमच्या आयुष्यातला काळोख संपत नाही. यामुळं घाबरून जाऊ नका. कारण, सूत्र तुम्हाला अडचणीत टाकणारच. कारण, 'शिव' म्हणजे एखादा पुजारी-पुरोहित नाही. पुरोहिताच्या बोलण्यानं तुम्हाला नेहमी अगदी बरं वाटतं. कारण, पुरोहिताला तुमचं शोषण करायचं असतं. तुमच्यात बदल घडवून आणण्यासाठी तो उत्सुक नसतो. तुम्ही जसे आहात तसंच राहणं, यातच त्याचा फायदा आहे. तुम्ही रुग्णाईत, आजारी जसे आहात, तसेच राहाल, यातच त्याचा व्यवसाय आहे, धंदा आहे.

माझ्या ऐकिवात एक गोष्ट आहे की, एका डॉक्टरनं आपल्या मुलाला शिकवलं. शिकून-सवरून मुलगा घरी आला. या वडिलांनी कधी सुट्टीसुद्धा घेतली नव्हती, त्यामुळे ते म्हणाले, 'आता माझा व्यवसाय तू सांभाळ आणि मी तीन-एक महिने जरा आराम करतो. आयुष्यभर मी फक्त कमवत राहिलो, कधी विश्रांती घेतली नाही.' असं म्हणून ते जगाच्या सफरीवर गेले. तीन महिन्यांनी परतल्यावर त्यांनी मुलाला विचारलं, ''काय बाळ? सगळं ठीक-ठाक चाललंय ना?'' मुलगा म्हणाला, ''होय बाबा, एकदम छान चाललंय, तुम्हाला ऐकून आश्चर्य वाटेल की ज्या रोग्यांना तुम्ही आयुष्यभरात बरं करू शकला नव्हतात, त्यांना मी तीन महिन्यात बरं केलं!'' वडिलांनी डोक्याला हात लावला. म्हणाले, ''मूर्ख मुला, त्यांच्यावरच तर आपला व्यवसाय होता. मी काय त्यांना बरं करू शकत नव्हतो का? पण मग तुझं शिक्षण कसं झालं असतं? त्यांच्याच तर जिवावर झालं. त्यावरच तुझी इतरही भावंडं शिकली-सवरली असती ना! तू तर सगळं बिघडवून टाकलंस!''

पुरोहिताला तुम्ही जसे आहात – रोगीष्ट, आजारी तसेच हवे असता. त्याच्यावरच त्याची उपजीविका चालते. 'शिव' म्हणजे कोणी पुरोहित नाही. 'शिव' तीर्थंकर आहेत. 'शिव' अवतार आहेत. 'शिव' क्रांतिदर्शी आहेत, पैगंबर आहेत. त्यांची वाणी म्हणजे अग्नी आहे. जळण्याची तुमची तयारी असेल तरच त्यांच्याजवळ या. जर सर्वस्व समर्पणाला तुम्ही तयार असाल, तरच त्यांच्या आमंत्रणाचा स्वीकार करा. कारण, तुम्ही मरण पावलात, तरच नवीन काही तरी जन्माला येईल. तुमच्या जीवनाच्या राखेतूनच नव-जीवनाची सुरुवात होईल.

– ओशो

ओशोंच्या सर्व मूळ 'श्राव्य' ध्वनिफीतींची माहिती

प्रत्यक्ष प्रेक्षकांसमोर ओशोंनी दिलेल्या सर्व प्रवचनांचा लिखित स्वरूपातला शब्दन्शब्द पुस्तकांच्या रूपात उपलब्ध आहे.

ही सर्व प्रवचनं पुस्तक रूपात प्रकाशित झालेली आहेत, शिवाय प्रत्यक्ष प्रवचनांची ध्वनिमुद्रणं, कॅसेट तसंच सीडींच्या स्वरूपातही आहेत. या सर्व ध्वनिमुद्रणांची, तसंच लिखित साहित्याची संपूर्ण माहिती ओशो लायब्ररीत www.osho.com वर मिळू शकेल.

ओशोंची वेबसाइट
www.osho.com

वेबसाइटची वैशिष्ट्ये

वेबसाइट हिंदी भाषेतही. ओशोंचे संपूर्ण साहित्य ई-बुक्स माध्यमात सर्च सुविधेसह. ओशोंची प्रवचने एमपी ३ स्वरूपात. 'ओशो इंटरनॅशनल न्यूजलेटर'चे विनामूल्य सदस्य होता येते. ओशोंची वचने एसएमएस मार्फत रोज तुमच्या मोबाइलवर पाठविली जातात. ओशोंच्या ध्यानविधीविषयी माहिती व्हिडियोद्वारे वेबसाइटवर मिळेल. ओशो मल्टीव्हर्सिटीच्या कार्यक्रमाविषयी माहिती ओशो इंटरनॅशनल मेडिटेशन रिझॉर्टची झलक व माहिती, ओशोंच्या प्रवचनांच्या व्हिडियो क्लिप्स, ऑडियो ग्रीटिंग्ज, आणि टॅरो कार्ड वाचन अशा विविध माहितींचा खजिना या वेबसाइटवर आहे.

अनुक्रम

जीवन – सत्याच्या शोधाची दिशा

■

प्रवचन पहिले

ॐ नमः श्रीशंभवे स्वात्मानन्दप्रकाशवपुषे।

अथ

शिव-सूत्रः

चैतन्यमात्मा।

ज्ञान बंधः।

योनिवर्गः कलाशरीरम्।

उद्यमो भैरवः।

शक्तिचक्रसंधाने विश्वसंहारः।

ॐ स्वयंप्रकाशी आनंद-स्वरूप भगवान शंकराला नमन,

शिव-सूत्रः

चैतन्य आत्मा आहे,

ज्ञान बंधन आहे,

योनीवर्ग आणि कला शरीर आहे,

उद्योग हाच भैरव (कर्म) आहे,

शक्तिचक्राचा भेद झाल्याने विश्वाचा संहार होतो.

जीवनातील सत्याचा शोध दोन मार्गांनी घेता येऊ शकतो. एक आहे, 'पुरुषमार्ग'– आक्रमणाचा, हिंसा आणि झटापटीचा. दुसरा आहे, 'स्त्रीमार्ग' — समर्पणाचा आणि बचावाचा.

विज्ञान हा पुरुषमार्ग आहे, विज्ञान हे आक्रमण आहे. धर्म हा स्त्रीमार्ग आहे, धर्म 'नमन' आहे, हे व्यवस्थित समजून घेऊ.

म्हणूनच, तर पूर्वेकडील सर्व शास्त्रांची सुरुवात देवाला नमस्कार करून होते. हा नमस्कार काही औपचारिक नाही, ती फक्त परंपरा आणि रूढीही नाही. तो नमस्कार हेच सांगतो की, हा मार्ग समर्पणाचा आहे आणि जे विनम्र आहेत त्यांनाच 'तो' मिळेल; प्राप्त करता येईल. जे आक्रमक आहेत, अहंकारी आहेत, सत्य मिळवण्यासाठीही जे झटापट करू इच्छितात, त्यांना 'विराट रूप' कधीच मिळणार नाही. ते नको त्या व्यर्थ गोष्टी भले लुटून घेऊन येवोत, पण जे खरं अर्थपूर्ण आहे, सार्थक आहे, ते त्यांच्या या लुटीच्या गोष्टींमध्ये कधीच असणार नाही. म्हणून विज्ञान – शास्त्र हे व्यर्थ गोष्टींचा शोध लावतं, सार्थ त्याच्या हातून निसटून जातं. माती-दगड-धोंडे असल्याची माहिती मिळते, पण आत्मा आणि परमात्म्याची माहिती मिळायची राहून जाते. म्हणजे असं की, जणू एखाद्या रस्त्यावरून जाणाऱ्या स्त्रीवर झडप घालावी – तिच्यावर बलात्कार करावा यात त्या स्त्रीच्या शरीरावर तुम्ही कब्जा कराल, पण तिचा आत्मा कधीच तुमच्या ताब्यात येणार नाही, तिचं प्रेम तुम्हाला कधीच मिळवता येणार नाही.

तेव्हा जी माणसं आक्रमणासारखी देवाकडं जातात, ती बलात्कारी असतात. ते देवाच्या शरीरावर भले ताबा मिळवतील, निसर्गात दिसणाऱ्या प्रत्येकाची ते चिरफाड करतील, त्याचं विश्लेषण करतील, त्याची काही रहस्यं शोधून काढतील,

पण त्यांनी लावलेले शोध हे एखाद्या पुरुषानं एखाद्या स्त्रीवर झडप घालून केलेल्या बलात्कारासारखे क्षुद्र असतील. स्त्रीचं शरीर तर तुम्हाला मिळेल, पण ते कवडीमोल असेल. कारण, तिच्या आत्म्याला तुम्ही स्पर्शही करू शकणार नाही. जर तिच्या आत्म्याला स्पर्श केला नाहीत, तर त्यात असलेल्या प्रेमाच्या सुप्त भावनेचं बीज कधी अंकुरणार नाही. तिच्या प्रेमाचा वर्षाव तुम्हाला अनुभवताच येणार नाही.

विज्ञान म्हणजे बलात्कार आहे. तो निसर्गावर हल्ला करतो, चढाई करतो. जणू निसर्ग म्हणजे एखादा शत्रू आहे आणि त्या शत्रूला जिंकून घ्यायचं आहे, त्याला पराभूत करायचं आहे. म्हणून विज्ञानाचा तोडफोडीवर, विच्छेदन करण्यावर, तुकडे करण्यावर भर आहे. विश्लेषण म्हणजे तोडफोड आहे, कापणं – तुकडे करण्यावर त्याचा विश्वास आहे. जर एखाद्या शास्त्रज्ञाला विचारलं, 'फूल सुंदर आहे नाही?' तर तो फूल तोडेल, कुस्करेल, कापेल, विच्छेदन करेल, तपासणी करेल. पण फूल खुडण्यात – तोडण्यातच त्याचं सौंदर्य नाहीसं होतं हे त्याच्या लक्षात येत नाही. सौंदर्य तर पूर्णत्वात होतं, अखंडपणात होतं. तुकड्या-तुकड्यात ते सौंदर्य मिळणार नाही. हो, रासायनिक पदार्थ खूप मिळतील! कोणत्या घटकांपासून, पदार्थांनी फूल तयार झालं आहे, त्यात कोणती खनिजं आणि द्रव्यं आहेत, हे सगळं कळेल. तुम्ही बाटल्यांमध्ये वेगवेगळ्या फुलांचे तुकडे – पाकळ्या गोळा करून वर चिठ्ठी डकवून त्यावर लिहिलं असेलं ही, ही रसायनं आहेत, हे, हे घटक पदार्थ आहेत यांच्या मिश्रणातून हे फूल तयार झालं होतं.

पण 'हे सौंदर्य आहे — जे फुलात सामावलेलं होतं,' असं दाखवणारी एकही बाटली तुम्ही तयार करू शकणार नाही. सौंदर्य नाहीसं होईल, नष्ट होऊन जाईल. जर तुम्ही फूल ओरबाडलंत, तर तुम्हाला फुलाचा आत्मा मिळणार नाही, फक्त शरीरच मिळेल. विज्ञान म्हणूनच आत्म्यावर भरवसा ठेवत नाही. भरवसा ठेवणार तरी कसा? इतके सारे प्रयत्न करूनही, आत्म्याची चुणूकही दिसत नाही. चुणूक दिसणारही नाही. म्हणजे, 'आत्मा नाही, म्हणून दिसणार नाही,' असं नाही; तर तुम्ही निवडलेला मार्ग, हा आत्मप्राप्तीचा मार्ग नाही. आत्मप्राप्तीची ती पद्धत नाही. तुम्ही ज्या दारातून प्रवेश केला आहे, ते क्षुल्लक गोष्टी मिळवण्याचं दार आहे, आक्रमण करून, झडप घालून, जे बहुमोल आहे ते मिळू शकत नाही.

जीवनाचं रहस्य तुम्हाला उलगडून मिळेल, जर तुम्ही 'नमना'च्या दारातून प्रवेश केलात तर! तुम्ही नम्र झालात, तुम्ही प्रार्थना केलीत, तर तुम्ही प्रेमाच्या केंद्रबिंदूपर्यंत पोहोचू शकाल.

ईश्वराचा अनुनय करणं, हे जवळ जवळ एखाद्या स्त्रीचा अनुनय करण्यासारखं आहे. त्यासाठी हृदय आत्यंतिक प्रेमभावनेनं, अत्यंत विनम्र आणि व्याकूळतेनं काठोकाठ भरलेलं असायला हवं! तिथं घाई-गडबड, उतावळेपणा नको. उतावळेपणा

केलात की हातचं गेलंच! त्या ठिकाणी संयम, धीर हवा. तुम्ही गडबड केलीत की त्यानं हृदय मिटून घेतलं समजा. कारण, घाई-गडबड हल्ल्याची वर्दी देते.

म्हणून जे ईश्वराच्या शोधासाठी बाहेर पडतात, त्यांच्या जीवन-पद्धतीचं वर्णन दोन शब्दात सांगता येईल – 'प्रार्थना' आणि 'प्रतीक्षा!' प्रार्थनेपासून या शास्त्राचा प्रारंभ होतो आणि 'प्रतीक्षे'वर त्याची पूर्तता होते. प्रार्थनेपासून 'शोध' म्हणूनच सुरू होतो.

या शास्त्राचं पहिलं चरण आहे —

'ॐ स्वप्रकाशी, आनंद-स्वरूप भगवान शिवशंकराला नमस्कार!' आणि आता 'शिवसूत्रा'ला प्रारंभ —

हे 'नमन' मनात अगदी खोलवर रुजू द्या, आतपर्यंत जाऊ द्या, कारण जर दरवाजाच चुकला, तर मग पुढं महालाची मी जी चर्चा करेन, ती तुम्हाला कळणार नाही, तुमच्या लक्षात येणार नाही.

'पुरुष' थोडा बाजूला ठेवा. आक्रमक वृत्ती थोडी दूर ठेवा. ही समज बुद्धीनं येणार नाही, हृदयानं-मनानं येणार आहे. ही समज तुमच्या तर्क-वितर्कावर अवलंबून नसेल, ती तुमच्या प्रेम-भावावर विसंबलेली असेल. हे शास्त्र तुम्ही समजून घ्याल, पण एखादं गणित समजावं तशी ही समज नसेल. एखादं काव्य समजून घ्यावं तशी ही समज असेल.

कवितेवर तुम्ही तुटून पडत नाही. चहा जसा घुटके घेत घेत चवीनं प्यावा, तसा तुम्ही कवितेचा हळूहळू रसास्वाद घेता. तुम्ही चहा एका घोटात गिळून टाकत नाही. ते काही कडू औषध नाही! तुम्ही त्याचा आस्वाद घेता, हळूहळू घोट घेत त्याची चव अगदी मुरवून घेता. एखादी कविता समजून घ्यायची, तर ती अनेकदा वाचावी लागते. एखादं गणित तुम्ही समजावून घेतलंत की, ते पुन्हा करण्याची काही गरज नसते, गणित संपतं. पण कविता अशी कधीच संपत नाही, कारण हृदयाला पारावार नाही आणि तुम्ही जितकं-जितकं प्रेम कराल, तितकं-तितकं ते खुलत जातं. म्हणून आपण पूर्वेकडचे लोकं, शास्त्रांचं अध्ययन करत नाही, शास्त्राचे 'पाठ' करतो.

शास्त्रांचं अध्ययन तसं होऊ शकतही नाही. अध्ययन म्हणजे, एकदा समजून घेतलं की कचऱ्यात जमा झालं. एखादी गोष्ट जणू झाली... संपली. जर एकदा समजूनच घेतलं आहे, तर आता परत काय करायचंय? 'पाठ' म्हणजे – बुद्धीची समज असेल तर एका फटक्यात समजेल, याचा आस्वाद मात्र पुन्हा पुन्हा घ्यावा लागेल. कळत-नकळत हे किती वेळा घोटावं लागेल कोणास ठाऊक! हे कित्येक भावपूर्ण क्षणांमध्ये, अनेक मनोवस्थांमध्ये – कधी सकाळी सूर्योदयाला, कधी रात्री सगळीकडं अंधार दाटून येतो, तेव्हा मनाच्या वेगवेगळ्या अवस्थांमध्ये, विविध

मनोक्षणांमध्ये मन:पूर्वक जाणून घ्यावं लागेल तेव्हा त्याचे सगळे पैलू – कंगोरे हळूहळू स्पष्ट होतील, तरीही तुम्हाला ते संपवता येणार नाही.

कुठलंही शास्त्र संपत नसतं. जितकं तुम्हाला 'आपण शोधलं,' असं वाटतं – तितकं तुम्हाला समजून चुकेल की, या शोधांपुढंही अजून खूप काही उरलं आहे. जितके तुम्ही खोलात शिराल, तितकी खोली वाढत चालल्याचं तुम्हाला जाणवेल. पुनरावृत्तींनीही शास्त्र संपत नाही. पाठाचा अर्थच 'वारंवार,' 'अनेक वेळा,' असा आहे.

पाश्चिमात्त्यांना ही गोष्ट कळणारही नाही. 'गीता' आपण हजारो वर्षांपासून का वाचत आलो आहोत? एकच माणूस, रोज सकाळी उठल्यावर गीता वाचतो? वेडा आहे का?' त्यांना हे कळणं त्यांच्या कुवतीबाहेरचं आहे.

त्यांच्या हे लक्षात येत नाही की, पाठाची प्रक्रिया ही हृदयात खोलवर रुजवण्याची प्रक्रिया आहे. त्यांचा समजुतीशी अधिक संबंध नाही, तर आस्वादाशी संबंध आहे. तर्क, गणित आणि हिशेबाशी त्याला काहीही देणं-घेणं नाही. त्याचा संबंध तर स्वत:चं हृदय आणि त्या पाठादरम्यानचं अंतर नाहीसं करण्यासाठी आहे. हळूहळू आपण इतकं एकरूप होऊन जावं की, पाठक आणि पाठ एक व्हावेत, 'भगवद्‍गीता,' कोण आणि भगवद्‍गीता वाचणारा कोण, हे वेगळं कळूच नये! अशा भावनेनं जो वागतो, हा स्त्रीचा भाव आहे. ही समर्पणाची विचारसरणी आहे हे लक्षात घ्यावं.

'नमना'कडून वाटचाल सुरू केली, तर शिवाची सूत्रं लक्षात येऊ शकतील. तुम्ही आपल्यात त्यांना रुजू द्या आणि ती चूक आहेत की बरोबर, योग्य की अयोग्य हा निर्णय घाईनं लगेच घेऊ नका. कारण सूत्रांबाबत एक गोष्ट लक्षात ठेवायला हवी — ती बरोबर आहेत की चूक याबाबतचा निर्णय तुमच्यावर अवलंबून नाही. तुम्ही निर्णय घेऊ तरी कसे शकाल? जो अंधारात उभा आहे, तो प्रकाशाबाबत काय निर्णय घेणार, ठरवणार? आणि ज्याला 'आरोग्य' म्हणजे काय तेच ठाऊक नाही, जो रोगानं अंथरुणाला खिळून आहे, त्याला आरोग्याची व्याख्या कशी कळणार? ज्यानं कधी प्रेमाच्या प्रोत्साहनाचा अनुभव घेतला नाही आणि ज्यानं आयुष्यभर घृणा, ईर्ष्या आणि द्वेषच केला, तो प्रेमाची कविता वाचू शकेल? कारण शब्द त्याला कळतील, पण शब्दांत जे दडलेलं आहे ते आंतर गुंफित आहे, त्याचं दार तर त्याच्यासाठी बंदच राहील. म्हणून काय योग्य आहे, काय अयोग्य आहे, हे तुम्ही ठरवायचं नाही.

तुम्ही फक्त ग्रहण करा, 'समजून घ्या,' असंही म्हणत नाही. तुम्ही फक्त ग्रहण करा, तो स्वाद भिनू द्या. जर त्या भिनलेल्या स्वादानं काही रहस्यमय विश्वं प्रकट होऊ लागली, जर तुमच्यात नवा सुगंध निर्माण झाला आहे. त्यामुळं

स्वतःच्या दुर्गंधीयुक्त व्यक्तिमत्त्वाचा क्षणभरही विनाश झाल्याचा भास झाला तर तुमच्या अंतरंगात एखादं फूल उमललं आहे आणि त्याच्या सुगंधानं तुमचं आयुष्य सुगंधित झालं आहे. क्षणभर का होईना, पण तुम्हाला जाणवलं की तुम्ही काळोख नाही. कुठंतरी एखादा दिवा तेवला, क्षणभर प्रकाशला, जणू अंधारात लख्खकन वीज चमकावी, त्या क्षणार्धातच ही समज येईल. तुम्ही समजल्यानं नव्हे, तर तुमच्या क्षणिक अनुभवाच्या माध्यमातून ही समज येईल, जाणीव होईल म्हणून तुम्ही विनम्र राहा.

दुसरी गोष्ट — 'सूत्र' म्हणजे थोडक्यात थोडकं, सारांश रूप, टेलिग्राफिक! त्यातला एक-एक शब्द अतिशय अर्थपूर्ण असतो, सूत्रात विस्तार नसतो, संक्षिप्तपणा असतो. सूत्र लांबलचक नसतं, खूप छोटं असतं, एखाद्या छोट्या बीजासारखं. त्यात संपूर्ण वृक्ष सामावलेला असतो.

एखादं बीज असावं, तसं 'सूत्र' आहे. बीजात तुम्हाला वृक्ष दिसत नाही. पाहायचा म्हणालात तरी बीजात तुम्हाला वृक्ष सापडणार नाही. कारण त्यासाठी तीक्ष्ण, शक्तिवान डोळे, दिव्य दृष्टी हवी; जी बीजात वृक्ष पाहू शकेल, जी वर्तमानात भविष्यकाळ बघू शकेल, जी आज 'उद्या'चं अवलोकन करू शकेल, जी दृश्यातून, अदृश्याचा शोध-वेध घेईल अशी तीक्ष्ण दृष्टी हवी, अशी तीक्ष्ण दृष्टी आत्ता तुमच्याजवळ नाही. आत्ता तुम्हाला बीज हे 'बीज' रूपातच दिसणार. वृक्ष पाहायचा असेल, तर बीज तुम्हाला पेरावं लागेल, अन्यथा तो पाहण्याचा दुसरा कोणताच मार्ग तुमच्याजवळ नाही.

ही सूत्रं बीजरूप आहेत. ती तुम्ही आपल्या हृदयात पेरायला हवीत. तुम्ही आत्ताच काय तो निर्णय घेऊ नका. कारण, आत्ता तुम्ही जर बीजाबाबत काही ठरवलंत तर तुम्ही ते फेकूनच द्याल, ते तुम्हाला टाकाऊ, केरकचरा वाटेल.

बीज आणि दगड-गोट्यात तसा काही फार फरक नाही. कधी-कधी तर हे दगडगोटेही जास्त चमकदार, रंगीबेरंगी, सुंदर, किंमती असतात. पण बीज आणि महागातल्या महाग कोहिनूर हिऱ्यामध्ये सुद्धा एक फरक आहे. तो म्हणजे, तुम्ही जर कोहिनूर पेराल, तर त्यातून काहीही उगवणार नाही. तो भले कितीही मौल्यवान असेल, पण मृतवत आहे. अडाणी लोक त्याची किंमत कितीही मानोत, पण त्यात चैतन्य, 'जीवन' नाही; जिवंतपणा नाही. तो प्रेत आहे; शव आहे. आणि बीज भले कुरूप दिसत असेल, त्याचं फारसं मूल्यही नसेल, पण त्यात जीवन अनुस्यूत आहे. तुम्ही ते पेरा, त्यातून विशाल वृक्ष निर्माण होईल आणि एका बीजातून कोट्यवधी बीजं तयार होतील. एक छोटंसं बीज या संपूर्ण विश्वाची निर्मिती करू शकतं. कारण एका बीजापासून कोट्यवधी बीजं जन्म घेतात. मग कोट्यवधी बीजातल्या प्रत्येक बीजापासून कोट्यवधी बीजं उत्पन्न होतात. एका इवल्याशा

बीजात विश्वाचं सारं ब्रह्मांड सामावू शकतं.

सूत्र, बीजरूप आहे. त्याच्या बाबतीत अति घाई करून चालत नाही. ते हृदयात रुजवाल मग त्याला कोंब फुटतील, फुलं लागतील, तेव्हाच तुम्हाला समज येईल, तुम्हाला जाण येईल, मगच निर्णय घेता येऊ शकेल.

तिसरी गोष्ट – धर्म मोठी क्रांती आहे. धर्माच्या नावावर म्हणून तुम्ही जे समजता, त्याचा धर्माशी जवळजवळ शून्य संबंध आहे, संबंध नसल्यातच जमा आहे. म्हणून 'शिवसूत्र' तुम्हाला चकितही करतील. तुम्ही घाबरून जाल, भ्याल. कारण, तुमचा धर्म मुळापासून हादरेल, डगमगेल. तुमचं मंदिर, तुमची मशीद, तुमचं चर्च, तुम्ही जर ही सूत्रं समजून घेतलीत तर ढासळून जातील; कोसळून पडतील. तुम्ही ते वाचवण्याच्या मागे लागू नका. कारण, जरी ते वाचले, तरीही त्यांच्यापासून तुम्हाला काहीही मिळणार नाही. तुम्ही त्यात आपले प्राण ठेवून जगतच आहात आणि तुम्ही मृत आहात. मंदिरं तशी बरीच सुशोभित आहेत, पण तुमच्या आयुष्यात मात्र आनंदाचा कवडसाही नाही. मंदिरात भरपूर प्रकाश आहे, पण त्यानं तुमच्या आयुष्यातला काळोख संपत नाही. यामुळं घाबरून जाऊ नका. कारण, सूत्र तुम्हाला अडचणीत टाकणारच. कारण, 'शिव' म्हणजे एखादा पुजारी – पुरोहित नाही. पुरोहिताच्या बोलण्यानं तुम्हाला नेहमी अगदी बरं वाटतं. कारण, पुरोहिताला तुमचं शोषण करायचं असतं. तुमच्यात बदल घडवून आणण्यासाठी तो उत्सुक नसतो. तुम्ही जसे आहात तसंच राहणं, यातच त्याचा फायदा आहे. तुम्ही रुग्णाईत, आजारी जसे आहात, तसेच राहाल, यातच त्याचा व्यवसाय आहे, धंदा आहे.

माझ्या ऐकिवात एक गोष्ट आहे की, एका डॉक्टरनं आपल्या मुलाला शिकवलं. शिकून-सवरून मुलगा घरी आला. या वडिलांनी कधी सुट्टीसुद्धा घेतली नव्हती, त्यामुळे ते म्हणाले, 'आता माझा व्यवसाय तू सांभाळ आणि मी तीन-एक महिने जरा आराम करतो. आयुष्यभर मी फक्त कमवत राहिलो, कधी विश्रांती घेतली नाही.' असं म्हणून ते जगाच्या सफरीवर गेले. तीन महिन्यांनी परतल्यावर त्यांनी मुलाला विचारलं, ''काय बाळ? सगळं ठीक-ठाक चाललंय ना?'' मुलगा म्हणाला, ''होय बाबा, एकदम छान चाललंय, तुम्हाला ऐकून आश्चर्य वाटेल की ज्या रोग्यांना तुम्ही आयुष्यभरात बरं करू शकला नव्हतात, त्यांना मी तीन महिन्यात बरं केलं!'' वडिलांनी डोक्याला हात लावला. म्हणाले, ''मूर्ख मुला, त्यांच्यावरच तर आपला व्यवसाय होता. मी काय त्यांना बरं करू शकत नव्हतो का? पण मग तुझं शिक्षण कसं झालं असतं? त्यांच्याच तर जिवावर झालं. त्यावरच तुझी इतरही भावंडं शिकली-सवरली असती ना! तू तर सगळं बिघडवून टाकलंस!''

तुम्ही जसे आहात, रोगीष्ट, आजारी, पुरोहिताला तसेच हवे असता. त्याच्यावरच त्याची उपजीविका चालते. 'शिव' म्हणजे कोणी पुरोहित नाही. 'शिव' तीर्थंकर आहेत. 'शिव' अवतार आहेत. 'शिव' क्रांतिदर्शी आहेत, पैगंबर आहेत. त्यांची वाणी म्हणजे अग्नी आहे. जळण्याची तुमची तयारी असेल, तरच त्यांच्याजवळ या, जर सर्वस्व समर्पणाला तुम्ही तयार असाल, तरच त्यांच्या आमंत्रणाचा स्वीकार करा. कारण, तुम्ही मरण पावलात, तरच नवीन काही तरी जन्माला येईल. तुमच्या राखेतूनच नवजीवनाची सुरुवात होईल. या गोष्टी लक्षात ठेवून एक-एक सूत्र समजून घेण्याचा प्रयत्न करा.

पहिलं सूत्र आहे — चैतन्यात्मा! 'चैतन्य आत्मा आहे.' चैतन्य आपण सगळेच आहोत, पण आत्म्याचा आपल्याला काही थांगपत्ता लागत नाही. चैतन्यच जर आत्मा असेल, तर आपल्या सगळ्यांना माहीत असायला हवा. आपण सगळे चैतन्य आहोत. पण 'चैतन्य आत्मा आहे,' याचा अर्थ काय असेल?

पहिला अर्थ — या जगात फक्त चैतन्यच, तुमचं स्वत:चं आहे. आत्मा फक्त आपला, बाकी सगळं परकं. बाकीचं कितीही आपलं वाटलं, तरी ते परकं आहे. मित्र असोत, नातेवाईक असोत, कुटुंबातली माणसं असोत, पैसा असो! यश-पद-प्रतिष्ठा असो, मोठं साम्राज्य असो! अशा सगळ्या गोष्टी, ज्या तुम्ही 'आपल्या,' 'माझ्या' आहेत असं म्हणता; तिथं फसवणूक आहे. भ्रम आहे. कारण त्या सगळ्या गोष्टी मृत्यू तुमच्यापासून हिरावून घेईल. मृत्यू म्हणजे प्रमाण-परीक्षा आहे. कसोटी आहे. कोण आपलं? कोण परकं आहे याची. मृत्यू ज्यापासून तुम्हाला वेगळं काढेल, ते परकं आणि मृत्यू ज्यापासून तुम्हाला वेगळं करू शकणार नाही, ते तुमचं!

आत्मा म्हणजे जो 'आपला' आहे. पण 'आपला,' असा विचार करायला लागलो की लगेच 'दुसरा,' 'परका' त्यात डोकावतो. 'आपला' याचा अर्थच होतो, एखादा दुसरा – परका, जो 'आपला' आहे. आपल्या स्वत:खेरीज दुसरं कोणीही आपलं नाही, हा विचारच तुमच्या मनाला शिवत नाही आणि जोवर तुम्ही दुसरं कुणी 'आपलं' आहे या भ्रामक समजुतीत राहाल, तोवरचे दिवस फुकट वाया जातील, तोपर्यंतचं आयुष्य व्यर्थ व्यतीत होईल, तितके दिवस तुम्ही फक्त स्वप्नरंजन केलंत असं होईल. तेवढ्या वेळात तुम्ही जागृत होऊ शकला असतात, तुम्हाला मोक्ष मिळाला असता, पण तुम्ही केरकचरा गोळा केलात.

फक्त तुम्हीच, तुमचे आहात. हे पहिलं सूत्र की, 'माझ्याखेरीज माझं कोणीही नाही.'

हे फारच क्रांतिकारक, खळबळजनक सूत्र आहे, मोठं समाजविरोधी आहे. कारण समाज याच आधारावर तर जगतो. बाकीचे 'माझे' आहेत, जातवाले 'माझे'

आहेत, देशबंधू 'माझे' आहेत, माझा देश, माझी जात, माझा धर्म, माझं कुटुंब – असा सगळा 'माझा'चा पसारा आहे. समाज जगतो 'माझ्या'च्या संकल्पनेवर. म्हणून धर्म ही समाजविरोधी संकल्पना आहे. धर्म म्हणजे समाजापासून सुटका आहे, इतरांपासून सोडवणूक आहे आणि धर्म तर सांगतो की, 'तुमच्या स्वत:शिवाय तुमचं दुसरं कोणीही नाही.'

वर-वर पाहिलं तर हे म्हणणं फार स्वार्थी वाटेल. कारण 'बस! आपणच आपले आहोत,' असं म्हणताक्षणीच हे तर स्वार्थी म्हणणं आहे असं आपल्याला वाटतं.

ही स्वार्थाची गोष्ट नाही. जर हे तुमच्या लक्षात आलं, तरच तुमच्या आयुष्यात परार्थ आणि परमार्थ निर्माण होईल. कारण, आता ज्याच्या आयुष्यात 'आत्मा' हीच भावना नाही, त्याच्या आयुष्यात कोणताही परार्थ आणि परमार्थ असू शकत नाही. तुम्ही दुसऱ्याला 'आपला,' 'माझा' म्हणता. पण 'माझा' असं म्हणून तुम्ही काय करता? 'माझा' असं म्हणून तुम्ही त्यांचं शोषण करता. 'माझा-माझा' हे तुमच्या शोषणाचा भाग आहे, विस्तार आहे. ज्या कोणाला तुम्ही 'माझा' म्हणता, त्याला तुम्ही तुमचा दास बनवता, गुलाम करून टाकता, तुम्ही त्याला आपल्या वर्तुळात बांधून टाकता. माझी बायको, माझा नवरा, माझा मुलगा, माझे वडील तुम्ही काय करता? या 'माझ्या'मागे, या 'माझ्या'च्या पडद्याआड, तुमच्या या नात्याचा मूळ आधार काय आहे? तुम्ही शोषण करता, तुम्ही दुसऱ्याचा उपयोग करता. या दुसऱ्याच्या उपयोग करण्याला, तुम्ही 'परार्थ' म्हणत असाल तर तुम्ही भ्रमात आहात.

एक सम्राट वृद्ध झाला. त्याला तीन मुले होती आणि 'राज्य कोणाला द्यावं,' या विवंचनेत तो होता. तिघंही योग्य आणि गुणी होते. तिघांमधली वैशिष्ट्यं सारखीच होती, म्हणूनच तर खरं कठीण होतं. एक दिवस त्यानं तिघा मुलांना बोलावलं आणि सांगितलं – 'गेल्या वर्षभरात तुम्ही केलेलं मोठं सत्कार्य, एखादं असं महान चांगलं काम मला सांगा.'

मोठा मुलगा म्हणाला — 'गावातला सर्वांत श्रीमंत माणूस तीर्थयात्रेला निघाला होता. त्यानं न मोजता कोट्यवधी रुपयांचं जड-जवाहीर, काहीही लिखापढी न करता, हिशेब-ठिशेब न करता माझ्याजवळ दिलं आणि म्हणाला, "जेव्हा मी तीर्थयात्रेहून परत येईन, तेव्हा मला परत द्या, मी मनात आणलं असतं, तर ते सगळं डबोलं हडप करू शकलो असतो. कारण काही लिखापढी नव्हती, की कोणी साक्षीदार! गेला बाजार, मी त्यातले थोडे बहुत मौल्यवान हिरे लपवून ठेवून घेतले असते, तरी ते काही अवघड नव्हतं. कारण, त्या माणसानं ते मोजले नव्हते आणि ते काही ठरावीक संख्येचेही नव्हते. पण मी त्या सगळ्या ऐवजाची थैली

जशी होती तश्शी परत दिली.''

वडील म्हणाले, ''चांगलं केलंस तू. पण मला सांग की, जर तू त्यातलं काही ठेवून घेतलं असतंस, तर तुला पश्चात्ताप झाला असता, शरम – अपराधीपणाच्या भावनेनं तुला घेरलं असतं. हो की नाही?'' मुलगा म्हणाला, ''नक्कीच घेरलं असतं.'' यावर वडील म्हणाले, ''यात परोपकार काहीच झाला नाही. तू फक्त आपल्या पश्चात्तापापासून – त्रासापासून स्वत:चा बचाव करण्यासाठी हे केलंस. यात परोपकार काय झाला?'' 'हिरे ठेवून घेतले असतेस तर शरमेनं मनाला त्रास झाला असता, काट्यासारखी मनाला ती बोच राहिली असती. ती बोच लागू नये म्हणून तू हिरे परत दिले आहेस, काम तर तू चांगलं केलंस हे खरं, पण त्यात परोपकार मात्र मुळीच नव्हता. उपकार तर तू स्वत:वरच केलेस.'

दुसरा मुलगा थोडा काळजीत पडला आणि म्हणाला, ''मी रस्त्याच्या कडेनं चाललो होतो. संध्याकाळच्या वेळी तळ्यात कोणीच नव्हतं, अशा वेळी एक माणूस त्यात बुडायला लागला. मनात आणलं असतं तर मी आपला माझ्या वाटेनं तसाच चालू लागलो असतो, ऐकलंन्ऐकलंसं केलं असतं. पण मी तत्क्षणी पाण्यात उडी घेतली, स्वत:चा जीव धोक्यात घातला आणि त्या माणसाला वाचवलं, बाहेर काढलं.''

वडील म्हणाले, ''चांगलं केलंस तू. पण जर तू तसाच निघून गेला असतास आणि त्या माणसाला वाचवलं नसतंस तर त्या माणसाच्या मरणानं तुझा सतत पाठलाग केला नसता?'' बाह्यात्कारी तू ऐकलं, न ऐकलंसं केलं असतंस; पण आतून तर तू त्याचा 'वाचवा, वाचवा,' हा टाहो ऐकला होतास. मग कायमच त्याचं प्रेत तुझ्या पाठीमागं लागलं नसतं? त्याच भीतीपोटी तू उडी मारलीस, आपला जीव धोक्यात घातलास. पण तू फार काही परोपकार केलास, अशा भ्रामक समजुतीत राहायचं कारण नाही.''

तिसरा मुलगा म्हणाला, ''मी जंगलातून चाललो होतो आणि एका माणसाला मी एका कड्याच्या अगदी टोकाला झोपलेला पाहिलं. त्यानं झोपेत कूस जरी बदलली असती, तरी तो कायमचा संपला असता. कारण पलीकडं मोठी दरी होती. मी त्या माणसाजवळ पोहोचलो आणि बघतो तर काय, तो माझा कट्टर शत्रू होता. मी गुपचूप माझ्या-माझ्या वाटेनं जाऊ शकत होतो किंवा मी माझ्या घोड्यावरून जाताना नुसता त्याच्या जवळून गेलो असतो, तरी मी काहीही न करता कदाचित माझ्या तिथून जाण्यानं तो कुशीवर वळला असता आणि दरीत पडला असता. पण माझ्या चाहुलीनं तो पडू नये, म्हणून मी आवाज न करता हळूहळू जमिनीवरून सरपटत त्याच्याजवळ पोहोचलो. तो माणूस वाईट आहे, मी त्याचे प्राण वाचवले तरी तो मला शिव्याच देणार हे सुद्धा मी जाणून होतो. तरी मी त्याला हलवलं,

हळूच उठवलं. आता तो माणूस गावात माझ्याविरुद्ध बोलत फिरत आहे. तो सांगतो की, 'मी मरण्यासाठी तिथं गेलो होतो, ह्या माणसानं तिथंही माझा पाठलाग केला. हा मला धड जगू तर देतच नाही, पण ह्यानं मला मरूही दिलं नाही.''

वडील म्हणाले, ''त्या दोघांपेक्षा तू जरा बरा आहेस. पण परोपकार म्हणशील तर हा सुद्धा नाही का? कारण, तू 'आपण फार काही तरी भव्य-दिव्य, मोठ्ठं काम केलं,' अशा अहंकारानं फारच आनंदित झाला आहेस. हे सांगताना तुझ्या डोळ्यात वेगळीच चमक दिसते. बोलताना छाती गर्वानं फुलून जाते आणि ज्या कृत्यानं अहंकार निर्माण होतो, ते कृत्य परोपकार राहत नाही. 'आपण फार मोठे धार्मिक आणि परोपकारी आहोत,' असं तुला वाटतंय. तू या इतर दोघांपेक्षा, वरचा आहेस. पण मला राज्याचा वारस म्हणून आणखी एखाद्या चौथ्याचाच शोध घ्यावा लागेल.''

जेव्हा तुम्ही 'परोपकार' करता, तेव्हा तो तुम्ही करू शकत नाही. कारण, ज्याला स्वत:लाच कल्पना नसते, तो परोपकार कसा करणार? तुम्हाला भले वाटतंय की तुम्ही ते 'करताय' — गरिबांची सेवा, इस्पितळात आजाऱ्यांचे पाय चेपताय. पण जर तुम्ही बारकाईनं शोध घ्याल, तर ह्यात तुम्ही कुठं ना कुठं आपला अहंकारच पोसताय हे जाणवेल आणि जर सेवेनं तुमचा अहंकारच पोसला जात असेल, तर सेवासुद्धा शोषण ठरेल. आत्मज्ञान झाल्याखेरीज, कोणीही परोपकारी असू शकत नाही. कारण स्वत:ला जाणल्याशिवाय, एवढी मोठी क्रांती होऊच शकत नाही.

मी ऐकलंय — मुल्ला नसरुद्दीनची बायको त्याच्याशी भांडत होती आणि म्हणत होती, ''ही काय भानगड आहे, त्याचा एकदा सोक्षमोक्ष लावलाच पाहिजे. तुम्ही माझ्या सगळ्या नातेवाईकांचा एवढा तिरस्कार आणि घृणा का करता?''

नसरुद्दीन म्हणाला, ''हे चूक आहे. तुझ्या म्हणण्यात तथ्य नाही आणि माझ्याजवळ याचा पुरावा आहे. तो असा की, मला माझ्या सासूपेक्षा, तुझी सासू अधिक आवडते.''

'अहंकार,' ही अशी निमित्त – पळवाटा शोधतो. वरून तर, 'आपण परोपकार करतोय,' असा देखावा करतो. पण खरं तर त्याच्या मुळाशी तोच असतो आणि हा प्रवास जितका सूक्ष्म होत जाईल, तितका तो हाताबाहेर जातो. इतरांच्या तर हाती लागत नाहीच, पण तुमच्याही हातात तो येत नाही. इतर लोक तर भ्रमात राहतातच, तुम्हीही आपणच निर्माण केलेल्या भ्रमाच्या जाळ्यात सापडता, त्यात हरवून जाता. आपण सगळ्यांनीच, आपलं-आपलं स्वत:चं भ्रामक विश्व निर्माण केलं आहे. त्यातल्या सगळ्या क्लृप्त्या आपण दुसऱ्यांना फसवण्यासाठी निर्माण केल्या होत्या, पण आपणच आपल्या या भूलभूलैय्यात अडकून पडू असं कधी वाटलंही नव्हतं. पण आपण त्यात हरवलो आहोत!

पहिली गोष्ट लक्षात ठेवा — तुमच्या स्वत:शिवाय तुमचं कोणीही नाही, जेव्हा हे पक्कं स्मरणात राहील की, चैतन्यच आत्मा आहे आणि हे चैतन्यच मी आहे. इतर सगळे परके आहेत, विजातीय आहेत. तेव्हाच तुमच्या आयुष्यात क्रांतीची पहिली शलाका प्रवेश करते. मग तुम्ही आणि तुमचा समाज यांच्यात मोठं अंतर पडत जातं, तसंच तुम्ही आणि तुमचे नातेसंबंध यातही एक दुरावा निर्माण होतो.

पण माणसाला स्वत:कडं बघावंसं वाटत नाही. आणि बघणं तसं अवघडही आहे. कारण, बघण्यासाठी – पाहण्यासाठी, ज्या प्रक्रियेतून जावं लागतं; ती फारच गुंतागुंतीची आहे.

एका मारवाडी, व्यापाऱ्याचं चित्रपट अभिनेत्रीवर प्रेम बसलं. तसं हे अघटितच म्हणायचं — मारवाडी आणि त्यातही व्यापारी! तो प्रेमापासून नेहमी लांबच राहतो. पण कधी अघटितही घडतं! प्रेमात तर पडला, पण व्यापाऱ्याचं मन संशयानं पछाडलेलं. त्यानं अभिनेत्रीच्या मागावर एक गुप्तहेर ठेवला. 'तू जरा माहिती काढ. हिचं चारित्र्य चांगलं आहे ना! बघ. तिला लग्नासाठी मागणी घालण्याआधीच, सगळ्या गोष्टी कागदावर पुराव्यासह पक्क्या, स्पष्ट व्हायला हव्यात.'

गुप्तहेरानं बराच तपास काढला. सात दिवसांनी रिपोर्ट पाठवला. रिपोर्टमध्ये म्हटलं होतं की, ही स्त्री एकदम निष्कलंक चारित्र्याची आहे, निर्दोष आहे. तिचा संशय घ्यावा अशी कोणतीही गोष्ट कानावर आली नाही, आढळून आली नाही. एकच अपवाद आहे, की गेल्या काही दिवसांपासून ती एका 'संशयास्पद' मारवाड्याबरोबर फिरत आहे.' तो संशयास्पद मारवाडी ते स्वत:च होते!

डोळे दुसऱ्यांना पाहतात. हात दुसऱ्यांना स्पर्श करतात. मन दुसऱ्याचा विचार करतं आणि तुम्ही नेहमी अंधारात उभे राहता. 'दिव्याखाली अंधार,' अशी तुमची स्थिती आहे. दिव्याचा उजेड तुम्ही सोडून, इतर सगळ्यांवर पडतो. म्हणून त्या प्रकाशाच्या शोधात तुम्ही सगळीकडं, दाही दिशात फिरता आणि एक अनोळखी तसाच राहून जातो; तोच तुम्ही असता.

पहिलं सूत्र आहे — 'चैतन्य,' आत्मा आहे.

खोलवर रुजणाऱ्या बीजासारखं, हे सूत्र आपल्या हृदयात आतपर्यंत रुजू द्या. तुम्ही स्वत:लाच जर ओळखलं नाहीत, स्वत:ला अपरिचित राहिलात तर हा विश्वाचा प्रवास व्यर्थ ठरेल. तुम्ही स्वत:ला ओळखू शकला नाहीत, जाणू शकला नाहीत आणि बाकीचं सगळं जरी जाणून घेतलंत, तरी ते सारं ज्ञान सर्वंकष रूपात अज्ञानच ठरेल. स्वत:लाच पाहू शकला नाहीत, पण सगळं जग बघितलंत, चंद्र-चांदण्या पिंजून काढल्यात, तरीही तुम्ही अंधच राहाल. कारण जो स्वत:ला पाहतो, त्यालाच तर दृष्टी मिळते. ज्याला आत्म-परिचय होतो, त्यालाच तर ज्ञान मिळतं.

जो चैतन्याच्या स्वयंप्रकाशात न्हाऊन निघतो, तोच पवित्र आहे. चैतन्याशिवाय अन्य कोणतंही तीर्थक्षेत्र नाही, चैतन्यच तीर्थस्थान आहे.

आणि 'चैतन्य' तुमचा स्वभाव आहे. तुम्ही क्षणभरही त्याच्या पलीकडं जाऊ शकत नाही. पण दिव्याखाली अंधार आहे! तुम्ही त्यापासून दूर जाऊ शकत नाही, मनात आणलंत तरी! पण 'आपण खूप दूरवर गेलो आहोत,' असा भ्रम मात्र निर्माण होऊ शकतो. जगात तुम्ही स्वप्नं पाहू शकता, पण स्वप्न हे सत्यात उतरू शकत नाही. स्वप्न! हे सत्य होऊ शकत नाही. सत्य फक्त एकच आहे, ते म्हणजे तुमचा चैतन्य स्वभाव.

'चैतन्य,' आत्मा आहे.

तेव्हा पहिली गोष्ट म्हणजे — 'माझ्याखेरीज चैतन्याचं दुसरं कोणीही नाही.' हा भाव तुमच्यात बळकट झाला की, संन्यासाचा जन्म होईल. कारण, माझ्या खेरीजही माझं कोणी असू शकतं – हीच भावना म्हणजे जग आहे, संसार आहे. म्हणून पहिल्या सूत्रात मोठी क्रांती आहे. 'शिव' तुमच्या दिशेनं पहिली ठिणगी टाकतात आणि ती म्हणजे तुम्ही हे जाणून घ्या की, फक्त तुम्हीच तुमचे आहात, दुसरं कोणीही तुमचं नाही.

यामुळं मन मोठं विषण्ण होईल. कारण, तुम्ही दुसऱ्यांशी खूप चांगली नाती निर्माण केली आहेत, बरीच स्वप्नं बघितली आहेत. दुसऱ्यांवर तुमच्या मोठ्या आशा अवलंबून आहेत. आईला वाटतं, 'मुलगा मोठा होईल,' मोठी आशा आहे. वडिलांना वाटतं, 'मुलगा मोठा होईल,' मोठ्या आशा जुळल्या आहेत. या सगळ्या आशा-अपेक्षांमध्ये तुम्ही स्वत: हरवून जात आहात. तुमचे वडीलही अशाच आशा करत-करत तुमच्यासाठी संपून गेले. तुमच्याकडून त्यांना काय मिळालं? अशाच आशा करून करून तुम्ही संपाल; तुमच्या मुलाकडून तुम्हाला काही मिळणार नाही आणि तुमचा मुलगाही असाच मूर्खपणा चालू ठेवेल. तो आपल्या मुलांकडून आशा ठेवणार!

नाही, स्वत:कडं पाहा, पुढं नको आणि मागं नको. कोणीही तुमचं नाही. कोणीही मुलगा, तुमची आशा पूर्ण करणार नाही. कोणतंही नातं तुमचा आत्मा होऊ शकत नाही. स्वत:शिवाय तुमचा कोणी मित्र नाही, पण तेव्हा मात्र भीती वाटते. कारण, आपण एकटे पडल्यासारखं वाटतं आणि माणूस अतिशय घाबरट – भितरा आहे. इतका की, गल्लीबोळातून एकटा जात असेल, तरी मोठ्यांदा गाणी म्हणायला लागतो. आपलाच आवाज ऐकून त्याला वाटतं – 'मी एकटा नाही.' हा तुम्ही तुमचा स्वत:चाच आवाज ऐकता आहात. वडील जेव्हा मुलामध्ये काही अपेक्षांची स्वप्नं पाहतात, तेव्हा त्याला मुलाची संमती असते असं नाही. हे वडील स्वत:च एकांतात स्वप्नं बघत शीळ घालत आहेत. म्हणून ते उद्या दु:खी होतील.

कारण, त्यांनी आयुष्यभर स्वप्नांचे मनोरे रचले आणि त्यांना वाटतं मुलगाही हीच स्वप्नं पाहतोय. हे चूक आहे. मुलगा त्याची स्वत:ची स्वप्नं बघेल. तुम्ही आपली स्वप्नं बघताय. तुमच्या वडिलांची, त्यांची स्वत:ची स्वप्नं होती. या सगळ्याची कुठं सांगड बसत नाही.

सगळे वडील दु:खी होऊनच मरतात. काय कारण असेल? कारण, ते जी-जी स्वप्नं पाहतात ती सगळी विरून जातात. इथं प्रत्येकाची स्वत:ची स्वप्नं आहेत, तो तुमची अपेक्षित स्वप्नं पाहणार नाही आणि जर तुम्हाला एक शांत – तृप्त अवस्था अनुभवायची असेल, तर दुसऱ्यात आपली स्वप्नं पाहणं सोडून द्या. नाहीतर तुम्ही सैरभैर व्हाल.

आपल्या स्वप्नांची नौका इतरांशी जखडून ठेवणं, यालाच 'संसार,' म्हणतात. 'संन्यास' म्हणजे जागृती; तुम्ही जागे झालात आणि एक गोष्ट कितीही कष्टप्रद असो! त्यामुळं सुरुवातीला कितीही वाईट वाटो! दु:ख होवो! ती गोष्ट म्हणजे — तुम्ही 'एकटे' आहात. सगळी नातीगोती खोटी आहेत. पण म्हणून तुम्ही हिमालयात पळून जावं, असा याचा अर्थ नाही. कारण जो हिमालयात पळून जातो, त्याच्या लेखी अजूनही नातेसंबंधांना अर्थ आहे, ते त्याला अजून निरर्थक वाटत नाहीत. कारण जी गोष्ट खोटी आहे, असं वाटतं तिच्यापासून पळून जाण्यात काही हशील नाही. सकाळी उठल्यावर कोणी पळत सुटत नाही, 'स्वप्न खोटं आहे, म्हणून या घरापासूनच लांब जातो,' असं म्हणत नाही. स्वप्न खोटं झालं मामला संपला, त्यात पळून काय जायचं?

पण एक माणूस — आपल्या बायकोपासून, मुलाबाळांपासून दूर पळून चालला आहे. त्याच्या या पळून जाण्यावरूनच कळतंय की 'स्वप्न खोटं असतं,' हे त्यानं ऐकलंय, पण अजून त्याला स्वत:ला हे कळलेलं नाही. कालपर्यंत हा माणूस बायकोकडं तोंड करून पळत होता, आज तो बायकोकडं पाठ फिरवून पळतो आहे. दोन्ही बाबतीत बायकोच कारणीभूत होती. दोन्ही गोष्टी तिच्याबाबतच घडल्या.

'गणेशवर्णी,' नावाचे एक जैन संत होऊन गेले. कित्येक वर्षांपूर्वी त्यांनी बायकोचा त्याग केला होता. साधुपुरुष होते. बायकोला सोडून साधारणपणे वीस एक वर्षं झाली होती. ते काशीमध्ये होते, जेव्हा त्यांची बायको निवर्तल्याचं कळलं, तेव्हा त्यांच्या तोंडून जे उद्‌गार निघाले, ते लक्षात ठेवण्यासारखे आहेत. ते म्हणाले, "चला, कटकट गेली." भक्तांना वाटलं, 'केवढं हे वैराग्य!' थोडा विचार केलात, तर स्पष्टपणे लक्षात येईल की, हे वैराग्य मुळीच नाही. कारण, ज्या बायकोला वीस वर्षांपूर्वीच सोडून दिलं, तिची कटकट – झंझट अजूनही होतीच? तशी असेल, म्हणून तर ती 'संपेल' ना! हिशेब अगदी साधा-सरळ सोपा आहे. ज्या बायकोला त्यांनी वीस वर्षांपूर्वी सोडून दिलं, ती या ना त्या रूपानं सावलीसारखी

त्यांच्या मागोमाग चालत असणार. मनात कुठंतरी तिचं अस्तित्व असणार. तिचा त्रास तसाच होत असणार. ह्या वीस वर्षांतही तिचा त्रास संपलेला नव्हता. अगदी तिला सोडून दिलं, तरीसुद्धा! मनात दोन्ही बाजूनं सतत विचार चालू असणार! बायको निवर्तल्यावर, 'चला, कटकट गेली,' हे उद्‌गार बायकोबद्दल काही सांगत नाहीत, उलट फक्त नवऱ्याबद्दलच बोलून जातात — 'हा माणूस बायकोपासून दूर पळून तर गेला, पण तिला सोडू शकला नाही.'

आणि असे गणेशवर्णी साधुपुरुष होते. म्हणून थोडा विचार करा! साधुपुरुषही मोठ्या भ्रमात राहू शकतात. त्यांच्या चारित्र्यात, वागण्या-बोलण्यात, आचरणात काही चुकभूल नव्हती. ते मर्यादा-पुरुष होते. अगदी नियमानुसार सरळ चालत. त्यात कुठं जराही सैलपणा, वावगेपणा, त्रुटी सापडणं शक्य नव्हतं. सगळं अगदी सदाचरण होतं, साधुत्व पुरेपूर होतं. तरीही आतल्या आत काहीतरी चुकलं. हिमालयात गेले, तरी ही कटकट बरोबर गेली.

आणखी एक गोष्टही समजून घेण्याजोगी आहे. ती अशी की जर बायकोचा मृत्यू झाल्यावर, 'चला, कटकट गेली,' असा जर पहिला विचार आला, तर कुठंतरी कळत-नकळत, अचेतनामध्ये बायकोच्या मरणाची इच्छाही लपलेली असेल. ती आणखी प्रबळ झाली. मनात कुठल्यातरी पातळीवर बायको मरावी, तिचं जीवन संपावं असं वाटणं ही तर हिंसा झाली.

एक-एक शब्दसुद्धा विनाकारण येत नाही, उगाच आभाळातून पडत नाही. एक-एक शब्दसुद्धा आतून येतो आणि अशावेळी बायको निवर्तल्याची बातमी येते, तेव्हा तुम्ही आपल्या रोजच्या व्यावसायिक भानात नसता; त्यावेळी तुमच्या तोंडून जे बाहेर पडतं ते जास्त खरं असतं. तुम्हाला जर तासाभरानंतर संधी मिळाली, तर तुम्ही स्वत:च मागचा-पुढचा विचार करून सारवासारव कराल. अशावेळी तुम्ही जे बोलाल, ते खोटं असेल. पण त्याचक्षणी गणेशवर्णी फसले. वीस वर्षं त्यांनी चोहीकडं जे साधुपणाचं प्रस्थ ठेवलं होतं, ते त्या क्षणी विसरले. साक्षात गणेशवर्णींच्या बाबतीत असं घडू शकतं, तर तुमच्या बाबतीत हे सहजच घडू शकतं. पाठ फिरवून काही होणार नाही. कोणीही पाठ फिरवू शकत नाही; पळून जाऊ शकत नाही.

पण भक्तांना हे दिसलं नाही. त्यांनी तर 'बघा, माणूस कसा वैरागी आहे,' असं म्हणून ही कथा अगदी मौल्यवान वचनासारखी जपून ठेवलीय.

'वैराग्य' म्हणजे काय, याची तुम्हाला कल्पनाही येणार नाही. तुम्ही प्रेमाच्या नात्यांमध्ये जगता, म्हणून तुम्हाला वैराग्य म्हणजे कळतं. तुमच्या जे विरुद्ध आहे ते समजतं. तुम्हाला माहीत आहे की, तुम्ही बायकोला सोडून जाऊ शकत नाही आणि हा माणूस सोडून गेला आहे. म्हणजे हा माणूस तुमच्यापेक्षा महान आहे.

हा तुमच्याविरुद्ध आहे, पण तुमच्याहून वेगळा नाही. तुम्ही पायावर उभे

आहात, हा शीर्षासनात उभा आहे. पण तुमच्या मनात आणि ह्याच्या मनात कणभरही फरक नाही. शोधून पाहा. तुम्हाला सगळ्यांना वाटतं की, 'बायको म्हणजे कटकट आहे.' 'बायको कटकट नाही, लचांड नाही' असं म्हणणारा नवरा औषधाला तरी सापडेल का? बायको समोर विचारू नका, एकांतात – एकटा असताना विचारा.

मुल्ला नसरुद्दीन मला सांगत होते की — 'मी सुद्धा कधीतरी सुखी होतो. पण हे मला लग्न झाल्यानंतरच कळलं आणि तोवर फार उशीर झाला होता. मी पण कधीकाळी सुखात होतो, हे मला तेव्हा समजलं जेव्हा मी लग्न केलं. पण तोपर्यंत, तर वेळ निघून गेली होती, सुख हातातून निसटून गेलं होतं.'

नवऱ्यांना जर खोदून-खोदून विचारलं, तर ज्यानं कित्येकदा बायकोचा खून करण्याचा विचार केला नसेल, बायकोला ठार मारल्याचं स्वप्नात पाहिलं नसेल असा नवरा सापडणं कठीण आहे. सकाळी उठून 'काय भलतंच स्वप्न,' असं तोही म्हणेल, पण अचेतनात इच्छा आहे. ज्याच्यामुळे त्रास होतो, कटकट होते; ती गोष्ट नष्ट करण्याची भावना, हा साधा तर्क आहे.

परंतु त्रास, कटकट कधी दुसऱ्यामुळं निर्माणच होत नाही. जर बायकोतच त्रासाचं मूळ असतं तर तुम्ही सगळेच पळाला असतात हिमालयात! तुम्हाला कोणी अडवलं होतं? त्रास – उपद्रव बायकोत नाही, कारण हिमालयात जाऊनही तुम्ही पुन्हा बायको शोधाल. उपद्रव तुमच्यात आहे, तुम्ही एकटे राहू शकत नाही. तुम्हाला कोणीतरी जोडीदार हवा असतो. एकांतात तुम्हाला भीती वाटते. दुसरं कोणी आहे म्हटलं की तुम्ही निश्चिंत होता. का? तर दुसऱ्याच्या अस्तित्वानं तुम्हाला दिलासा – आधार मिळतो की, 'दुःखात, सुखात कोणीतरी बरोबर आहे. जगताना, मरताना कोणीतरी जवळ आहे, बरोबर आहे.'

परंतु एकटेपणा स्वभाव आहे. जो 'आत्माच फक्त माझा आहे,' या गोष्टीचा अनुभव घेतो, त्याला स्वतःच्या एकटेपणाचा अनुभव येतो. पळून जाण्याची गरज नाही, नाहीतर कटकट त्याच्या मागोमाग जाईल. तुम्ही जिथे आहात, तिथेच थांबा. बाहेरून कणभर सुद्धा इकडे-तिकडे हलू नका. पण आत तुम्ही एकटे व्हा. आत तुम्ही कैवल्याचा अनुभव घ्या की, 'मी एकटा आहे, कोणीही माझ्या जोडीला, सोबतीला नाही,' हे सारखं-सारखं म्हणण्याची गरज नाही. कारण, रोज सकाळी उठून 'मी एकटा आहे, माझ्याबरोबर कोणी नाही,' याची पुनरावृत्ती करण्याची गरज नाही. त्यातून काही निष्पन्न होणार नाही. वारंवार असं म्हणण्यानं एवढंच दिसून येईल की, 'अजून तुम्हाला हे कळलेलं नाही.' हे समजून घ्या. तथ्य हे आहे की, तुम्ही एकटे आहात.

समजणं अवघड आहे — तीच तपश्चर्या! 'तप' म्हणजे तुम्ही उन्हात उभं राहा

असं नाही. माणूस सोडून सगळे प्राणी-पक्षी उन्हात उभे आहेत. त्यांच्यातला कोणीही मोक्षाप्रत चाललेला नाही. तप म्हणजे 'तुम्ही भुकेले उभे राहा, अन्न-पाणी सोडून द्या, उपास-तापास करा,' असाही अर्थ नाही. कारण, तसंही जग भुकेनं मरत आहे, म्हणून कोणी उपास-तापास करून मोक्षापर्यंत पोहोचत नाही. शरीर झिजवा, जाळा त्यानं काही मिळणार नाही. असं करणं म्हणजे फक्त आत्महिंसा आणि सर्वांत मोठं पाप आहे. अज्ञानी माणसंच असं पाप करतात. ज्यांना थोडीफार समज आहे, ते असला वेडेपणा करणार नाहीत.

दुसऱ्याला उपाशी ठेवणं जर चुकीचं मानतो, तर स्वत:ला उपाशी ठेवणं योग्य कसं म्हणता येईल? दुसऱ्याला त्रास देणं ही जर हिंसा आहे, तर स्वत:ला त्रासवणं अहिंसा कशी ठरेल? त्रास देण्यात हिंसा आहे. तुम्ही त्रास कोणाला देताय, यामुळं काय फरक पडणार आहे? ज्यांच्यात धमक आहे, ते इतरांना त्रास देतात, ज्यांच्यात धमक नाही, जे दुबळे असतात ते स्वत:ला त्रास देतात. कारण, दुसऱ्याला त्रास देण्यात एक धोका असतो – तो सूड घेईल याचा. स्वत:ला त्रास देण्यात हा धोका पण नाही. कोण सूड घेणार? दुबळे स्वत:ला त्रास देतात.

तुमच्या कधी लक्षात आलंय का पाहा! पुरुष जर नाराज – निराश झाला, तर तो बायकोला मारतो. बायको जर नाराज – निराश झाली तर ती स्वत:ला मारून घेते. ही जी बायको आहे, ते साधूंचं प्रतीक आहे. दुर्बल माणूस स्वत:ला मारून घेतो. काय करणार? शक्तिवान दुसऱ्याला मारतो. कारण त्यात 'दुसरा काय करेल कोणास ठाऊक,' हा धोका तर असतो. कमकुवत माणूस आत्म-हिंसक होतो आणि शक्तिवान 'पर-हिंसक!' 'धार्मिक' म्हणजे जो 'अहिंसक' आहे. तो दुसऱ्यालाही त्रास देत नाही आणि स्वत:लाही त्रास करून घेत नाही. त्रास देणं हेच व्यर्थ आहे.

'तपश्चर्या' म्हणजे — 'तुम्ही एकटे आहात, जोडीदाराचा, मित्रमंडळींचा काही उपयोग नाही,' हे सत्य तुम्ही स्वीकारणं. तुम्हाला कितीही वाटलं, तुम्ही डोळे बंद करून कितीही स्वप्नं पाहिलीत, तरी तुम्ही एकटेच राहाल. जन्म-जन्मांतरांपासून तुम्ही घर थाटलंत, घरदार-कुटुंब निर्माण केलंत – मोडलंत. पण तुम्ही एकटे ते एकटेच राहिला आहात, तुमच्या एकटेपणात काडीमात्रही फरक पडत नाही. ज्यानं 'मी एकटा आहे' हे जाणलं आहे, स्वीकारलं आहे, त्याच्यासाठी या सूत्रात महत्त्वाची गोष्ट आहे — 'चैतन्य आत्मा आहे, तोच तुमचा आहे, त्याच्याशिवाय इतर कोणी तुमचं नाही.' या सूत्रात आणखी एक गोष्ट आहे, ती म्हणजे – 'चैतन्य.'

'आत्मा,' म्हणजे एखादा सिद्धांत नाही की तुम्ही तो शास्त्रात वाचावा आणि मान्य करावा. आत्मा म्हणजे गुरुत्वाकर्षणासारखा सिद्धांत नाही. आत्मा हा अनुभव आहे, सिद्धांत नाही. अनुभव म्हणजे चैतन्याच्या तीव्रतेचा अनुभव. म्हणून आपण

जितके 'चैतन्य'मय होत जाऊ, तितकी आपल्याला आत्म्याची ओळख होईल. तुम्ही जेवढे बेशुद्ध होऊ लागाल, शुद्ध हरवून बसू लागाल की तेवढा तुम्हाला, 'आत्मा म्हणजे काय' हे समजायला लागेल. तुम्ही जितकी आपली शुद्ध गमवाल, तितके तुम्ही स्वत:ला विसराल. तुम्ही जवळ जवळ शुद्ध गमावली आहेच.

'आत्मा,' म्हणजे काय हे ज्याला जाणून घ्यायचं आहे. त्याला कुठल्या तरी शास्त्रं- पुराणं-तत्त्वज्ञानाची गरज नाही; त्याला चैतन्य – जागृतीची प्रक्रिया हवी; अधिक जागृत होण्याचा मार्ग हवा. तुम्ही विस्तव पेटवता, राख साठते, तुम्ही निखारे सारखे करता, राख झटकली जाते आणि पुन्हा निखारे फुलतात. तुम्हाला अशीच एखादी प्रक्रियेची गरज आहे, जेणेकरून तुमच्यावर साठलेली राख झटकली जाईल आणि विस्तव फुलेल, पेटेल. कारण, त्याच तेजात तुम्ही 'आपण चैतन्य आहोत,' हे ओळखाल आणि जेवढे तुम्ही चैतन्यपूर्ण असाल, तितके तुम्ही आत्मनिष्ठ असाल. 'मी सर्वोच्च – सर्वश्रेष्ठ चैतन्य आहे,' असं ज्या दिवशी तुम्हाला जाणवेल, त्या दिवशी तुम्ही ईश्वरपदाला पोचाल. तुमचं चैतन्य जेवढं असेल तेवढाच तुमचा आत्मा!

परंतु, अजून तुम्ही जवळजवळ बेहोश आहात. अजून तुम्ही जणू मद्याच्या धुंदीत आहात. आत्ताही तुम्ही चालताय, ऊठ-बस करताय, काम करताय. पण झोपेत केल्यासारखं. तुम्हाला जाग – शुद्ध नाही. तुम्ही जागे नाही, शुद्धीवर नाही.

तुमच्या कधी लक्षात आलंय की वाचताना तुम्ही संपूर्ण पान वाचून काढता. तुम्हाला कळतं की, 'अरेच्चा! मी पूर्ण पान वाचलं खरं, पण त्यातला एकही शब्द लक्षात नाही.' कसं वाचलं असेल तुम्ही हे अख्खं पान? पडल्या-पडल्या सुद्धा तुम्ही वाचू शकता. मन कुठंतरी भलतीकडंच असेल. तुम्ही वाचत जाता आणि एकदम लक्षात येतं, 'सगळं पान वाचलेलं वाया गेलं.' कित्येकदा तुम्ही रस्त्यानं चालत असता. सगळा रस्ता पार केल्यावर मग 'आपण चालतोय' हे तुमच्या लक्षात येतं, जाणवतं. तुम्ही काम करत असता, पण तुम्हाला जाणवतच नाही की 'आपण काम करतो आहोत!'

तुम्ही बेहोशीत जगताय. 'चैतन्य' आत्मा आहे आणि तुम्ही 'आत्मा म्हणजे काय?' असं विचारताय. तुम्हाला त्यासाठी काहीतरी प्रमाण द्यायला हवंय. 'कोणी सिद्ध करून दाखवावं, तर्कानं समजावून सांगावं,' असं तुम्हाला वाटतं असं झालं तर तुम्ही सुद्धा हे मान्य कराल, नाहीतर तुम्ही नास्तिक होणार. नास्तिकता ही बेहोशीचा स्वाभाविक परिणाम आहे, तर आस्तिक असणं हे जागृतीचं फळ आहे. जितके तुम्ही अधिकाधिक जागृत व्हाल, तितकं 'आत्मा आहे,' हे मान्य करण्याची तुम्हाला गरज राहणार नाही. कारण, कित्येक न समजणारेही मान्य करताहेत, त्यामुळं काही फरक पडत नाही. या देशात तर सगळेच 'आत्मा आहे' असं

मानतात, पण त्यानं काय फरक पडतो? तुमच्या आयुष्यात यामुळं क्रांती होत नाही. कदाचित 'हजारो वर्षांपासून हेच हेच ऐकत आलोत, कान अगदी किटून गेलेत,' या भावनेतून तुम्ही हे मान्य करत असाल.

ऐकून-ऐकून तुम्ही 'याबद्दल विचारही करायला हवा,' हे विसरूनच गेला आहात. सारखं ऐकून-ऐकून, पुनरावृत्ती झाल्यानं माणूस संमोहित होतो. एकच गोष्ट जर वारंवार होत राहिली, तर 'ती गोष्ट पुरेशी स्पष्ट नाही, तिच्याबद्दल शंका निर्माण होऊ शकते, तिच्याबाबत विचार करता येऊ शकतो,' हे तुम्ही विसरून जाता.

आणि शिवाय 'आत्मा आहे,' याचंही तुम्हाला मोठं समाधान वाटतं. शरीर नष्ट होईल, हे तुम्हाला ठाऊक आहे, आत्मा अमर आहे! तो मरणार नाही याचा तुम्हाला बराच आधार वाटतो. 'आत्मा कधी मरणार नाही, अग्नी त्याला जाळू शकणार नाही, शस्त्र त्याचा भेद करू शकणार नाही, मरण त्याला नष्ट करू शकणार नाही.' या सगळ्यामुळे तुम्हाला बराचसा दिलासा मिळतो.

पण दिलासा म्हणजे, 'सत्य' नव्हे. एखाद्या नियमा – सिद्धांतासारखा आत्मा कोणाला स्वीकारता येत नाही की, पुनरावृत्तीनं संमोहित करता येत नाही. जे चैतन्यवृद्धी करतात, त्यांनाच फक्त आत्मा समजतो. 'असे जगा की तुमच्यावर राख साठणार नाही. तुमच्यातला अग्नी ज्वलंत राहील, प्रकाशमान होईल असे जगा.' प्रत्येक क्षणी तुम्ही सावध असाल, बेसावध नसाल. धुंदीत न राहता दक्ष असाल, अशा तऱ्हेनं जगा.

मुल्ला नसरुद्दीनला, मुलगा झाला. पहिलाच मुलगा होता. नसरुद्दीन फारच खुशीत होता. त्यानं आपल्या अत्यंत जवळच्या मित्राला बोलावलं. आनंद साजरा करायला, दोघं दारूच्या गुत्त्यात गेले. कारण तुम्हाला एकच आनंद माहीत आहे, धुंदी! मोठी मजेची गोष्ट आहे. 'शिव,' 'बुद्ध,' 'महावीर...' सगळे ओरडून-ओरडून सांगतायत की जगात एकच आनंद आहे, तो म्हणजे 'भान, शुद्धी, जागृती' आणि तुम्हाला मात्र एक आनंद माहीत आहे — बेशुद्धी, धुंदी! यात तुमचं तरी बरोबर असेल, नाहीतर त्यांचं तरी. एकाच वेळी दोघं तर बरोबर असू शकत नाही. मुल्ला नसरुद्दीन, 'चला आनंद साजरा करू या,'असं म्हणून आधी दवाखान्यात जाऊन मुलाला बघायचं सोडून, सरळ उठून दारूच्या गुत्त्यात गेले. कितीतरी दिवसांचं स्वप्न खरं झालं. दोघं अगदी दाबून प्याले. भरपूर दारू पिऊन दोघं दवाखान्यात पोहोचले. काचेच्या खिडकीतून मुलाला बघून, तर मुल्ला रडायला लागले. ते आपल्या मित्राला म्हणाले, 'पहिली गोष्ट म्हणजे – हा माझ्यासारखा वाटत नाही.'

त्यांना 'आपण कसे आहोत' हे अजून कळलेलं नाही, अजून त्यांना स्वत:चा चेहरा ओळखता येत नाही, पण 'हा माझ्यासारखा नाही,' एवढं मात्र कळतंय! दुसरी गोष्ट म्हणाले, 'फार छोटासा दिसतो.' एवढंसं बाळ घेऊन करायचं तरी

काय? अरे, हे जिवंत राहील ना?' मित्र म्हणाला, 'काही घाबरू नकोस. अरे, मी जन्मलो, तेव्हा मीसुद्धा तीनच पौंडाचा होतो.' यावर नसरुद्दीन म्हणाले, 'तरीही तू जगलास?' मित्र विचारात पडला, कारण तोही नशेत होता. म्हणाला, 'तसं नक्की नाही सांगता येणार!'

माणूस नशेत – धुंदीत आहे. त्याचा सगळा जीवनपट, त्याची नजर या धुंदीनं भरलेली आहे, त्यामुळं सगळं धूसर-धूसर होऊन जातं. तुम्हाला काहीच नीट दिसत नाही आणि 'ज्यात तुम्ही स्वत:ला विसरून जाता, ज्यात तुम्हाला स्वत:चा विसर पडतो,' तेच म्हणजे सुख असं तुम्ही धरून चालता. भले, मग तो सिनेमा असो की संगीत असो, नाहीतर सेक्स! जिथं कुठं ज्या गोष्टीत तुम्ही स्वत:ला विसरून जाता, तेव्हाच 'वा! मोठं सुख मिळालं,' असं तुम्ही म्हणता. विसरण्याला तुम्ही सुख म्हणता? विसरण्यालाच! याचं कारण आहे की, जेव्हा तुम्ही जाणीवपूर्वक जागृत राहून म्हणजे जागेपणी काही करता, तेव्हा आयुष्यात दु:खाखेरीज तुमच्या पदरात काहीच पडत नाही. म्हणूनच तर तुम्ही थोडं जरी जाणीवपूर्वक, जागरूकपणे आयुष्याकडं पाहिलंत, तर तुम्हाला चोहीकडं दु:ख आणि दु:ख, कुरूपताच भरलेली दिसेल.

माझे एक मित्र आहेत, अविवाहितच आहेत. मी त्यांना विचारलं, 'काय हो, लग्न करायचं कसं राहून गेलं?' ते म्हणाले, 'अरे, मोठी अडचण झाली. मी जिच्यावर प्रेम करत होतो, ती मला दारू प्यायल्यावर नशेत सुंदर वाटायची. त्यावेळी मी लग्नाला तयार असायचो; पण ती तयार नसायची. आणि जेव्हा मी शुद्धीत असायचो, तेव्हा मी तयार नसायचो, पण तिची तयारी असायची, म्हणून राहून गेलं. काहीच तोडगा निघाला नाही आणि लग्न काही झालं नाही.'

तुम्ही जेव्हा डोळे 'उघडून' सगळीकडं दृष्टी फिरवाल, तेव्हा सगळीकडं कुरूपपणा आणि दु:खच दिसेल. नशेत असता, तेव्हा सगळं 'चांगलं' वाटतं. म्हणून तुम्हाला अवघड वाटतं. 'चैतन्य, आत्मा असल्यास' अशक्यप्राय! म्हणून दु:खातून जावं लागेल. त्यालाच तपश्चर्या म्हटलं आहे. जेव्हा एखादी व्यक्ती जागृत होऊ लागते, तेव्हा पहिल्यांदा तर तिला दु:खातूनच जावं लागेल. कारण, तुम्ही जन्म-जन्मांतरीची दु:खं आपल्या चोहीकडे निर्माण करून ठेवली आहेत. तुमच्याशिवाय त्यातून दुसरं कोण जाणार? याला आम्ही कर्म म्हटलं आहे.

'जन्मोजन्मीची दु:खं, आपण आपल्या चोहीकडे निर्माण करून ठेवली आहेत,' एवढाच कर्माचा एकूण अर्थ! कळत-नकळत आपण दु:खाची बीजं पेरली आहेत, त्या पिकाची कापणी दुसरं कोण करणार? तेव्हा तुम्ही ज्यावेळेस भानावर येता, जागृत होता, त्यावेळेस तुम्हाला हे तरारून वर आलेलं लांबवर पसरलेलं पीक दिसतं. या शेतातून तुम्हाला जावं लागेल. घाबरून तुम्ही तिथंच बसकण मारता.

'छे! हे तर फार कटकटीचं काम आहे,' असं म्हणून डोळे झाकून दारू पिऊ लागता. पण तुम्ही जेवढी दारू प्याल, तेवढं हे पीक वाढणार आहे. प्रत्येक जन्मात तुमच्या कर्माची साखळी कमी होण्याऐवजी, त्यात आणखी कड्यांची भरच पडते. तुम्ही अधिकाधिक गर्तेत सापडत जाता. नरक आणखी जवळ येतो.

जागृत झालात की, अपरिहार्यपणे तुम्हाला आयुष्यात चोहीकडं भरलेलं दु:ख दिसेल. नरक! कारण, तुम्हीच तो निर्माण केला आहे जर तुम्ही कंबर कसलीत, धैर्य राखलंत आणि तुम्ही त्या दु:खातून पार होऊ लागलात की, त्यातल्या जेवढ्या दु:खाला तुम्ही जागरूकपणे पार कराल, तेवढ्या पिकाची कापणी झाली म्हणून समजा. तुम्हाला पुन्हा त्या दु:खातून जावं लागणार नाही.

आणि एकदा तुम्ही या दु:खाच्या शृंखलेतून बाहेर पडलात, कर्माच्या शृंखलेतून फिरून आलात. कारण ह्या सगळ्या तुमच्या आत्म्याच्या चोहोबाजूंनी जखडलेल्या शृंखला आहेत. जर तुम्ही त्या सर्वांतून निभावून निघालात आणि भान न हरवता हिमतीनं हे ठरवलंत की 'काही चिंता नको, मी जितकं दु:ख निर्माण केलं आहे, त्यातून मी पार पडणार, मी तडीला जाणार. जेव्हा हा दु:खाचा प्रवास सुरू झालेला नव्हता, जिथं मी निर्दोष होतो, त्या पहिल्या क्षणापर्यंत मला जायचं आहे. माझा आत्मा जेव्हा पवित्र होता आणि मी जेव्हा काहीच दु:ख साठवलं नव्हतं – त्या वेळेपर्यंत जाऊन मी तिथं प्रवेश करणारच. भले! मग त्याचा परिणाम काहीही होवो! कितीही दु:खं, कितीही यातना मला सोसाव्या लागोत.'

जर तुम्ही असं धैर्य बाळगलंत, तर आज ना उद्या तुम्ही या दु:खातून पार पडून जिथे 'चैतन्य आत्मा आहे,' हे शिवसूत्र तुम्हाला कळेल – समजेल अशा ठिकाणी जाऊन पोहोचाल. एकदा तुम्ही आपल्यामधील चैतन्याप्रत पोहोचलात की, तुमच्याकडून कोणतंच दु:ख निर्माण होणार नाही. कारण बेधुंद, जागृत नसलेला माणूस आपल्या सभोवताली दु:ख निर्माण करतो.

तुम्ही दारूड्याला रस्त्यानं चालताना पाहिलं आहेत? तो कसा झिंगत चालतो? तसं तुमचं आयुष्य आहे. तुम्ही पाय टाकता तो पडतो भलतीकडंच! जायचं असतं एकीकडं आणि पोहोचता दुसरीकडंच. करायचं होतं काय आणि हातून घडतं काही वेगळंच! तुम्ही सांगायला जाता काही आणि काहीतरीच सांगून घरी परतता, असं तुम्ही रोज पाहता. परंतु तरीही, 'हे असं का घडतंय?' हे तुम्हाला कळत नाही. तुम्ही जाता एखाद्याची माफी मागायला आणि त्याच्याशी भांडून परत येता. तुम्ही शुद्धीत आहात? प्रेमाच्या गोष्टी करत होतात आणि शत्रुत्व आलं.

एक माणूस दारू पिऊन, आकाशाकडं पाहत चालला होता. एक गाडी त्याच्या अगदी जवळून गेली, मोठ्या मुश्कीलीनं ड्रायव्हरनं त्याला वाचवलं. गाडी थांबवून ड्रायव्हर म्हणाला, ''महाशय! आपण जिकडे जाताय, तिकडे बघत नाही

आहात, तर मग आपण जिकडे बघताय, तिकडेच जा ना!''

आणि आपण सगळे...! आपण कुठे चाललो आहोत, का चाललो आहोत, कुठे बघतोय, का बघतोय हे काहीही आपल्याला ठाऊक नाही. आतून असलेली बेचैनी धड बसूही देत नाही, म्हणून आपण चालत राहतो. आत एक शक्ती आहे, ती शक्ती आपल्याला चालवते. पण आपण जे-जे काही करू, त्या सगळ्याचे उलटे परिणाम आपल्याला भोगावे लागतात.

लोक माझ्याकडे येतात. ते म्हणतात, 'आम्ही तर कधी वाईट वागलो नाही, चांगलं वागलो, पण फळ मात्र वाईटाचं मिळत आहे.

पण तुम्ही चांगलं वागाल आणि पदरात वाईट फळ येईल, असं होत नाही. तुम्ही आंब्याच्या कोयी लावाल आणि त्याला लिंबं लागतील असं होऊ शकत नाही. असं होत नाही, पण तुम्ही धुंदीत – नशेत बी पेरलं असणार लिंबाचं, तुम्ही शुद्धीत नसणार. पण झाड थोडंच खोटं बोलेल? बी पेरताना तुम्हीच भ्रमात असणार. तुम्ही जेव्हा चांगलं वागता, तेव्हाही तुम्हाला मनातून चांगलं वागायचं असतं असं नाही.

तुम्ही खरं सुद्धा बोलता, ते दुसऱ्याला दुखवण्यासाठी खरं बोलता. तुम्ही खरं बोलता ते दुसऱ्याचा अपमान करण्यासाठी. तुम्ही सत्याचा उपयोग एखाद्या जीवघेण्या शस्त्रासारखा करत आहात. तुमची सत्यं कटू असतात. सत्यं ही कटूच असली पाहिजेत असं नाही. पण तुम्हाला कटुतेत आनंद वाटतो, सत्यात तुम्हाला रसच नाही. तुमचं असत्य नेहमी गोड असतं. तुमचं सत्य नेहमी कटू असतं असं का आहे? कटुता हा सत्याचा स्वभाव आहे? अंगभूत गुण आहे? गोडवा हा असत्याचा अंश आहे? एक भाग आहे?

नाही. असत्य तुम्हाला खपवायचं असतं. तुम्ही ते गोड बनवता. कारण, ते जर गोड नसेल तर खपणार नाही. पहिली गोष्ट ही की असत्य खपणं अवघड, ते गोडव्याच्या कुबड्यांवरच चालणार! आपण कडू गोळीवर साखरेचं आवरण चढवतो, ती साखरेत घोळतो आणि मूल ती गोड गोळी समजून खातं. ही गोळी कडू आहे, हे समजेपर्यंत गोळी पोटात गेलेली असते.

तुम्ही असत्याला गोड रूप देता. कारण तुम्हाला ते चालवायचं असतं, खपवायचं असतं. सत्य तुम्ही कटू बनवता, कारण त्या सत्यानं तुम्हाला दुसऱ्याला दुखवायचं असतं, ते खपवायचं नसतं. सत्य हे असत्याहून, वाईट असल्याचं तुम्ही दाखवून देऊ शकाल अशा वेळीच तुम्ही सत्य बोलता.

तुम्ही भानावर नाही. 'आपण काय करतोय,' हे तुमचं तुम्हालाच समजत नाही. हे जरा भानावर येऊन बघायला लागा. जे तुम्हाला बोलायचं होतं, तेच बोललात? का काही भलतंच बोलून गेलात? तुम्ही जे बोललात, तेच बोलायचा

तुम्ही विचार केला होतात का?

प्रख्यात विचारवंत मार्क ट्वेन, एकदा रात्री घरी परतत होता. आल्यावर बायकोनं त्याला विचारलं, ''काय, कसं झालं व्याख्यान?'' व्याख्यान द्यायला गेला होता तो म्हणाला, ''कोणतं व्याख्यान? जे मी तयार केलं होतं ते, का जे मी तिथं दिलं ते? का जे द्यायची माझी इच्छा होती ते! यातलं कोणतं व्याख्यान?'' माणूस ज्याची तयारी करतो आणि माणूस जे देतो, यात मोठा फरक आहे. शिवाय घरी परत येताना 'असं द्यायला हवं होतं' असं वाटणार, ही तीनही व्याख्यानं वेगवेगळी आहेत.

जागृत आहात? मग तुमचे सगळे नेम चुकतात. तुमच्या आयुष्यात कधीही एखादा नेम बसलाय? डोळे मिटून जर माणूस बाण मारतच राहिला तर केव्हा ना केव्हा तो वेध घेईलच.

मी तर ऐकलंय की, अगदी बंद पडलेलं घड्याळ जरी भिंतीवर टांगलं तर चोवीस तासात ते दोन वेळा तरी बरोबर वेळ दाखवेल. तुमच्या आयुष्यात 'निदान दोनदा तरी तुम्ही अचूक वेळ सांगितलीय,' असं झालं नाही. बंद पडलेल्या घड्याळाहून तुम्ही खालच्या दर्जाचे आहात? अंधारातही माणूस बाण सोडतच राहिला तर कधी ना कधीतरी तो नेमका बसेलच. तुम्ही उघड्या डोळ्यांनी जागृतावस्थेत, जागेपणी, उजेडात बाण सोडत आहात, तरीही नेमका बसत नाही. का असं असेल?

मुल्ला नसरुद्दीन, यांना हरणाची शिकार करण्याचा मोठा शौक होता. तिसऱ्यांदा शिकार करायला ते जंगलात गेले होते. जंगलातील विश्रामगृहात त्यांनी आपलं सामान ठेवलं आणि तयारी सुरू केली – सूटकेस उघडली तर त्यात एक मोठा फोटो ठेवलेला होता. बायकोनं त्या फोटोखाली लिहिलं होतं – 'मुल्ला, हरीण असं असतं.' त्याला शिकारीचा शौक होता, पण हरीण माहीत नव्हतं. 'तुम्ही काहीही मारून – बिरून घरी घेऊन याल. हरीण, हा फोटो नीट बघून ठेवा.''

तुम्ही सगळीकडं चुकलात, गमावलंत, हेच तुमच्या आयुष्यातलं दुःख आहे. चुकण्याचं – गमावण्याचं एकमेव कारण म्हणजे तुम्ही जागृत नाही, भानावर नाही. म्हणून जे काही कराल ते जाणीवेनं – जागेपणात करा. उठलात तरी जागेपणी उठा, चाललात तरी शुद्धीत चाला.

महावीरांनी म्हटलंय, विवेकानं पाऊल टाका, विवेकानं बसा, विवेकानं भोजन करा, विवेकानं बोला, झोपासुद्धा विवेकानंच! महावीरांना कोणीतरी विचारलं, 'साधू कोणाला म्हणावं?' यावर महावीर उत्तरले, 'जो मूर्च्छेत नाही.' 'आणि असाधू कोण?' तर महावीर म्हणाले, 'जो मूर्च्छित आहे. जो झोपेत जीवन जगतो, तो असाधू. जो जागेपणी जगतोय तो साधू.'

हेच शिव सांगतायत – 'चैतन्य आत्मा आहे.'

चैतन्य वाढवा! हळूहळू तुमच्या आयुष्यात, आत्म्याची झलक नक्कीच येणार आहे.

दुसरं सूत्र आहे, 'ज्ञानं बंध:।' 'ज्ञान हे बंधरूप आहे.'

मोठं चमत्कारिक सूत्र आहे. ज्ञानाचे खूप अर्थ आहेत. जोपर्यंत 'मी आहे' या ज्ञानानं तुम्ही परिपूर्ण आहात, तोपर्यंत तुम्ही अज्ञानात राहाल. कारण 'मी' अज्ञान आहे. अहंकार अज्ञान आहे. ज्या दिवशी तुम्हाला 'आत्मा' समजेल, त्या दिवशी 'आहे – असणं' तर राहील, पण 'मी'पणा राहणार नाही. 'मी आहे' यातला 'मी' जाईल, फक्त 'आहे' राहील. याचा थोडा प्रयोग करून बघा. कधीतरी एखाद्या झाडाखाली शांतपणे बसा आणि तुमच्यामध्ये हा 'मी' कुठं आहे याचा शोध घ्या. तुम्हाला तो कुठंच सापडणार नाही. 'आहे' तर तुम्हाला सगळीकडं आढळेल. पण 'मी' मात्र तुम्हाला कुठंही सापडणार नाही. सगळीकडं तुम्हाला 'अस्तित्व' दिसेल, पण अस्तित्वाबरोबर अहंकार तुम्हाला कुठेही दिसणार नाही. 'अहंकार' ही तुमची स्वतःची निर्मिती आहे. तो तुम्ही निर्माण केला आहे, तो खोटा आहे, असत्य आहे. त्याहून जास्त अप्रामाणिक दुसरं काहीही नाही. तो तात्पुरता कामचलाऊ आहे. जगात त्याची गरज आहे, पण त्याला सत्याच्या दुनियेत स्थान नाही.

अशारीतीनं 'मी आहे,' हे ज्ञान बंधनाचं कारण आहे. माझा बोध ही माझी ओळख. 'असण्या'चा बोध नाही! 'असण्याचा' बोध तर शुद्ध – निखळ आहे. त्याला मर्यादा नाही, तो असीम आहे. जेव्हा तुम्ही 'आहे' असं म्हणता, तेव्हा तुमच्या 'आहे' मध्ये आणि एखाद्या झाडाच्या 'आहे' मध्ये काही फरक असेल? तुमच्या 'आहे' आणि माझ्या 'आहे' मध्ये काही फरक असेल? जेव्हा तुम्ही फक्त 'आहात,' असता, तेव्हा नद्या-डोंगर-झाडं सगळं एक असतं. पण जेव्हा मी 'मी' म्हणतो, तेव्हा 'मी' वेगळा होतो. जेव्हा मी, 'मी' म्हणतो, त्याक्षणी तुम्ही संपता; दुसरे – परके होऊन जाता, अस्तित्वापासून 'मी' वेगळा निघतो.

'असणं' हे ब्रह्म आहे आणि 'मी' ही माणसाची, अज्ञानाची स्थिती आहे. जेव्हा तुम्ही फक्त 'असणं' जाणता तेव्हा तुमच्यामध्ये 'केंद्र' असत नाही, तेव्हा सगळं अस्तित्व सरधोपट – एक होऊन जातं. त्यावेळी तुम्ही सागरामध्ये विलीन होणाऱ्या एखाद्या लाटेसारखे असता. आत्ता मात्र तुम्ही गोठून बर्फ झालेल्या, सागरापासून वेगळ्या झालेल्या लाटेसारखे आहात.

'ज्ञानं बंध:।'

पहिला ज्ञान-बंध आहे – 'मी आहे' याचं ज्ञान. दुसरा ज्ञान-बंध आहे – बाहेरून गोळा केलेल्या, शास्त्रपुराणातून उचललेल्या, सद्गुरूंकडून उधार घेतलेल्या ज्ञानाचा बंध. तुमची स्मृती, हे सगळे बंध आहेत, त्यापासून तुम्हाला सुटका नाही,

मुक्ती नाही.

म्हणून तुम्हाला पंडिताहून जास्त बांधला गेलेला माणूस पाहायला मिळणार नाही. माझ्याकडं सगळ्या प्रकारची माणसं येतात, सगळ्या प्रकारचे रुग्ण. त्यात पंडिताहून जास्त 'कॅन्सर'ग्रस्त कोणीही नसतो तोच सर्वात जास्त कॅन्सरग्रस्त असतो. त्याच्यावर काही उपाय नाही. तो 'ना-इलाज' आहे. 'त्याला कळतं,' 'तो जाणतो' ही त्याची व्याधी आहे, म्हणून तो ना ऐकू शकतो, ना समजू शकतो. तुम्ही त्याच्यासमोर काही बोलण्यासाठी, तोंडातून शब्द बाहेर काढण्याआधीच, तो त्याचा अर्थ लावतो. तुमचं बोलणं ऐकण्याआधीच, तो त्याचा अन्वय लावतो. शब्दांनी गजबजलेलं मन काही जाणून घ्यायच्या स्थितीत नसतं. काही न कळूनही तो बरंच काही जाणतो, कारण त्याची सगळी माहिती उधारीची असते.

ज्ञान जर शास्त्रातून मिळत असतं तर सगळ्यांच्याकडं शास्त्र-पुराणं आहेत, तर ज्ञान सगळ्यांनाच मिळालं असतं. जेव्हा एखादा माणूस नि:शब्द होऊन जातो, जेव्हा तो सगळ्या शास्त्र-पुराणांना सोडून देतो, दुसऱ्यांकडून घेतलेलं ज्ञान तो जेव्हा जगाला परत करून टाकतो, जे त्याला दुसऱ्याकडून मिळालेलं नाही अशा स्वत:च्या मूळ अस्तित्वाचा शोध घेतो, तेव्हाच तर त्याला ज्ञान मिळतं.

हे थोडं समजून घ्या. तुमचं शरीर तुम्हाला आई-वडिलांकडून मिळालं आहे. तुमच्या शरीरात 'तुमचं' असं काहीही नाही. निम्मं तुमच्या आईनं दिलं आहे, निम्मं तुमच्या वडिलांनी दिलेलं आहे. शिवाय तुमचं शरीर तुम्हाला रोजच्या जेवणापासून – अन्नापासून मिळालं आहे. पंचतत्त्वांपासून मिळालं आहे. वायू आहे, अग्नी आहे... अशी पाच तत्त्वं आहेत, त्यापासून मिळालं आहे. त्यात 'तुमचं' काहीही नाही. पण तुमचं चैतन्य, मात्र पंचतत्त्वांपैकी कशापासूनही मिळालेलं नाही. तुमचं चैतन्य तुम्हाला आई-वडिलांकडूनही मिळालेलं नाही.

तुम्हाला जे-जे माहीत आहे, ते सगळं तुम्ही शाळा-कॉलेजात शिकला आहात, शास्त्र-पुराणात ते ऐकलं आहेत, गुरूंकडून मिळवलं आहेत. ते तुमच्या शरीराचा एक भाग आहे, तुमच्या आत्म्याचा नाही. तुमचा आत्माच असा आहे, जो तुम्हाला असा कोणाकडून मिळालेला नाही. जोवर तुम्ही त्या शुद्ध तत्त्वाचा शोध घेत नाही, जे फक्त तुमचंच आहे, जे तुम्हाला दुसऱ्या कोणाकडून मिळालेलं नाही, ना आईनं दिलंय ना वडिलांनी, ना समाजानं दिलंय ना गुरूंनी ना शास्त्रपुराणांनी, तेच तत्त्व तुमचा स्वभाव आहे.

ज्ञान हे बंध आहे. कारण, ते तुम्हाला या स्वभावापर्यंत पोहोचू देणार नाही. ज्ञानानंच तुमची विभागणी केली आहे. तुम्ही म्हणता 'मी हिंदू आहे.' तुम्ही हिंदू का आहात याचा कधी विचार केला आहे? तुम्ही म्हणता, 'मी मुसलमान आहे,' आपण मुसलमान का आहोत याचा तुम्ही कधी विचार केला आहे का? हिंदू आणि

मुसलमान यांच्यात काय फरक आहे? त्यांचं रक्त घेऊन एखादा डॉक्टर त्या रक्ताची चाचणी घेऊन, 'हे हिंदूचं रक्त आहे. हे मुसलमानाचं रक्त आहे,' असं सांगू शकतो का? त्यांची हाडं विभाजित करून, ती 'मुसलमानाची आहेत का हिंदूची,' हे कोणी सांगू शकतं का?

काही इलाज नाही. शरीराच्या तपासणीतून काहीही कळणार नाही. कारण, दोघांची शरीरं पंचतत्त्वांनी बनलेली आहेत. पण त्यांच्या मेंदूची तपासणी केली तर कोण हिंदू आहे, कोण मुसलमान आहे ते कळेल. कारण, दोघांची शास्त्रं भिन्नं, दोघांचं तत्त्वज्ञान निरनिराळं, दोघांचे शब्द वेगवेगळे. शब्दांचा फरक तुमच्यामध्ये आहे. तुम्ही हिंदू आहात. कारण, तुम्हाला एका प्रकारचं ज्ञान मिळालं, त्याचं नाव हिंदू! दुसरा जैन आहे. कारण त्याला दुसऱ्या पद्धतीचं ज्ञान मिळालं जे 'जैन' म्हणवलं जाई.

तुमच्यामध्ये जितका दुरावा आहे, भिंती आहेत त्या ज्ञानाच्या भिंती आहेत आणि सर्व ज्ञान उधार – उसनवार आहे. तुम्ही एखाद्या मुसलमान मुलाला हिंदूच्या घरी ठेवा, तो हिंदूसारखा वाढेल. ब्राह्मणासारखं जानवं घालेल. तो उपनिषद आणि वेदांमधली वचनं सांगेल आणि तुम्ही एखाद्या हिंदूच्या मुलाला मुसलमानाच्या घरी ठेवलंत, तर तो कुराणाची आयत सांगेल.

ज्ञान तुमच्यात भेद निर्माण करतं. कारण ज्ञान तुमच्याभोवती एक तटबंदी निर्माण करतं. ज्ञान तुमच्यात भांडणं लावून देतं आणि ज्ञान तुमच्या आयुष्यात वैमनस्य आणि शत्रुत्वाला जन्म देतं. थोडा वेळ कल्पना करा की, तुम्हाला – तुम्ही हिंदू आहात की मुसलमान, जैन की पारशी असं काहीही शिकवलं – सांगितलं नाही, तर तुम्ही काय कराल? तुम्ही 'माणूस' म्हणून वाढाल – मोठे व्हाल. तुमच्या मनात कोणत्याही तटबंदी नसतील.

जगात जवळपास तीनशे धर्म आहेत – तीनशे तुरुंग! आणि प्रत्येक माणूस जन्माला येताच, या नाहीतर त्या तुरुंगात टाकला जातो आणि पंडित – पुरोहित त्या बालकावर लवकरात लवकर ताबा मिळवण्याचा प्रयत्न करतात. त्याला ते धर्म शिक्षण म्हणतात. त्याहून अधिक मोठा अधर्म कोणताही नसेल. ते त्याला धर्म शिक्षण असं नाव देतात. सात वर्षांच्या मुलाला आधी ताब्यात घ्या. कारण जर ते मूल मोठं झालं, तर त्याला रोज-रोज असं पकडून ठेवणं अवघड होऊन बसेल. त्या मुलाला जरा जरी जाण आली, समजायला लागलं तर मग तो शंका विचारायला लागेल आणि त्याचं निरसन करायला त्या शंकांची – प्रश्नांची उत्तरं पंडितांजवळ मुळीच नाहीत.

पंडित फक्त अज्ञानी – मूर्ख लोकांचंच समाधान करू शकतात. माणूस जितका कमी बुद्धीचा असेल, तितकं त्याचं पंडिताकडून लवकर शंका-समाधान

होतं. तो एखादा प्रश्न विचारतो, त्याला उत्तर मिळून जातं. तुम्ही जाऊन पंडिताला विचारता, 'जग कोणी निर्माण केलं?' तो म्हणतो, 'देवानं.' तुम्ही आनंदानं घरी परतता. पण 'देवाला कोणी निर्माण केलं?' हे विचारायचं राहूनच जातं. जर तुम्ही हा दुसरा प्रश्न त्याला विचारला असतात, तर पंडित नाराज झाला असता. कारण ते त्यालाही माहीत नाही. पोथ्या-पुराणात ते लिहिलेलं नाही. शिवाय हे म्हणजे कटकटीचं आहे. 'देव कोणी निर्माण केला?' त्यानं काहीही उत्तर दिलं तरी तुम्ही सारखं सारखं विचारतच बसणार, 'मग त्याला कोणी निर्माण केलं? ह्याला कोणी निर्माण केलं?'

नीट लक्षपूर्वक बघितलंत, तर तुमच्या पहिल्या प्रश्नाचं उत्तर दिलं गेलेलं नाही. तुम्ही जास्त बुद्धिवान नसल्यानं, पंडितानं तुमचं फक्त समाधान केलं आहे. मुलांना तर काहीच कळत नाही, ती अजाण असतात. अजून त्यांची तर्कबुद्धी, विचारशक्ती जागृत झालेली नाही. त्यामुळं ते आत्ता अजून शंका – प्रश्न उपस्थित करू शकत नाहीत. आत्ता तुम्ही जो काही केरकचरा त्यांच्या डोक्यात भराल, ते तो घेतील. मुलं सगळंच घेतात. आत्मसात करतात. कारण 'आपल्याला जे काही दिलं जातंय ते चांगलं असणार,' असं त्यांना वाटतं. लहान मूल जास्त प्रश्न विचारू शकत नाही. प्रश्न-शंका उपस्थित करायला थोडं प्रौढपण हवं.

म्हणून सगळे धर्म मुलांची मानगूट पकडतात आणि फास अडकवतात. फाशीचा दोरही मोठा सुंदर आहे. कोणाच्या गळ्यात 'बायबल' लटकवलं आहे, कोणाच्या गळ्यात 'समयसार,' कोणाच्या गळ्यात 'कुराण,' तर कोणाच्या गळ्यात 'गीता,' लटकवलेली आहे. ही बंधनं अतिशय आवडणारी, प्रेमाची आहेत. ती तोडायचं धैर्य करणं फारच अवघड आहे. कधी तुम्ही ती बंधनं ओलांडायचा प्रयत्न केलात तर एक संकट तुमच्यापुढं उभं ठाकेल. कारण ती ओलांडली, तोडलीत तर तुम्ही अज्ञानी – मूर्ख ठरता. कारण ही सोडल्यावर तुम्हाला जाणवतं की, आपल्याला तर काहीच ठाऊक नाही. सगळं काही या एका ग्रंथातच साठवलेलं आहे, म्हणून ग्रंथ सांभाळा. त्यांचं रक्षण करणं, हाच तर आपलं अज्ञान लपवण्याचा एक मार्ग आहे.

परंतु अज्ञान लपवल्यानं जर नष्ट होत असतं, तर फार सोपं झालं असतं. लपवण्यानं अज्ञान वाढतं. जसं एखाद्यानं आपली जखम लपवली, तर ती काही भरून येणार नसते. उलट ती आतल्या आत आणखी आणखी चिघळेल आणि त्यातून 'पू' सगळ्या शरीरात पसरेल.

शिव म्हणतात – 'ज्ञान बंध आहे. पाश आहे.'

ज्ञान — शिकलेलं, उसनवार घेतलेलं, बंधनाला कारणीभूत आहे. जे तुम्हाला दुसऱ्याकडून मिळालं आहे, ते सगळं सोडून द्या. जे तुम्हाला कोणाहीकडून मिळालं

नाही, त्याचा शोध घ्या. तुम्ही अशा चेहऱ्याचा शोध घ्या, जो तुमचा स्वत:चा चेहरा आहे. तुमच्या अंतरंगात चैतन्याचा एक झरा आहे. तो तुम्हाला दुसऱ्या कोणाकडून मिळालेला नाही. जो तुमचा स्वभाव आहे, स्थायीभाव आहे, तुमचं स्वत:चं असं आहे. तोच तर तुमचा आत्मा आहे!

....तिसरं सूत्र आहे 'योनी वर्ग. (स्त्री-पुरुष म्हणजेच शिव + शक्ती) आणि कला म्हणजे शरीर!' योनी म्हणजे निसर्ग. म्हणून आपण स्त्रीला निसर्ग म्हणतो. स्त्री शरीर प्रदान करते, ती निसर्गाचं प्रतीक आहे आणि कला म्हणजे कर्तेपणाची भावना. एकच कला आहे – ती म्हणजे जगात अवतीर्ण होण्याची कला. म्हणजे कर्तेपणाची भावना. या दोन गोष्टी मिळून तुमचं शरीर निर्माण होतं. तुमची कर्तेपणाची भावना, तुमचा अहंकार आणि निसर्गाकडून मिळालेलं शरीर. जर तुमच्यात कर्तृत्वाची, कर्तेपणाची भावना असेल, तर योग्य निसर्ग त्याला साजेसं शरीर देईल. असेच तुम्ही वारंवार जन्म घेत आला आहात. कधी तुम्ही पशू होता तर कधी पक्षी, कधी झाड होता तर कधी माणूस. तुम्ही ज्याची इच्छा धरली. ते तुम्हाला मिळालं. तुम्हाला जो हवा होता, तो जन्म मिळाला. तुम्ही जी अपेक्षा ठेवलीत, कर्तृत्व गाजवण्याची जी मनीषा ठेवली, तसंच होणार. कर्तृत्वाची तुमची इच्छा-आकांक्षा प्रत्यक्ष घटना बनते. विचार वस्तुस्थितीत उतरतात. म्हणून खूप विचारपूर्वक इच्छा ठरवाव्यात. कारण भले, कमी-जास्त वेळ लागो! पण सर्व इच्छा पूर्ण होतात.

तुम्ही बरेचदा आकाशातले पक्षी पाहून मनात आणलंत की 'वा! केवढं स्वातंत्र्य आहे यांना, आपणही असे पक्षी असतो तर!' तर झटकन तुम्ही पक्षी व्हाल. एखाद्या कुत्र्याला संभोग करताना पाहून तुम्हाला वाटलं, 'अरे, केवढा स्वच्छंदीपणा – केवढं सुख.' बघा! लवकरच तुम्ही कुत्र्याचा जन्म घ्याल. तुम्ही जी वासना – इच्छा अंतरंगात साठवत जाता, ती बीज बनते. निसर्ग तर फक्त शरीर देतं, तुम्हीच स्वत:ला निर्माण करणारे, कलाकार असता. स्वत:चं शरीर तुमचं तुम्हीच निर्माण केलं आहे – हा कलेचा अर्थ आहे. दुसरं कोणी तुम्हाला शरीर देऊ करत नाही, तुमची वासनाच ते निर्माण करतं.

तुमच्या कधी हे लक्षात आलं आहे का? रात्री झोपताना तुमच्या मनात जो शेवटचा विचार असतो, तोच सकाळी उठताना पहिला विचार असतो. रात्रभर तुम्ही झोपेत होतात. एखादा बीजासारखा तो विचार तुमच्या मनात रुजून राहिला. जो शेवटी होता, तो सकाळी पहिला होईल. तुम्ही शरीरानं मरण पावाल. मरताना शेवटच्या क्षणी, आयुष्यभराची प्रबळ इच्छा एकवटून बीजरूप होईल. तेच बीज नवीन गर्भाचं रूप घेईल. जिथे तुमचा शेवट झाला, तिथूनच पुन्हा तुमची सुरुवात होईल.

तुम्ही जे आहात, ते तुमचंच कर्म आहे. त्यात दुसऱ्याला दोष देऊ नका. दोष

देण्याजोगं इथं दुसरं कोणीही नाही. हे तुमच्याच कर्माचं एकत्रित फळ आहे. तुम्ही जे काही आहात — सुंदर-कुरूप, दु:खी-सुखी, स्त्री-पुरुष जे काही, ते तुमच्याच कर्माचं फळ आहे. तुम्हीच स्वत: आपल्या जीवनाचे कलाकार – शिल्पकार आहात. 'हे नशिबानं झालं,' असं मुळीच म्हणू नका. कारण, ती वंचना – फसवणूक ठरेल आणि त्यामुळं तुम्ही स्वत:ची जबाबदारी दुसऱ्याच्या खांद्यावर टाकायला बघताय असा त्याचा अर्थ होईल. 'देवानं पाठवलं,' असं म्हणू नका. देवावर उगाच जबाबदारी टाकू नका. हे म्हणजे स्वत:ची जबाबदारी झटकण्याची पळवाट झाली. या तुरुंगात तुम्ही तुमच्यामुळेच आहात. 'मी माझ्या स्वत:मुळंच इथं आहे,' हे जो नीट लक्षात घेतो, त्याच्या आयुष्यात क्रांतीला सुरुवात होते.

शिव म्हणतात – 'योनी वर्ग आणि कला शरीर आहे.'

निसर्ग फक्त योनी आहे, तो तर फक्त गर्भ आहे. तुमचा अहंकार, त्या योनीत बीजरूपाने प्रवेश करतो. तुमची कर्तृत्व भावना की, मी हे करेन, मी ते मिळवेन, मी असा होईन, ही भावना त्याचं बीजरूप धारण करते. जिथं कुठं तुमची कर्तृत्व कला आणि निसर्गाच्या योनीचा संयोग होतो, तिथं शरीर निर्माण होतं. म्हणून 'बुद्ध' पुरुष म्हणतात की तुम्ही सगळ्या इच्छा-वासनांचा त्याग केलात, तरच तुम्ही मुक्त होऊ शकता. तुम्ही जर स्वर्ग-प्राप्तीची इच्छा केलीत तर देवतेचा जन्म घ्याल, पण ती ही मुक्ती असणार नाही. कारण इच्छा, वासनांपासून कधीच 'अशरीर' स्थिती निर्माण होणार नाही, सर्व वासनांपासून शरीरं निर्माण होतात. जोपर्यंत तुम्ही वासनारहित होत नाही, तुमच्या वासना पूर्ण नष्ट होत नाहीत, जोपर्यंत तुमच्या इच्छांची तहान-भूक संपत नाही तोपर्यंत तुम्ही नवनवीन शरीरात भटकत राहाल.

आणि शरीरांचे प्रकार वेगळे असतील, पण शरीराची मूळ स्थिती, मूळ रूप एकसारखंच आहे. शरीराची दु:खं सारखीच आहेत. भले! पक्ष्याचं शरीर असो की माणसाचं! दु:खात काही फरक नाही. कारण, आत्मा शरीरात अडकणं हेच तर मूळ दु:ख आहे. मूळ दु:ख आहे कारागृहात प्रवेश करणं – तुरुंगवासात जाणं. मग या तुरुंगाच्या भिंती गोल आहेत, त्रिकोणी आहेत की चौकोनी त्यानं काहीच साधत नाही, त्यानं काहीच फरक पडत नाही. तुम्हाला मात्र वाटतं की त्यामुळे फरक पडतो.

माझे एक मित्र आहेत – चित्रकला शिकवतात. त्यांना तुरुंगवास झाला. तीन वर्षांनी परत आले. मी त्यांना विचारलं, 'तिथले दिवस कसे गेले?' ते म्हणाले, 'हं! बाकी सगळं ठीक होतं, पण माझ्या कोठडीचे कोपरे नव्वद अंशाचे नव्हते.' ते चित्रकलेचे शिक्षक आहेत – तशीच त्यांची बुद्धी. कोठडीचे कोपरे काटकोनात नव्हते! तीन वर्षं त्यांना खरा त्रास याच गोष्टीचा झाला. कारण, त्याच कोठडीत राहायचं आणि कोपरे काटकोनात नाहीत, हेच सारखं बघत राहायचं! म्हणून तर

ते मला म्हणाले की, बाकी सगळं ठीक होतं, इतर काही अडचण नव्हती. पण कोपरे मात्र बरोब्बर नव्वद अंशाचे नव्हते.

कोपरे नव्वद अंशाचे असण्यानं किंवा नसण्यानं तसा मूलभूत फरक काय पडणार? तुरुंग-तुरुंग आहे. शरीर पक्ष्याचं असो की माणसाचं, फार फरक पडत नाही. तुम्ही बंदिस्त झालात हेच दु:ख आहे. बांधले गेलात हेच दु:ख आहे. इच्छा, वासना बांधून टाकते. वासना हा आपल्याला बांधणारा रज्जू आहे आणि लक्षात ठेवा. यासाठी तुमच्या स्वत:शिवाय, याला कोणीही जबाबदार नाही.

'उद्यमो भैरव:।' चौथं सूत्र आहे. 'उद्यम हेच भैरव आहे.' तुम्ही या कारागृहातून बाहेर पडण्यासाठी जे आध्यात्मिक प्रयत्न करता, त्याला 'उद्यम' म्हणतात. उद्यम म्हणजे असे आध्यात्मिक प्रयत्न, जे तुम्ही या कारावासातून बाहेर पडण्यासाठी करता. तेच भैरव! भैरव हा पारिभाषिक शब्द आहे. 'भ' म्हणजे 'भरण,' 'र' म्हणजे 'रवण,' 'व' म्हणजे 'वमन'. 'भरण' याचा अर्थ धारण करणे, 'रवण' याचा अर्थ संहार – विनाश करणे आणि 'वमन' याचा अर्थ पसरवणे – प्रसृत करणे. 'भैरव' म्हणजे 'ब्रह्म' ज्याने धारण केले आहे, 'जो सांभाळ करतो, ज्यात आपण निर्माण होऊ आणि ज्यात आपण विलीन होऊ, जो विस्तार आहे आणि तोच आकुंचितही होईल, जो सृष्टीचा उगम आहे आणि ज्यात प्रलय होणार आहे. मूळ अस्तित्वाला 'भैरव' म्हटलं आहे.

शिव म्हणतात – 'उद्यम हाच भैरव आहे.'

आणि ज्या दिवशी तुम्ही आध्यात्मिक जीवनाचा प्रयत्न सुरू कराल, त्या दिवसापासून तुम्ही भैरव होऊ लागता, तुम्ही ईश्वराशी एकरूप होऊ लागता. तुमच्या प्रयत्नांच्या, पहिल्या किरणापासूनच सूर्याच्या दिशेने तुमचा प्रवास सुरू होतो. तुमच्या अंतरंगात मुक्तीची पहिली जाणीव निर्माण झाली की तुमचा ध्येयमार्ग दूर नसतो. कारण, पहिलं पाऊल म्हणजे जवळपास अर्धा प्रवास असतो.

'उद्यम, भैरव आहे.'

वेळ लागेल, ध्येयाप्रत जायला वेळ लागेल असं वाटेल. पण तुम्ही प्रयत्न सुरू केलात आणि 'मला या कारागृहातून बाहेर पडायचंय, मला जायचंय, शरीरातून मुक्त व्हायचं आहे, इच्छा-वासनांपासून दूर जायचं आहे, हे जग आणखी वाढवणारी बीजं मला रुजवायची नाहीत, मला पुन्हा पुन्हा जन्म घ्यायची इच्छा राहू नये.' या विचारांचं बीज रुजलं. 'आता मला ही ग्लानी टाकून चैतन्यमय व्हायचं आहे,' असा भाव अधिकाधिक केंद्रित होऊ लागला, की तुम्ही भैरव होऊ लागता, ब्रह्माशी एकरूप होऊ लागता. कारण, खरं तर तुम्ही एकच आहात, फक्त त्याचं तुम्हाला स्मरण व्हायला हवं. मुळात तुम्ही एक आहातच. तुम्ही त्याच समुद्राचा झरा आहात, तुम्ही त्याच सूर्याचा किरण आहात, तुम्ही त्याच विशाल आकाशाचा

एक छोटा अंश आहात. पण तुम्हाला हे आठवू लागलं आणि तुमच्यातल्या दुराव्याच्या भिंती ढासळू लागल्या, तर तुम्ही त्या महा-आकाशाशी एकरूप व्हाल.

'उद्यम, भैरव आहे.'

खूप एकाग्रतेनं – गांभीर्यानं प्रयत्न करायला हवेत. कारण गाढ झोप आहे, सारखं हलवून उठवत राहिलात तरच झोपमोड होईल. आळस कराल, तर हे शक्य होणार नाही. आज झोपमोड कराल, उद्या पुन्हा झोपाल तर व्यर्थ भरकटत राहाल. एका हातानं मोडाल आणि दुसऱ्या हातानं तेच पुन्हा करत जाल तर श्रम वाया जातील. 'उद्यम,' म्हणजे तुमचे सर्व प्रयत्न सार्थकी लागावेत.

लोक माझ्याकडे येतात. ते म्हणतात, आम्ही करतोय पण काही जमत नाही, होत नाही.

मग मी त्यांच्या चेहऱ्याकडे पाहतो. ते करतच नाहीत किंवा जणू काही माशा हाकलतायत असे रडत-कुंथत असतात. पण ते येतात ते मात्र अशा आविर्भावात की जसे तेच देवावर मोठी कृपा म्हणून हे करत आहेत आणि तरीही होत नाहीये. तेव्हा तक्रार घेऊन येतात की, कुठंतरी पाणी मुरतंय, कुठंतरी काहीतरी अन्याय होतोय, तो हा की दुसऱ्यांना होतंय आणि आम्हाला होत नाहीये.

या जगात अन्याय होतच नसतो. या जगात जे काही घडतं, होतं ते न्याय्य असतं. कारण इथे न्याय-अन्याय करायला एखादा माणूस बसलेला नाही. जगात तर नियम आहेत, ते नियम म्हणजेच धर्म! तुम्ही जर वाकडी-तिकडी-तिरपी-तारपी पावलं टाकाल तर पडाल, पाय मोडेल अशा वेळी, 'थांबा! आता गुरुत्वाकर्षणाच्या नियमावरच खटला भरतो' असं कोर्टात जाऊन म्हणणार नाही. कोर्ट म्हणेल, तुम्ही तिरके चालू नका. तुम्हाला मुद्दाम पाडण्यात किंवा तुमचा तोल सावरण्यात, सांभाळण्यात गुरुत्वाकर्षणाला रस नाही. तुम्ही नीट सरळ सरळ चालता, तेव्हा तोच तुम्हाला सांभाळतो. जेव्हा तुम्ही तिरकी पावलं टाकता, तो तुम्हाला पाडतो. त्याची तुम्हाला पाडण्याची इच्छा नाही की तुमचा तोल सावरण्याची. 'तटस्थता' हा जगाचा नियम आहे.

या तटस्थ नियमालाच 'धर्म' म्हटलं आहे, त्याला हिंदूंनी 'ऋतू' म्हटलं आहे. तो सर्वोच्च नियम आहे. तो एखाद्याला पाडायचं, तर दुसऱ्याला हात देऊन उठवायचं असा भेदभाव करत नाही. तुम्ही नीट व्यवस्थित चालू लागलात की तो तुम्हाला सावरतो. तुम्हाला पडायची इच्छा असेल, तर तो पाडतो. तो प्रत्येक वेळी उपस्थित असतो. तुम्हाला त्याचा कसा उपयोग करायचा आहे, हे तुमचं तुम्ही ठरवायचं. त्याचे दरवाजे बंद नाहीत. दरवाज्यावर तुम्हाला डोकं आपटून घ्यायचं असेल तर आपटून घ्या. दरवाजा उघडून आत जायचं असेल, तर आत जा! दरवाजा तटस्थ आहे.

'उद्यम, भैरव आहे.'

अविश्रांत परिश्रम हवेत. 'उद्यम' म्हणजे – अविरत परिश्रम, कष्ट. अगदी मनापासून एकाग्रतेनं केलेल्या श्रमाला, 'उद्यम' म्हणतात. मग तुम्ही लवकरच 'भैरव' होऊ शकाल.

'शक्ती चक्राचा भेद झाल्यावर विश्वाचा नाश होतो,' हे पाचवं सूत्र आहे.

आणि जर तुम्ही योग्य उद्यम केलात, जर तुम्ही सर्वशक्तीनिशी प्रयत्न केलेत, सत्य शोधण्यासाठी – परमात्म्याच्या किंवा आत्म्याच्या शोधासाठी समग्र प्रयत्न केलेत, तर तुमच्यातील शक्तीचं चक्र पुरं होतं.

आत्ता तुमच्यातील शक्तीचं चक्र संपूर्ण झालेलं नाही, तुटक-तुटक आहे. बुद्धिमानातील बुद्धिमान माणूसही आपल्या प्रतिभेतील १५ टक्के प्रतिभेचाही उपयोग करत नाही, ८५ टक्के प्रतिभा, बुद्धी तशीच नासून जाते. ही तर बुद्धिमानाची गत; मग बुद्दू माणसाची काय कथा! त्याचा तर हा हिशेब होतच नाही. आपणही आपल्या शरीरातल्या पाच टक्के ऊर्जेचाही पूर्ण उपयोग करत नाही. तेव्हा आपण जर असे मंद-मंद जगणार असू, आपला दिवा असा मिणमिणता असेल, तर चूक कोणाची? तुम्ही पुरेपूर जगतच नाही. तुम्हाला जगायचीही भीती वाटते. न जाणो कुठून तरी झळ पोहोचेल! तुम्ही भयभीत असता, भीतीनं थरथरत तुम्ही जगता, त्यामुळे तुमच्या आतील शक्तीचं चक्र पूर्ण होऊ शकत नाही. तुमची मोटारगाडी कधी पाहिलीत. तिच्यात कधी पेट्रोल नीट येतं, कधी नीट येत नाही. कधी कचरा अडकतो, अशावेळी ती उचक्या लागल्यासारखी गचके खात-खात चालते. अगदी तसंच तुमचं आयुष्य आहे. गचके खात तुम्ही चालता. छोटे-छोटे शक्तीचे अंश येतात. शक्ती तुकड्या-तुकड्यात विभागून येते, अखंड-सलग अशी शक्ती नसते.

एखाद्या गोष्टीत तुम्ही आपली सगळी शक्ती पणाला लावलीत, मग ती गोष्ट कोणतीही असो! समजा तुम्ही चित्रकार आहात आणि चित्र काढत आहात. त्यात तुम्ही तुमची सगळी शक्ती पणाला लावली आहेत, अगदी कणभरसुद्धा उणीव ठेवली नाहीत तर तिथूनच तुम्ही मुक्त व्हाल. कारण ते कार्य पूर्ण होताच तुम्ही 'भैरव' होता. जर तुम्ही मूर्तिकार आहात आणि तुम्ही आपल्यातील सर्वस्व त्या मूर्तीत ओतलंत, इतकं की ती मूर्ती तयार होताना तुमचे तुम्ही राहिलाच नाहीत, फक्त ती मूर्तीच उरली, तर शक्तीचं चक्र पूर्ण होतं. जेव्हा तुम्ही एखाद्या कामात आपली संपूर्ण शक्ती गुंतवता, तेच 'ध्यान' होतं. भैरव जवळ असतो. मंदिर नजीक येतं.

पाचवं सूत्र आहे — 'शक्ती चक्र भेदल्याने विश्वाचा विनाश – संहार होतो.'

आणि जेव्हा तुमच्या शक्तीचं चक्र पूर्ण होतं. संपूर्ण-समग्र, तुकड्या-तुकड्यात,

अंशांमध्ये नाही, पूर्णांशानं! त्याच क्षणी तुमच्यासाठी हे जग संपलं. तुमच्यासाठी आता कोणतं जग नाही. तुम्ही परमेश्वर झालात. तुम्ही 'भैरव' झालात. तुम्ही मुक्त झालात. आता तुमच्यासाठी कोणतंही बंधन नाही की, कोणतं शरीर नाही की, कोणतंही जग!

संपूर्ण शक्तीचा उपयोग लक्षात ठेवा. या समाधी-साधना शिबिरात, जर तुम्ही सगळी शक्ती एकवटून पणाला लावलीत, वर-वर ध्यान न करता, सगळी शक्ती वापरलीत तर, ज्या क्षणी संपूर्ण शक्ती एकवटली जाईल, त्याच क्षणी, मग अगदी क्षणाचाही विलंब लागणार नाही, अचानकपणे हे जग नाहीसं होईल. परमेश्वर समोर उभा राहिल्याचा तुम्हाला अनुभव येईल. तुमची शक्ती एकवटणं म्हणजेच तुमच्या आयुष्यात क्रांती घडते. मग जगाकडे पाठ आणि परमेश्वराकडे तोंड होतं. याची अगदी एखादी झलक जरी तुम्हाला मिळाली तरी तुम्ही पहिल्यासारखे राहू शकणार नाही. त्याची एक झलक पुरेशी आहे. मग तुमचं आयुष्य त्याच दिशेच्या प्रवासाशी जोडलं जाईल.

तेव्हा लक्षात ठेवा. इथे आपल्याला आकंठ बुडायचं आहे, तरच काही होऊ शकेल. तुम्ही थोडंसं जरी हातचं राखून ठेवलंत, तर तुमचे परिश्रम वाया जातील. जोपर्यंत परिश्रम 'उद्यम' होत नाहीत, पूर्ण टोटल – समग्र प्रयत्न होत नाहीत, तोपर्यंत 'भैरव' मिळणार नाही.

आज इतकंच !

जीवन-जागृतीच्या साधनाची सूत्रं

प्रवचन दुसरे

जाग्रतस्वप्नसुषुप्तभेदे तुर्याभोग संवित।
ज्ञानं जाग्रत।
स्वप्नोविकल्याः।
अविवेको मायासौषुप्तम्।
त्रितयभोक्ता वीरेशः।

जागृती, स्वप्न आणि सुषुप्ती —
या तीन अवस्था स्वतंत्रपणे जाणून घेण्याने तुर्यावस्थेचेही ज्ञान होते.
ज्ञान कायम टिकून राहणे ही जागृतीची अवस्था आहे.
विकल्प म्हणजेच स्वप्न!
अविवेक म्हणजे आत्म-बोधाचा अभाव, सुषुप्ती मायामय आहे.
या तिन्हींचा उपभोग घेणाऱ्याला 'वीरेश' म्हणतात.

जागृती, स्वप्न आणि सुषुप्ती — या तीनही अवस्था स्वतंत्रपणे, वेगवेगळ्या जाणून घेतल्या की, तुर्यावस्थेचंही ज्ञान होतं.

तुर्या ही चौथी अवस्था आहे. तुर्यावस्था म्हणजे सर्वोच्च ज्ञान. तुर्यावस्था म्हणजे — कोणत्याही प्रकारचा अंध:कार अंतरंगात न राहणं, सगळं काही प्रकाशानं झळाळून जाणं, अंतरंगाचा अगदी छोटासाही काना-कोपरा अंधारा न राहणं, आतमध्ये काहीसुद्धा न उरणं! ज्याच्याबद्दल आपण जागृत झालेलो नाही असं अंतरंगात काहीही शिल्लक न राहणं, बाहेर आणि आत सर्वत्र जागृतीचा प्रकाश, जागृतीचं तेज पसरणं!

आत्ता आपण ज्या स्थितीत जिथे आहोत, त्या स्थितीत तिथे आपण जागृत तरी असतो किंवा स्वप्नात तरी, नाहीतर सुषुप्तीत तरी! चौथ्याचा आपल्याला काहीच पत्ता नसतो. आपण जेव्हा जागृत होतो, तेव्हा बाहेरचं जग तर दिसतं आपण मात्र स्वत: अंधारात असतो. वस्तू तर डोळ्याला दिसतात, परंतु स्वत:चा काही बोध होत नाही. स्वत:ची ओळख पटत नाही. जग तर दृष्टीस पडतं. पण आत्म्याची जाणीव झाल्याशिवाय आत्मप्रचिती होत नाही. सकाळी झोपेतून उठणं, ज्याला आपण जागं होणं म्हणतो, ते अर्धवट-अपूर्ण जागं होणं आहे आणि हे अर्धवटही फार महत्त्वाचं नाही, कारण व्यर्थच गोष्टी त्यात दिसतात, सार्थक – अर्थपूर्ण काहीच दिसून येत नाही. केर-कचरा, वायफळ गोष्टी तर दिसतात, मौल्यवान हिरे मात्र अंधारात हरवून जातात. आपण स्वत: तर दिसून येत नाही आणि इतर सगळं जग मात्र नजरेस पडतं.

दुसरी अवस्था आहे — स्वप्नावस्था! यात आपण तर आपल्याला दिसत नाहीच, बाह्यजगसुद्धा नाहीसं होतं. फक्त जगामुळे तयार झालेली प्रतिबिंबं मनात तरळत राहातात. जणू एखाद्या आरशात चंद्र पाहावा किंवा संथ सरोवरात आकाशातल्या तारका-चांदण्या पाहाव्यात तसं आपण त्या प्रतिबिंबांकडं पाहतो. सकाळी जागे झाल्यावर आपण सर्व वस्तू प्रत्यक्ष बघतो, स्वप्नात आपण वस्तूंची प्रतिबिंब बघतो, वस्तूही दिसत नाहीत.

तिसरी अवस्था, जी आपल्या परिचयाची आहे. बाह्यजगही दिसत नाही, वस्तूंची दुनियाही काळोखात हरवून जाते आणि प्रतिबिंबही दिसत नाहीत, स्वप्नसुद्धा नाहीशी होऊन जातात, त्यावेळेस आपण मिट्ट काळोखात अंधकारात सापडतो, त्याला आपण सुषुप्ती म्हणतो. सुषुप्तीमध्ये ना बाह्य जाणीव असते, ना आतील. जागृतीमध्ये बाह्यजगाचं ज्ञान असतं. जागृती आणि सुषुप्तीच्या मधली एक साखळी आहे – दुवा आहे. 'स्वप्न' — ज्यात बाह्यजगाचं तर भान नसतं, परंतु बाहेरच्या वस्तूंची प्रतिबिंब आपल्या डोक्यात तरळतात आणि त्यांचंच ज्ञान होतं.

चौथी आहे — तुर्या अवस्था. तीच सिद्धावस्था आहे. सगळे प्रयत्न तिच्याच प्राप्तीसाठी तर आहेत. सगळे ध्यान, सगळे योगाचे प्रकार तुर्यावस्था मिळण्यासाठीचे मार्ग आहेत. तुर्यावस्था, म्हणजे अंतरंग आणि बाह्यजग या दोघांचं ज्ञान. अंधकार कुठेच नाही ना बाहेर, ना आत, संपूर्ण जागृती. त्याला आम्ही 'बुद्धत्व' म्हटलं आहे. महावीरांनी याला 'जिनत्व' म्हटलं आहे. बाहेरही अंधकार नाही आणि आत ही नाही. सर्वत्र प्रकाश भरलेला आहे, अन्य गोष्टीही आम्हाला माहीत आहे, स्वत:लाही आम्ही ओळखत आहोत. जी चौथी अवस्था आहे, ती कशी प्राप्त करून घ्यावी, यासाठी ही सूत्रं आहेत.

पहिलं सूत्र आहे — 'जागृती, स्वप्न आणि सुषुप्ती! या तीनही अवस्था स्वतंत्रपणे जाणून घेतल्या की, तुर्यावस्थेचं ज्ञान होतं.'

आजमितीला आपल्याला हे माहीत आहे, पण स्वतंत्रपणे त्यांची माहिती नाही. आपण स्वप्नात असतो, तेव्हा आपल्याला 'आपण स्वप्न पाहतो आहोत' हे कळत नाही, त्यावेळी तर आपण स्वप्नाशी एकरूप होऊन जातो. 'रात्री आपण स्वप्न पाहिलं,' हे सकाळी उठल्यावर लक्षात येतं, पण आता ती स्थिती संपलेली असते. जेव्हा ती असते, तेव्हा आपल्याला स्पष्ट, स्वतंत्ररित्या कळत नाही, एकरूपत्व येतं. स्वप्नात वाटतं की, 'आपण स्वप्न झालो.' सकाळी उठल्यावर वाटतं की, 'नाही, आता आपण स्वप्न नाही.' पण आपण जागेपणाशी एकरूप होतो. आपण म्हणतो, 'आता मी जागा झालो.' पण तुम्ही कधी असा विचार केला आहेत का की, रात्री तुम्ही पुन्हा झोपाल आणि हे तादात्म्यही विसरायला होईल. पुन्हा स्वप्न पडेल आणि तुम्ही स्वप्नाशी एकरूप व्हाल. जे काही तुमच्या नजरेसमोर येतं,

त्याच्याशीच तुम्ही एकजीव होऊन जाता, खरंतर तुम्ही सगळ्यांहून वेगळे असता.

हे म्हणजे जणू पाऊस यावा आणि तुम्ही स्वत:ला 'मी पाऊस झालो' असं समजावं आणि मग उन्हाळा आल्यावर आपणच उन्हाळा झालो, मग थंडी आली की स्वत:च 'थंडी' झाल्याचं समजण्यासारखं आहे. परंतु हे तिन्ही ऋतू तुमच्याभोवती आहेत, तुम्ही या तिघांहून वेगळे आहात. बालपणात तुम्हाला वाटतं — 'मी बालक आहे.' तरुण झालात; तुम्हाला वाटतं, 'मी तरुण आहे.' म्हातारे झाल्यावर तुम्हाला वाटतं की 'मी म्हातारा आहे.' पण तुम्ही या तिन्हीच्या पलीकडे आहात. पलीकडे नसतात, तर बालकाचे तरुण कसे झाला असता? तुमच्यामध्ये असं काहीतरी आहे जे बालपण सोडू शकलं आणि तरुण होऊ शकलं, तर 'ते काहीतरी' बालपण आणि तारुण्य – दोन्हीहून वेगळं आहे.

स्वप्नात तुम्ही अगदी रंगून जाता. उठल्यावर मग मात्र तुम्हाला वाटतं, 'स्वप्न खोटं होतं.' तुमच्या अंतरंगात काहीतरी चैतन्य-तत्त्व आहे, ते हा प्रवास करतं. स्वप्न, सुषुप्ती, जागृती हे या प्रवासातले टप्पे आहेत, तुम्ही नाही. जेव्हा 'आपण वेगळे आहोत – स्वतंत्र आहोत,' ही गोष्ट तुमच्या ध्यानात येईल, त्याक्षणी चौथ्याचा प्रारंभ होईल. हे वेगळेपणच – 'चौथा' आहे.

महावीरांनी, यासाठी अतिशय नेटका – मौल्यवान शब्द वापरला आहे. महावीरांनी याला 'भेद-विज्ञान' म्हटलं आहे. त्यांच्या मते सगळं विज्ञान, शास्त्र अध्यात्मातील भेदाभेद स्पष्ट करण्यासाठी आहे. तसंच, 'तुम्हाला तीनही अवस्था वेगवेगळ्या आहेत, स्वतंत्र आहेत हे समजावं' असा शिवसूत्राचा अर्थ आहे. तुम्ही तीनही अवस्था स्वतंत्रपणे लक्षात घेतल्यात की, आपण या तिन्हीहून वेगळे आहोत, हेही कळायला लागेल म्हणजे तुम्हाला विभाजनाची – गोष्टी वेगवेगळ्या करण्याची, कला साध्य होईल.

आत्ता आपल्या मनाची स्थिती अशी आहे की, आपल्या समोर जे काही येतं, आपण त्याच्याशी एकजीव होतो. एखाद्यानं तुम्हाला शिवी दिली, तुमच्या मनात राग उफाळून आला, त्या क्षणी तुम्ही रागाचेच होऊन जाता. क्षणापूर्वी हा राग नव्हता, तेव्हाही तुम्ही होतातच, हे तुम्ही विसरूनच जाता. क्षणानंतर राग ओसरेल, तेव्हाही तुम्ही असणार आहात. म्हणजे, राग हा क्षणिक काळासाठी निर्माण झालेलं धुकं आहे. त्याचा तुमच्या भोवती भले केवढाही विळखा असो, पण तो काही तुमचा स्वभाव नाही. चिंता-काळज्या-विवंचना निर्माण होतात तेव्हा काळज्यांचं सावट येतं – सूर्य झाकोळून जातो. आपण वेगळे आहोत, हे तुम्ही विसरूनच जाता. सुखाचे क्षण आले की, तुम्ही नाचायला लागता. दु:ख वाट्याला आलं की, रडायला लागता. जे काही घडतं, त्याच्याशीच तुम्ही एकजीव होता. तुम्हाला स्वत:च्या वेगळेपणाची, स्वतंत्र अस्तित्वाची काही जाणीव नसते.

हे वेगवेगळं करायला हळूहळू शिकायला हवं. प्रत्येक अवस्थेत असं वेगळं होणं शिकावं लागेल. जेवायला बसलात की, लक्षात घ्यायला पाहिजे की, जे जेवत आहे, ते 'शरीर' आहे. भूक लागली की समजून घ्या, ज्याला भूक लागली आहे, ते शरीर आहे. मी फक्त शरीराची 'जाणीव' होणार आहे. चैतन्याला काही भूकही लागू शकत नाही. उकडू लागलं आणि घामानं निथळायला झालं, तर 'हे शरीराच्याबाबत घडतंय,' याची जाणीव असू दे. पण म्हणून 'तुम्ही उकाड्यात बसून घाम गाळत राहावं,' असा याचा अर्थ नाही. बाजूला सरावं, सोय करून घ्यावी, पण शरीरासाठीच सुखसोय होते आहे, तुम्ही फक्त ते जाणणारे आहात.

हळूहळू तुमच्या भोवती घडणाऱ्या प्रत्येक घटनेपासून तुम्ही स्वतःला वेगळे काढत चला. असं वेगळं काढणं खूप अवघड आहे. कारण अगदी सूक्ष्म अंतर आहे, सीमारेषा स्पष्ट नाही. कारण जन्म-जन्मांतरांपासून तुम्ही एकरूप व्हायलाच शिकला आहात, स्वतंत्र व्हायला, नाती तोडायला शिकलाच नाहीत. तुम्ही नेहमी परिस्थितीशी जुळवून घ्यायला शिकलात, बाजूला व्हायला तुम्ही विसरला आहात. यालाच धुंदी-बेहोशी म्हटलं गेलं आहे, हेच जे तुम्ही सांधायला शिकला आहात.

एकदा सकाळी मुल्ला नसरुद्दीन, इस्पितळात आपल्या मित्राजवळ बसले होते. मित्रानं डोळे उघडले आणि विचारलं, ''नसरुद्दीन काय झालं रे? मला काही आठवतही नाही.'' नसरुद्दीन म्हणाले, ''रात्री तू जरा जास्तच प्यायलास आणि मग खिडकीवर चढलास; म्हणालास, ''मी उडू शकतो.'' आणि तू उडून गेलास. घर तीन मजली होतं, उघड आहे. सगळी हाडं पार मोडून गेली.

मित्रानं उठण्याचा प्रयत्न केला आणि म्हणाला, ''अरे नसरुद्दीन आणि तू तिथं होतास? आणि तरी तू असं घडू दिलंस? असा कसा मित्र रे तू?''

नसरुद्दीन उत्तरले, ''जाऊ दे मित्रा, आता तो विषय नको. तू असं करू शकशील असं मलाही त्यावेळी वाटलं होतं. एवढंच नाही, अरे माझ्या पायजम्याची नाडी जर जास्त सैल नसती ना, तर माझीही तुझ्याबरोबर यायची तयारी होती. उडताना हा पायजमा कुठं सांभाळू म्हणून मी थांबलो आणि वाचलो. तू एकटा थोडाच प्यायला होतास, मीही प्यायलो होतो.''

धुंदी म्हणजे मनात जे काही येईल, त्याप्रमाणेच करणं. दारूड्याला वाटलं की, आपण उडू शकतो, तर तो वेगळा राहू शकत नाही. विचाराला तिथं वावच नाही. विवेकाची सोय नाही तसाच वागला, एकाकार झाला.

तुमचं आयुष्यसुद्धा या दारूड्यासारखं आहे. ठीक आहे! क्षणभर मान्य केलं की, तुम्ही खिडकीतून उडत नाही आणि इस्पितळात तुम्हाला जावं लागत नाही, तुम्ही हाडं मोडून घेत नाही. पण अगदी बारकाईनं पाहिलंत तर कळेल की, तुम्ही इस्पितळातच आहात आणि तुमची सगळी हाडं मोडली आहेत. कारण तुमचं सगळं

आयुष्य म्हणजे एक व्याधी आहे, रोग आहे. त्यात दुःख आणि वेदनांशिवाय दुसरं काहीच नाही. सगळीकडं तुम्ही धडपडला आहात. प्रत्येक ठिकाणी तुम्हाला लागलंय आणि या सगळ्याच्या मागे एकच मूर्च्छेचं – बेशुद्धीचं सूत्र आहे. जे काही घडतं, त्यापासून तुम्ही लांब, काही अंतरावर राहू शकत नाही.

थोडं दूर व्हा. एक-एक पाऊल टाका, लांबवरचा प्रवास आहे. कारण हजारो-लाखो जन्मांपासून जी सवय पडली आहे, ती मोडणंही अवघड आहे. पण तोडलं जातं, कारण तेच सत्य आहे. तुम्ही जे काही निर्माण करून ठेवलं आहे ते असत्य आहे, खोटं आहे. म्हणून हिंदू याला 'माया' म्हणतात. माया म्हणजे तुम्ही ज्या जगात राहता, ते खोटं आहे. पण म्हणजे बाहेर दिसणारी झाडं खोटी आहेत, जे पर्वत दिसतायत ते खोटे आहेत आणि आकाशात दिसणाऱ्या चंद्र-चांदण्या खोट्या आहेत असा त्याचा अर्थ नाही. नाही! याचा अर्थ एवढाच की, तुमचं हे जे एकरूपत्व आहे, ते खोटं आहे आणि त्या एकरूपतेतच तुम्ही जगता, तेच तुमचं जग आहे.

हे तादात्म्य; एकरूपता कशी संपणार? त्यासाठी आधी जागृतीपासून सुरुवात करा. कारण तिथंच जागृतीच्या आशेचा किरण दिसतोय. स्वप्नापासून तुम्ही कशी सुरुवात करणार? अवघड होईल आणि सुषुप्तीबद्दल तर तुम्हाला काहीच माहीत नाही. तिथं तर सगळीच शुद्ध हरपते. जागृतीपासून सुरू करा. साधना जागृतीपासून सुरू होते. ते पहिलं पाऊल आहे. पुढचं दुसरं पाऊल आहे स्वप्न आणि तिसरं पाऊल आहे सुषुप्ती. ज्या दिवशी तुम्ही ही तीनही पावलं पार कराल, तेव्हा चौथं पाऊल उचललं जातं. हे चौथं पाऊल म्हणजे – तुर्यावस्था. ही सिद्ध अवस्था आहे.

जागृतीपासून, सुरुवात करा. कारण तोच मार्ग आहे म्हणून, तर त्याला जागृती म्हटलं आहे. खरंतर ती जागृतीही नाही. कारण, तुम्ही सगळ्या गोष्टींमध्ये हरवून गेला आहात आणि तुम्हाला स्वतःची काहीही शुद्ध नाही; तर याला जागृती – जागेपणा तरी कसं म्हणावं? अगदी नावापुरतं जागं होणं आहे. पण याला 'जागृती' म्हटलं आहे. खरं जागृत तर आम्ही बुद्ध पुरुषांना म्हटलं आहे. पण यात जागृतीची थोडीशी शक्यता आहे, या अर्थानं याला 'जागृती' म्हटलं आहे.

तेव्हा तुम्ही आधी जागृतीपासून सुरुवात करा. भूक लागली, जेवायला घ्या. पण हे लक्षात ठेवा की, 'भूक शरीराला लागते, मला नाही.' पायाला लागलं जखम झाली, मलमपट्टी करा, दवाखान्यात जा, औषधपाणी घ्या. पण मनात ही सतत जाणीव ठेवा की, 'जखम-इजा शरीराला झाली आहे, मला नाही.' एवढं जरी लक्षात ठेवायला लागलात की, ९९ टक्के त्रास कमी झाल्याचं जाणवेल. 'जखम झालीय ती मला नाही.' एवढी शुद्ध बाळगल्यानंच, ९९ टक्के त्रास नाहीसा झाल्याचं तुम्हाला जाणवेल. ही एवढी जाणीवही, त्याक्षणी तुमचं दुःख नष्ट करते.

एक टक्का मात्र उरेल. कारण ही जाणीव पूर्ण नाही. ज्या दिवशी ही जाणीव पूर्ण होईल, त्या दिवशी सगळं दु:खही संपून जाईल.

बुद्ध म्हणतात, 'जागृत माणसाचं दु:ख नष्ट होतं. त्याच्या दु:खाला प्रतिबंध येतो. तुम्ही त्याला दु:ख देऊ शकत नाही. तुम्ही त्याचे हात-पाय छाटून टाकू शकता, तुम्ही त्याची हत्या करू शकता, तुम्ही त्याला आगीत जाळून टाकू शकता, पण त्याला दु:ख देऊ शकत नाही. कारण प्रत्येकवेळी घडणाऱ्या घटनांपासून तो वेगळा, अलिप्त आहे.

तेव्हा जागृतीपासून सुरू करा. रस्त्यावर जरूर चाला. पण 'आपण चालत नसून शरीरच चालतंय,' हे लक्षात ठेवा. तुम्ही कधी चाललाही नाहीत. चालणार तरी कसे? आत्म्याला का पाय आहेत, की तो चालू शकेल? आत्म्याला का पोट आहे की, त्याला भूक लागेल?

आत्म्याला कोणतीही इच्छा-वासना नाही. सगळ्या वासना शरीराच्या आहेत. आत्मा वासना नसणारा म्हणजे निर्वासना आहे. म्हणून तो चालत नाही की चालू शकत नाही. तुमचं शरीरच चालतंय. जोवर जिवात जीव आहे, तोवर हे भान सांभाळण्याचा प्रयत्न करा. हळू... हळू... हळू तुम्हाला एक फार वेगळा आणि आल्हाददायक अनुभव येईल. रस्त्यावरून जाताना, एखाद दिवशी अचानकपणे तुम्हाला जाणवेल की, आपल्यामध्ये दोन भाग पडले आहेत – एक भाग चालतोय आणि दुसरा चालत नाहीये, एक जेवतोय तर दुसरा जेवत नाहीये. उपनिषदात म्हटलं आहे — एका झाडावर दोन पक्षी बसले आहेत. वरचा पक्षी शांत आहे. हलत-डोलत नाही की कोठे येत नाही की जात नाही, फक्त शांत बसून आहे. खालचा पक्षी मोठा बेचैन आहे. या फांदीवरून त्या फांदीवर उसळ्या मारतो. एकदा हे फळ तोडतो, मग ते फळ! मोठ-मोठी स्वप्नं पाहातो. खूप धावपळ करतो.

हे दोन्ही पक्षी तुमच्यामध्ये आहेत. हे जे झाड आहे, ते म्हणजे तुम्ही आहात. तुमच्यातला एक पक्षी, ज्यानं कधीच जास्त हालचाल केलेली नाही, जो फक्त बसून बघत राहतो. त्या पक्षाला आम्ही 'साक्षी' म्हटलं आहे.

येशू ख्रिस्तानं म्हटलं आहे, एकाच बिछान्यावर तुम्ही झोपता. त्यातला एक मेलेला, निर्जीव आहे आणि एक चिरंजीव – सजीव, नेहमी जिवंत आहे. एक नेहमीच मेलेला आहे, तर दुसरा नेहमी सजीव – जिवंत राहणार आहे.

हा बिछाना तुम्हीच आहात. जेव्हा रात्री बिछान्यावर आडवे होता, तेव्हा त्यात एक प्रेत आहे आणि दुसऱ्यात चिरंतन – शाश्वत चैतन्य आहे. पण त्यात फरक करणं, त्यातलं अंतर ओळखणं, कष्टाचं काम आहे. त्यासाठी प्रयत्नाची, उद्यमाची गरज आहे.

तेव्हा पहिल्या दिवसापासून, तुम्ही प्रयत्न करा. सकाळी जेव्हा जागे होता,

उठता म्हणजे जेव्हा भानाचा, शुद्धीचा पहिला किरण पडतो, तेव्हापासूनच तुम्ही साधनेचा प्रयत्न करा. हजारो प्रयत्न कराल, तेव्हा कुठे एखादा प्रयत्न सफल होईल. पण एक जरी प्रयत्न यशस्वी झाला, तरी 'हजारो वर्षं प्रयत्न, परिश्रम करणं महागात पडलं नाही,' असं तुम्हाला वाटेल. कारण क्षणभरासाठी जरी तुम्हाला वाटलं की, जो व्यतीत होतोय, चालला आहे, तो तुम्ही नाही. जे स्थिर आहे, थांबलं आहे, स्तब्ध आहे, ते तुम्ही आहात. जे वासनालिप्त आहे, ते तुम्ही नाही, जे वासनाविहीन, निर्वासना आहे ते तुम्ही आहात. जे मर्त्य आहे ते तुम्ही नाही, जो अमृत-स्रोत आहे, तो तुम्ही आहात. एखादा क्षणभर जरी तुम्हाला हे समजून आलं, तरी त्या एका क्षणी तुम्ही 'महावीर' किंवा 'बुद्ध' व्हाल किंवा तुम्हाला 'शिवत्व' प्राप्त होईल. मग तुम्ही मोठ्या अनमोल खजिन्याचं महाद्वारच उघडल्यासारखं होईल. या पुढचा प्रवास सुखाचा आहे. ग्रहण केल्यानंतरची मार्गक्रमणा सुलभ-सरळ आहे. ग्रहणापूर्वीचं सगळं अवघड आहे. सगळ्या अडचणीच आहेत.

दिवसापासून सुरुवात करा आणि तुम्ही दिवसापासून सुरू केलंत की, हळूहळू स्वप्नातही यशस्वी व्हाल. 'गुरजिएफ' या शतकातले एक फार मोठे गुरू-महागुरू. ते आपल्या शिष्यांना पहिल्यांदा दिवसा भान ठेवायला; शुद्ध राखायला शिकवत. मग स्वप्नात भान ठेवायला शिकवत. यामागची त्यांची धारणा अशी होती की, तुम्ही झोपाल तेव्हा एकच गोष्ट लक्षात ठेवा — हे स्वप्न आहे. अजून स्वप्न सुरू झालेलं नाही. आता तुम्ही मागे आहात, तेव्हापासूनच तुम्ही 'मी जे पाहतो आहे, ते स्वप्न आहे,' या विचाराची आतल्या आत उजळणी करायला लागा. बिछान्याला स्पर्श करा आणि ही भावना दृढ करा की, मी ज्याला स्पर्श करतोय, ते स्वप्न आहे. आपल्याच हाताला आपल्याच हाताने स्पर्श करा आणि 'मी ज्याला स्पर्श करत आहे, ते स्वप्न आहे,' याचा अनुभव घ्या. अशी धारणा करत करत तुम्ही झोपा. तोच भाव सतत तुमच्या अंतरंगात कायम राहील. मग पुढे काही दिवसांनी तुमच्या लक्षात येईल की, स्वप्नात मध्येच 'हे स्वप्न आहे' हे अचानक आठवतंय आणि हे आठवलं की, त्याचक्षणी स्वप्न विरून जातं. कारण स्वप्न चालू राहण्यासाठी बेशुद्धावस्था – मूर्च्छा असणं आवश्यक आहे, त्याशिवाय स्वप्न पडू शकत नाही. स्वप्नात तुम्हाला आठवेल की, 'हे तर स्वप्न आहे' आणि स्वप्न भंग पावेल. तुम्हाला आनंदाचं इतकं भरतं येईल की, तसा आनंद तुम्ही कधी अनुभवलाच नव्हतात, असं वाटेल. झोप मोडेल, स्वप्न भंग पावेल आणि एक गूढ-प्रगाढ प्रकाश, तुमच्या चोहीकडे भरून राहील.

ज्ञानी माणसांची स्वप्नं विरून जातात, कारण झोपेतही ते 'हे स्वप्न आहे,' याची आठवण ठेवतात.

भारताने या संदर्भात फार वेगळे प्रयोग केले आहेत. शंकर वेदांतामध्ये 'सर्व

विश्व हे मायारूप आहे' असा विचार मांडला आहे, तो याचाच एक प्रयोग आहे. 'जे काही घडतंय, ते सगळं स्वप्न आहे,' याची संन्याशाला चोवीस तास आठवण ठेवायची आहे. उठता-बसताना, रस्त्यातून जाता-येताना, बाजारात गेल्यावरही त्याला लक्षात ठेवायचं आहे की, जे काही आहे ते सगळं स्वप्न आहे. असं का? हा एक प्रयोग आहे, एक प्रक्रिया आहे, ही एक क्रिया आहे, प्रकार आहे. जर तुम्ही जागेपणाचे आठ तास लक्षात ठेवलंत की, 'जे काही घडतंय, ते स्वप्न आहे,' तर हे असं स्मरणात ठेवणं इतकं पक्कं होईल की, रात्री जेव्हा स्वप्न पडेल, तेव्हा तिथंही तुम्हाला हे लक्षात राहील. तिथंही तुम्हाला आठवेल की, 'हे स्वप्न आहे.'

आत्ता तुम्हाला हे लक्षात ठेवता येत नाही. नीट लक्षात घेतलंत, तर आत्ताही वेगळ्या अर्थानं तुम्ही हेच करताय हे कळेल. चोवीस तास जेव्हा तुम्ही जागे असता तेव्हा तुम्हाला वाटतं की, 'जे काही मी पाहतोय, ते सत्य आहे.' याच विचारामुळं. रात्री स्वप्न पाहतानाही तुम्हाला वाटतं, 'जे पाहतोय, ते खरं आहे.' कारण हीच विचारधारणा पक्की होत जाते.

स्वप्नाहून, मोठं खोटं आणखी काय असणार! तुम्ही कितीतरी वेळा रोज सकाळी उठल्यावर 'स्वप्न खोटं आहे, व्यर्थ आहे,' याचा अनुभव घेतला आहेत ना? पुन्हा तुम्ही झोपता आणि पुन्हा तीच चूक होते. वारंवार अशी चूक का होते? या चुकीच्या मागं काहीतरी मोठं, भक्कम कारण असलं पाहिजे आणि ते कारण म्हणजे, 'जागेपणी तुम्ही जे-जे बघता, ते-ते खरं आहे' असं मानता. जर तुम्ही जे बघता ते खरं मानता, तर मग रात्री तुम्ही स्वप्न बघता; ते तुम्हाला खोटं कसं वाटेल? तेही तुम्ही खरं मानता.

याच्या उलट स्थिती, 'मायेची' आहे. तुम्ही जे बघता, ते खोटं आहे याची दिवसभर आठवण ठेवता. वारंवार विसरता तेव्हा पुन्हा सावरून वारंवार आठवण करून घेता की, हे खोटं आहे. हे जे सगळं सभोवार मी बघतो आहे, ते एक मोठं नाटक आहे. मी प्रेक्षकाहून जास्त कोणी नाही... मी फक्त प्रेक्षक आहे. मी उपभोक्ता नाही, कर्ता नाही, फक्त 'साक्षी' आहे.

हाच भाव जर तुम्ही सतत बाळगलात; तर अंतरंगात त्याचा अखंड प्रवाह होईल. तेव्हा रात्री स्वप्नं विरून जातील आणि ज्याची स्वप्नं विरून जातील त्याला खूप काही मिळेल, त्याच्या हाती खूप काही लागेल. जेव्हा स्वप्न भंग होते, तेव्हा मग तिसरी अवस्था येते. स्वप्न भंग झाला की, सुषुप्तीमध्ये भान राखण्याचं पाऊल उचलता येईल. पण या स्थितीत तुम्हाला बरंच अवघड जाईल. थेट असा प्रयोग करून बघणं शक्य नाही, एक-एक पाऊल पुढं टाकावं लागेल.

जेव्हा स्वप्न विरून जातं, तेव्हा दृश्य कोणतंच राहात नाही. दिवसा तुम्ही डोळे उघडे ठेवून चालता. जे तुम्ही बघताय, ती माया आहे, तो भ्रम आहे अशी

कितीही तुम्ही खूणगाठ बांधलीत, तरीही दृश्य कुठंतरी तरळणारच! तुम्ही अथवा वेदांताने कितीही सांगितलंत की, 'माया आहे,' तरीही भिंतीतून तर पलीकडे जाऊ शकणार नाही. बाहेर पडायचं तर दारातूनच पडावं लागेल, कितीही 'ही माया आहे' असा घोष केला, तरी दगड-गोटे तर खाणार नाही, खाताना तर जेवायचंच घेणार. भले 'माया आहे... माया आहे' असं म्हणत राहिलात तरी तुम्ही अस्तित्वात असाल तरच बोलाल, तुमचं अस्तित्व नसेल, तर कसे बोलाल?

म्हणून बाहेरच्या जगाबरोबर तुम्ही कितीही ठामपणे मान्य करा की, 'ही माया आहे, पण बाह्यजग तसंच राहणार आहे, ते काही नष्ट होणार नाही. एखाद्यानं दगड फेकून मारला, तर डोकं फुटेल, रक्तबंबाळ होईल. तुम्हाला वाईट वाटणार नाही, तुम्ही त्रास करून घेणार नाही. तुम्ही म्हणाल, 'सगळी माया आहे.' तुम्ही स्वत:ला त्यापासून लांब ठेवाल. पण तरीही घडायचं ते घडणार. मात्र स्वप्नात एक वेगळेपण आहे. ती पूर्णपणे माया आहे. म्हणून तिथं एक अद्‌भुत प्रयोग होतो. जेव्हा तुमच्या हे लक्षात येतं की, स्वप्न ही माया आहे, स्वप्नं नष्ट होतं, दृश्य विलीन होतं आणि दृश्य विलीन झालं की, द्रष्ट्याकडं नजरा वळतात. जोपर्यंत दृश्य समोर असतं, तोपर्यंत तुम्ही बाहेरच बघता. कारण दृश्य आकर्षित करत राहातं. जेव्हा दृश्य विरून जातं, पडदा पडतो... पडदाही राहात नाही, तेव्हा तुम्ही एकटे पडता. म्हणून ध्यान करणारा, डोळे मिटून ध्यान करतो. कारण, या जगाला मायास्वरूप म्हणणं, ही एक प्रथा आहे.

हे जग वास्तव आहे, ते तुमच्या विचार प्रक्रियेवर अवलंबून नाही. ते स्वप्न जरी असलं, तरी ते ब्रह्माचं स्वप्न आहे, तुमचं-आमचं नाही. परंतु तुमची स्वत:ची वैयक्तिक स्वप्नं असतात... ती रात्रीच पडतात.

म्हणून जेव्हा तुम्ही वैयक्तिक स्वप्नाचा भंग करता, तेव्हा ती मोठी क्रांतिकारी घटना ठरते. आकाश रिकामं-मोकळं होऊन जातं. त्यात बघायला काहीच उरत नाही. नाटक संपतं... घरी जायची वेळ येते... आता तुम्ही बसल्या-बसल्या करणार तरी काय? अशा वेळेस नजर अचानक वळते. कारण बाहेर शोधायला – बघायला काहीच उरत नाही. विचार करायला काही राहातच नाही. एकही दृश्य मागं उरत नाही. अशावेळेस दृश्याकडे वळणारी ऊर्जा, स्वत:कडेच वळते.

'स्वत:कडे वळणारी ऊर्जा म्हणजेच ध्यान!' आणि जेव्हा ती स्वत:कडे वळते म्हणजे आत्माभिमुख होते, तेव्हा तुम्ही सुषुप्तीमध्ये सुद्धा कायम भान राखू शकता. कारण तुम्ही तर असताच, पण जग सुषुप्तीत नसतं, सुषुप्तीत स्वप्नही नसतं. तुम्ही या दोन्ही गोष्टी बघण्यासाठी अडकून पडला होतात, म्हणून सुषुप्तीत बेसावधपणा होता, भान नव्हतं, बेहोशी होती. आता तुमचे बंध तुटले. आता दृश्य जगाशी तुमचा काही संबंध राहिला नाही. आता दृश्याशिवायसुद्धा तुम्ही असू

शकता. असं बघा! दिवा जळतो, तेव्हा आपल्या प्रकाशातून कोणी जातंय की, नाही याची तो दिवा फिकीर करत नाही. आता तुमचं आयुष्य अंतर्मुखी होईल. मग तुम्हाला सुषुप्तीत जाग येईल.

स्वप्न खंडित झाल्यानंतर जो प्रयोग करायचा आहे, तो असा — स्वप्न भंग पावल्यावर लगेच डोळे उघडू नका. कारण डोळे उघडले की, बाहेर तर जग आहेच, पुन्हा काहीतरी बघायला विषय-दृश्य मिळेल. स्वप्न भंगलं की, डोळे मुळीच उघडू नका. अगदी बारकाईनं शून्याचं निरीक्षण करायला लागा. स्वप्न विरून गेलं की आधी जिथं स्वप्न होतं, तिथं आता स्वप्न नाही. तुम्ही लक्षपूर्वक ते शून्य बघायला लागा. त्या शून्याला बघण्यातच तुम्हाला जाणवेल की, तुमचं चैतन्य आतल्या बाजूला वळतंय, अंतर्मुख होतं आहे. त्यावेळी तुम्ही सुषुप्तीतही जागे राहाल.

श्रीकृष्णानं 'गीते'मध्ये हेच सांगितलं आहे की, जेव्हा सगळे निद्राधीन होतात, तेव्हासुद्धा योगी पुरुष जागा असतो. सगळ्यांसाठी जी 'निद्रा' आहे ती योगी पुरुषांसाठी निद्रा नाही. तो सुषुप्तीमध्येही जागा आहे.

आणि जेव्हा तुम्ही जागृती, स्वप्न आणि सुषुप्ती या तिन्ही अवस्था वेगवेगळ्या पद्धतीने बघता, तेव्हाच तुम्ही चौथ्या अवस्थेला पोहचाल. तुर्य म्हणजे चौथा – 'दि फोर्थ!' त्या शब्दाचा आणखी कुठलाही अर्थ नाही. त्याला आणखी काही शब्दाचा अर्थ देण्याची गरजही नाही. बस! 'चौथा,' म्हणणं पुरेसं आहे. कारण सगळे अर्थ त्याला बांधून टाकतील, सगळे शब्द त्याला आपल्या चौकटीत अडकवून ठेवतील, नुसता संकेत पुरेसा आहे. कारण तो अनंत आहे आणि असीम आहे.

तुम्ही जेव्हा या तिघांच्यापासून वेगळे व्हाल, बाहेर जाल, तेव्हा तुम्ही परमेश्वर व्हाल. तुम्ही या तिघात प्रवेश केलात तेव्हा अडकलात म्हणून, संकुचित झालात. म्हणजे असं की मोकळ्या आकाशातून एखाद्या बोगद्यामध्ये (टनेलमध्ये) शिरलात आणि बोगदा अरुंद होत जावा, तसं हे आहे. इंद्रियांपर्यंत पोहोचता-पोहोचता तुम्ही अगदी संकुचित होऊन गेला आहात. परत माघारी फिरायचं आहे. तुम्ही जसं-जसं मागे-मागे फिरायला लागता, तसं-तसं तुमच्या आभाळापलीकडे स्वत:ला बघाल, त्या दिवशी तुम्ही 'महाआकाश' व्हाल. त्या दिवशी तुम्ही परमेश्वर व्हाल.

असं पाहा! एखादा माणूस दुर्बिणीतून आकाश पाहातो. दुर्बिणीचं ते छोटंसं छिद्र, त्या छिद्रावरच तो आपला डोळा स्थिर ठेवतो. मग दुर्बिणीपासून डोळा बाजूला घेतो, तेव्हा 'आपण दुर्बीण नाही,' हे त्याच्या लक्षात येतं. तुम्ही सुद्धा डोळा नाही, पण कित्येक जन्मांपासून तुम्ही त्यावर अवलंबून आहात. तुम्ही कान नाही, पण अनेक जन्मांपासून तुम्ही कानानं ऐकताय, तुम्ही हात नाही, तरीही या हातांनी जन्मांतरीपासून तुम्ही स्पर्श करत आहात. बस! तुम्ही दुर्बिणीशी बांधले गेले आहात. एखाद्या शास्त्रज्ञाला दुर्बिणीनं जखडून ठेवावं, तशी तुमची अवस्था झाली

आहे. आता तो दुर्बीण डोळ्याला बांधूनच फिरतोय. तुम्ही त्याची कितीही समजूत घाला की बाबा, दुर्बीण काढून ठेव, ती म्हणजे तू नाहीस; पण तो दुर्बिणीतूनच पाहू शकतो हे विसरूनच गेला आहे. हे विस्मरणच आहे. हे विस्मरण नष्ट करण्याची प्रक्रिया आहे. जागृतीपासून सुरू करा, सुषुप्तीवर ही प्रक्रिया संपन्न करा.

'जागृती, स्वप्न आणि सुषुप्ती' – या तीनही अवस्था स्वतंत्रपणे जाणून घेण्यानं तुर्यावस्थेचंही ज्ञान होतं.

हे सुरू करा आणि हळूहळू पुढे जायला लागा. ज्या दिवशी गाढ झोपेत तुम्हाला भान राहील, त्या दिवशी तुमच्यात आणि बुद्धात, महावीरात, शिवात काहीही फरक उरलेला नसेल.

पण तुम्ही तर उलटंच काम करत आहात. तुम्ही जागेपणातही धड जागे नाही, तर सुषुप्तीमध्ये तुम्ही कसे जागृत राहणार? तुम्ही इथेही निद्रिस्त आहात. तुमचं जागृत होणं अगदी नाममात्र आहे. 'आपण जागे आहोत' असं तुम्हाला उगाच वाटतं, आपण जागं असल्याचा तुमचा भ्रम आहे. कारण तुम्ही काम-चलाऊ कामं करत राहता. सायकल चालवता तेव्हा तुम्हाला वाटतं की, तुम्ही जागे आहात. मोटार चालवता तुम्ही समजता की, आपण जागे आहोत.

पण तुम्ही कधी असा विचार केलात की, हे सगळं आपोआप झालं आहे, यंत्रवत झालं आहे. सायकल चालवणारा विचारही करत नाही की अरे, आता उजवीकडं वळायचं आहे. आता डावीकडं वळायचं आहे. तो तर आपल्या तंद्रीत असतो. विचारात मग्न असतो. सायकल डावीकडं वळते, उजवीकडं वळते, तो आपल्या घरी जाऊन पोहोचतो. विचार करून किंवा लक्षपूर्वक चालवण्याची काही गरज नाही, सगळं यंत्रवत झालंय, सवयीचं होऊन गेलं आहे. तो घरी पोहोचतोच; मोटार चालवणारा चालवत जातो. त्यानं वेगळं जागरूक राहण्याची काही जरूर नाही.

आपल्या सगळ्यांचं आयुष्य एक रूटीन! त्याच-त्याच परिघात फिरणारं झालंय. एखादा घाण्याला जुंपलेला बैल जसा चालतो, तसं आपण जगायला लागतो. त्याच त्याच मार्गावरून रोज चालतो. एखाद्याचा मार्ग थोडा मोठा असतो, एखाद्याचा थोडा लहान असतो, कोणाचा काहीसा देखणा, छान! तर कोणाचा थोडासा कुरूप, पण चाकोरी मात्र तीच असते. त्यात काही फरक नाही. तुमचं आयुष्य एखाद्या घाण्याच्या बैलासारखं आहे. सकाळी उठता तेव्हा एकमार्गी सुरू होतं आणि रात्री झोपता तेव्हा एक वर्तुळ पूर्ण होतं. परत सकाळी उठता परत तेच, परत तेच तसंच. हे सगळं तुम्ही इतकेवेळा पुन्हा-पुन्हा केलं आहेत की, आता लक्ष द्यायची काही गरजच नाही, हे आपोआपच होऊन जातं. वेळ झाली की भूक लागते, वेळ झाली की झोप येते. वेळेवर उठून तुम्ही बाजारात जायला निघता. सगळं

आयुष्य तुम्ही असंच, पडल्या-पडल्या चाकोरीत वर्तुळात घालवता आहात. कधी जागे होणार? स्वत:ला एक झटका कधी देणार? या चाकोरीतून कधी बाजूला होणार? 'असं घाण्याचा बैल होणं मला मंजूर नाही,' असं कधी म्हणणार?

ज्या दिवशी असा झटका द्यायचा तुमच्या मनात विचार येईल, त्या दिवसापासून परमात्म्याच्या दिशेने प्रवास सुरू होतो. देवळात जाण्यानं; तुम्ही धार्मिक होत नाही. कारण तोही तुमच्या घाण्याच्या चक्राचा एक भाग आहे. तुम्ही तिथेही जाता, कारण तुम्ही नेहमीच जात राहिला आहात, कारण तुमचे आई-वडील जात आलेत, त्यांचे आई-वडील जात होते त्या देवळात! हीच पोथ्या-पुराणं तुम्ही वाचत आहात, यापुढंही वाचत जाणार आहात. पण ही घाण्याची चाकोरी आहे. तुम्ही कधी जाणीवपूर्वक, लक्षपूर्वक देवळात गेला आहात?

जाणीव होऊन जर तुम्ही देवळात जाऊ शकलात, तर देवळात जाण्याची गरज राहणार नाही. जिथं तुम्हाला जाणीव होईल, तुम्हाला तिथंच देऊळ भेटेल. जाणीव – भान हेच देऊळ आहे. पण ख्रिश्चन चालला आहे चर्चच्या दिशेनं, शीख जात आहे गुरुद्वाराकडं, हिंदू निघतो देवळाच्या दिशेनं, सगळे आपापल्या चाकोरीत अडकलेले! ही तुमची निद्रिस्त अवस्था तुमच्या स्वत:शिवाय कोणीच दूर करू शकणार नाही.

तेव्हा सगळ्यात आधी हे जाणून घ्यायला हवं की, तुमचा जागेपणाही निद्रिस्त आहे आणि योगी पुरुषांची सुषुप्तीसुद्धा जागृतीच असते. तुम्ही अगदी उलटे योगी आहात आणि ज्या दिवशी तुम्ही 'याच्या' उलटे व्हाल, त्याच दिवशी आयुष्याचं 'सार-सूत्र' तुमच्या हाती येईल. तिन्ही जर वेगवेगळं जाणून घ्याल, तर जाणून घेणारा तिन्हीहून वेगळा होऊन जातो. तुम्ही फक्त ज्ञान आहात, त्या शिवाय दुसरं काही नाही. तुम्ही फक्त भान आहात; मात्र तिन्हीहून स्वत:ला वेगळं करा.

मी एका सूफी फकीराबद्दल वाचलं होतं – जुन्नेदबद्दल. त्याला कोणी शिवीगाळ केली की, तो म्हणायचा – 'उद्या येऊन उत्तर देईन,' दुसऱ्या दिवशी जाऊन म्हणायचा की, 'आता त्या उत्तराची काही गरज नाही.' त्यावर तो माणूस विचारायचा, "अहो, मी काल शिव्या दिल्या, तेव्हा कालच तुम्ही का नाही उत्तर दिलं? काही म्हणा! 'तुम्ही फार वेगळे आहात.' एखाद्या माणसाला शिवी हासडली, तर तो त्याचवेळी तिथेच उत्तर देतो, क्षणाचाही विलंब लावत नाही," जुन्नेद म्हणाला. 'माझ्या गुरूनं सांगितलंय की, जर घाई-गडबड-उतावळेपणा केला, तर भान संपतं म्हणून थोडा अवधी द्यावा. एखाद्यानं शिवी दिली आणि तत्क्षणी त्याचं उत्तर दिलं, तर ते उत्तर भान नसताना दिलं जाईल. कारण त्या शिवीचा तुमच्यावर परिणाम असणार, त्याचा संताप तुम्हाला घेरून टाकणार, त्याचा धूर आता तुमच्या डोळ्यांना झोंबणार. थोडं मळभ जाऊ द्या. चोवीस तासांची मुदत द्या, मग उत्तर द्या.'

पुढे जुन्नेद म्हणे की, 'माझा गुरू मोठा चलाख माणूस होता. कारण, तेव्हापासून मी उत्तरच देऊ शकलो नाही. राग व्यक्त करायला चोवीस तास थांबून राहिलं, तर रागावता येईल असं वाटतं तुम्हाला? चोवीस मिनिटं जरी थांबलं तरी रागावणं शक्य नाही. खरं सांगायचं, तर एक सेकंद जरी थांबलात आणि पुन्हा पाहिलंत, विचार केलात तरी रागावणं अशक्य आहे.'

पण तुम्ही मुळी थांबायलाच तयार नाही. तिकडं कोणी शिवी दिली की, लगेच इकडं विजेचं बटण दाबल्यासारखी तुमची प्रतिक्रिया असते. या दोन्हीत किंचितही काळ जात नाही. यात थोडासाही विलंब, मुभा उरत नाही आणि तुम्हाला तर वाटतं, 'वा! आपण किती भानावर आहोत!' तुमची तर स्वत:वरही मालकी नाही. भानावर नसणारा माणूस स्वत:चा मालक असूही शकत नाही. कोणीही यावं, बटण दाबावं आणि तुम्हाला विचलित करावं – एखाद्यानं येऊन तुमचं कौतुक केलं, स्तुती केली की, तुम्ही लगेच खूश होऊन जाता. तुम्हाला भरून येतं. कोणी तुमचा अपमान केला की, झालं! आलेच तुमचे डोळे भरून. मग सांगा! आहात तुम्ही स्वत:चे मालक? का प्रत्येकजण तुमच्यावर सत्ता गाजवतंय? आणि जे तुमच्यावर अधिकार गाजवत आहेत, तेही स्वत:चे मालक नसतात. तुम्ही तर गुलामांचे गुलाम आहात आणि गंमत अशी की, सगळे एकमेकांवर जोर दाखवण्यात पटाईत आहेत आणि त्यांच्यापैकी एकही जण भानावर नाही. 'कोणीही यावं... टिकली मारून जावं.' – आत्म्याचा यापेक्षा मोठा अपमान असू शकत नाही.

मुल्ला नसरुद्दीन, एका ऑफिसमध्ये काम करायचे. सगळे त्यांच्या कामावर नाराज होते, कारण काम असं काही नव्हतंच मुळी. ते एकतर झोपलेले असायचे, नाहीतर पेंगत असायचे. शेवटी ऑफिसमधले लोक इतके वैतागून गेले की, हळूहळू त्यांनी तोंडावर बोलायला सुरुवात केली. मालकही बोलले, रागावले, ओरडले. पण त्यांना मात्र काही फरक पडला नाही. असा अपमान आणि या सगळ्या त्रासामुळं त्यांनी राजीनामा दिला. बदलणं अवघड होतं, राजीनामा देणं सोपं होतं. हे जग सोडून जे लोक संन्यासाकडे धावतात, ते राजीनामाच देत आहेत. बदलणं तर अवघड आहे, राजीनामा देणं नेहमीच सोपं असतं.

त्यांनी राजीनामा दिला. या राजीनाम्यानं सगळं ऑफिस खूश झालं. लोकांना इतका आनंद झाला की मालक म्हणाले, 'आता हा जर आपल्याच पायानं जात आहे, तर त्याच्यासाठी निरोप समारंभ करायला हवा. याच्यामुळे आपण किती वैतागलो होतो आणि आता तो सोडून चालला आहे. त्याला सोडायला लावण्याशिवाय दुसरा काही मार्गही नव्हता. अगदी डोईजड झाला होता.' त्यांच्या राजीनाम्यामुळं खरंच सगळे अगदी आनंदित झाले होते, त्यामुळे निरोप समारंभही त्यांनी दणक्यात आयोजित केला. मिठाई, खाणं-पिणं सगळे एकत्र जमले. नसरुद्दीन अगदी चक्रावून

गेले. सगळे त्यांच्याबद्दल स्तुतीपर दोन-दोन शब्द बोलले. निरोपाच्या वेळी नसरुद्दीन उभे राहिले – गहिवरलेले! डोळ्यांतून अश्रुधारा लागलेल्या ते म्हणाले, 'मी माझा राजीनामा मागे घेतो आहे. तुम्हा सगळ्यांचं माझ्यावर इतकं प्रेम आहे, हे मला माहीतच नव्हतं. आता या आयुष्यात इथून सोडून जाण्याचं काहीच कारण नाही.'

आपण नियंत्रित होत राहतोय आणि नेहमी असंच घडतं की चोहीकडे, सगळं जग एकेकाला चालवत राहतो आणि चोहीकडे ऋतू बदलत असतात. हजारो प्रकारची माणसं आहेत. त्यामुळे तुमच्या मनात खोलवर एक भ्रामक समजूत आणि गोंधळ आहे. असणारच! कारण तुम्ही एकाकडूनच नियंत्रित होत नाही. तुमच्यावर एकाचीच हुकूमत नाही. एकाचीच हुकूमत त्याच्यावर चालते. जो जागृत झाला आहे, त्याच्या आयुष्यात एक प्रकारचा स्पष्टपणा, पारदर्शकता असेल. त्याच्या आयुष्यात एक सरळपणा, एक निश्चितपणा असेल. त्याच्या आयुष्याला एक दिशा असेल. तुमच्या आयुष्याला काही दिशा असू शकत नाही. गर्दीत धक्के खात चालणाऱ्या, माणसासारखे तुम्ही आहात. तो स्वत: तर चालत नाही, पण गर्दी त्याला एवढं ढकलते की, तो स्थिर उभाही राहू शकत नाही. एखाद्यानं त्याला डावीकडं धक्का दिला की, तो डावीकडं जातो, कोणी उजवीकडं ढकललं की, तो उजवीकडं जातो. तुमचं सगळं आयुष्य असं गर्दीत धक्के खात चालण्यातच जातं. तुम्ही अगदी लक्ष देऊन बघा, तुमच्या लक्षात येईल. कोणी काही म्हटलं की, तुम्ही तसं करता. मग दुसरा एखादा आणखी काही म्हणतो की, तुम्ही तसं करता. मग तुमच्या मनात इतके विरोधाभास निर्माण होतात की, बस्स!

माझ्या ओळखीचे एकजण आहेत. रिक्षा उलटल्यानं त्यांना थोडंसच लागलं होतं. दवाखान्यातून त्यांना सोडल्यानंतर पुढे सहा महिने उलटले. अगदी टुणटुणीत झाले. तरीही ते आपले कुबड्या घेऊन...! यावर मी त्यांना विचारलं, 'आता या कुबड्या कधी सोडणार?' तर म्हणतात कसे "अहो, मलाही त्या सोडायच्याच आहेत." माझे डॉक्टरही सांगतात. आता त्यांचा काही उपयोग नाही. पण माझे वकील म्हणतात, "अजून ठेवा जोपर्यंत खटल्याचा निकाल लागत नाही, तोपर्यंत राहू देत. मग सांगा, आता कोणाचं ऐकू?"

तुमचा वकील काहीतरी सांगतो, तुमचा डॉक्टर काहीतरी म्हणतो, पत्नीचं काहीतरी सांगणं असतं, नवरा दुसरंच काहीतरी म्हणत असतो, मुलगा तिसरंच काहीतरी सांगतो, वडील चौथंच काहीतरी म्हणतात. चोहीकडून तुमच्यावर जोर दाखवणारे मालक आहेत. कोट्यवधी मालक आहेत आणि तुम्ही एकटे आहात आणि तुम्ही सगळ्यांचं ऐकता. जो तुम्हाला दबावात ठेवतो, त्याचं तुम्ही ऐकता. अशावेळी तुमच्या मनाला जखमा होतात. व्यक्तिमत्त्व दुभंगतं, दुबळं होतं. जोपर्यंत तुम्ही मनाचं ऐकणार नाही, तोपर्यंत तुम्ही अखंड-सलग-एकसंध होऊ शकत नाही.

ज्यानं आतला आवाज ऐकायला सुरुवात केली आणि जो त्या आतल्या आवाजासाठी सगळं पणाला लावायला तयार आहे, त्याला मी 'संन्यासी' म्हणतो.

पण जोपर्यंत तुम्ही भानावर नाही, तोपर्यंत आतला आवाज तुमच्या लक्षातही येणार नाही. तोपर्यंत जरी तुम्ही आतला आवाज ओळखू शकलात की, हा आतला आहे, तरी तो आतला नसेल, तोही बाहेरचाच आवाज असेल. जो भानावर नाही, त्या माणसाला आतला आवाज काय कळणार? भारतात दिल्लीत बसलेले सगळे राजकारणी नेहमी आतल्या आवाजाच्या गोष्टी करतात. झोपलेल्या – निद्रिस्त माणसाला अंतरात्मा कसा कळणार? कुठला आवाज हा अंतरात्म्याचा आहे. तुम्हाला काय ठाऊक? जो आवाज तुमच्या इच्छा-वासना तृप्त करतो असं वाटतं तो अंतरवासनेचा आवाज असतो त्याला तुम्ही अंतरात्म्याचा आवाज म्हणता?

फक्त जागृत माणसाच्या अंतरंगात आवाज असतो आणि तो आवाज तुम्हाला मिळाला, तर तुमच्या आयुष्यातली इतकी सगळी जी किल्मिषं आहेत, जो त्रास आहे, जे हजारो प्रकारचे विसंवादी सूर आहेत की, तुम्ही म्हणजे गर्दी झाला आहात, तुम्ही व्यक्ती नाही. जिथं सगळं काही चालतं अशा बाजारासारखे आहात. मुंबईचा शेअर बाजार आहात तुम्ही जिथं वाटेल ते सगळं चाललं आहे. काही कळत नाही. तुम्ही काय आहात, हे तर एखाद्या नवख्या माणसाला कळणारच नाही. कोणी काय ओरडतंय, तर कोणी काय बरळतंय, सगळ्या प्रकारचे आवाज आहेत. त्यात तुमचा आवाज पार हरवून गेला आहे.

तुर्यावस्था म्हणजे आत्म्याला ओळखणं आणि या तीन अवस्थांमधून तुम्ही स्वत:ला पूर्ण वेगळं काढलंत, तरच तुम्ही आत्मा ओळखू शकाल. छोटे-छोटे प्रयोग सुरू करा. राग आला, थांबा घाई काय आहे! घृणा वाटली, थोडं थांबा, थोडा वेळ मध्ये जायला हवा. जेव्हा तुम्ही भानावर याल तेव्हाच उत्तर द्या. त्या आधी उत्तर देऊ नका आणि मग तुम्हाला जाणवेल की, तुमच्या आयुष्यातून पाप नाहीसं व्हायला लागलंय. चुकीच्या गोष्टी आपोआपच गळून पडायला लागल्या आहेत. तुमच्या एकदम लक्षात येईल की, आता रागाला प्रत्युत्तर देण्याची काही गरज राहिलेली नाही. असंही होऊ शकतं की, ज्यानं तुमचा अपमान केला होता, त्याचे तुम्ही आभारही मानाल. कारण त्यानंही तुमच्यावर एकप्रकारे उपकारच केलेत, तुम्हाला सजग – जागृत होण्याची संधी दिलीय.

कबीरांनी म्हटलं आहे :

निंदक नियरे राखिए,
आंगन-कुटी छवाया।

जो तुमची निंदा करतो, त्याला तुम्ही अगदी आपल्या शेजारीच जागा देऊन त्याची व्यवस्था करा. त्याला घरातच ठेवून घ्या. कारण, तो तुम्हाला जागृत

होण्याची संधी देईल. जे-जे तुम्हाला भान हरपण्याची वेळ आणतात, तुम्ही मनात आणलंत, तर तीच संधी तुम्ही जागृतीची पायरीसुद्धा बनवू शकता. आयुष्य म्हणजे जणूकाही रस्त्यात पडलेली मोठी शिळा. जे समजूतदार नाहीत, ते शिळा पाहून परत फिरतात. ते म्हणतात जायला वाट नाही, रस्ता बंद आहे. जे समजूतदार आहेत, ते शिळेवर, दगडावर चढतात, त्याला ते शिडी बनवतात आणि एकदा शिडी बनवली की, आणखी वरचा मार्ग मोकळा होतो.

साधकानं एकच गोष्ट लक्षात ठेवायची आहे. ती म्हणजे प्रत्येक क्षणाचा जागृतीसाठी उपयोग करून घ्यायचा आहे. कणा-कणानं तुम्ही अशी जागृती साठवत जाल, तर तुमच्यात इंधन साठेल. त्या इंधनानं ज्योत प्रज्वलित होईल, त्यात तुम्हाला जाणवेल की, तुम्ही जागृत नाही आणि तुम्ही स्वप्नही नाही, तुम्ही सुषुप्ती सुद्धा नाही. तुम्ही या तिन्हीच्या पलीकडे पोहोचला आहात. ज्ञान टिकून राहणं हीच जागृत-अवस्था! बाह्यवस्तूंचं ज्ञान कायम राहणं म्हणजेच जागृतीची अवस्था आहे.

विकल्प, पर्याय म्हणजेच स्वप्न!

मनामध्ये विचार – विकल्पांचं म्हणजे, पर्यायांचं नाजूक जाळं, कल्पनांचा विस्तार म्हणजे स्वप्न!

अविवेक म्हणजे आत्मबोधाचा अभाव, यालाच सुषुप्ती म्हणतात. या तीन अवस्थांमधून आपण जात असतो. पण जेव्हा आपण त्यातल्या पहिल्या अवस्थेतून जातो, तेव्हा तिच्याशीच आपण एकरूप होऊन जातो. जेव्हा आपण दुसऱ्या अवस्थेतून जातो, तेव्हा दुसरीमध्ये मिसळून जातो. तिसऱ्या अवस्थेतून जाताना, आपण तिसरीशी एकजीव होऊन जातो. त्यामुळं आपण या तिन्हींना वेगवेगळं बघू शकत नाही. वेगळं बघण्यासाठी थोडं अंतर असायला हवं. स्वतंत्रपणे पाहण्याकरिता थोडी जागा हवी. तुम्ही आणि जे तुम्ही बघता आहात त्या दोन्हीमध्ये थोडी रिकामी जागा असली पाहिजे. अगदी तुम्ही आरशात बघतानाही आरशाशी डोकं चिकटवून उभे राहिलात, तर स्वत:चं प्रतिबिंब पाहू शकणार नाही. थोडं अंतर हवं आणि तुम्ही जागृतीच्या, स्वप्नाच्या, सुषुप्तीच्या इतके जवळ उभे राहता की, अगदी एकरूपच होऊन जाता. तुम्ही त्याच रंगाचे होऊन जाता आणि ही दुसऱ्याच्या रंगात एकरूप होऊन रंगून जाण्याची आपली सवय इतकी जुनी आहे की, यातून शोषण होतंय हे आपल्या लक्षातही येत नाही.

समजा तुम्ही हिंदू आहात आणि तुम्हाला सांगितलं की, ही मशीद उभी आहे, तिला आग लावा. पण हे बरोबर आहे का? याचा तुम्ही हजार वेळा विचार कराल आणि मशीदसुद्धा त्या परमेश्वरासाठीच समर्पित आहे. पद्धत वेगळी असेल, शिडीचा रंग वेगळा असेल, रस्त्याची व्यवस्था वेगळी असेल, पण ध्येय तेच आहे.

परंतु हिंदूंची एखादी गर्दी मशिदीला आग लावायला निघाली आहे, तुम्ही त्या गर्दीत आहात अशावेळी तुम्ही विचार करत नाही. कारण, तुम्ही गर्दीचाच रंग धारण करता. अशावेळी तुम्ही मशीद जाळाल आणि नंतर जर तुम्हाला 'तुम्ही हे असं कसं करू शकलात?' असं कोणी विचारलं, तर तुम्हीही विचारात पडाल आणि म्हणाल, 'खरंच आश्चर्य आहे, मी कसं करू शकलो हे?' तुमच्या एकट्याच्यानं हे झालं नसतं, तुम्ही एकटे असं करू शकला नसतात. पण मग गर्दीत तुम्ही का हरवून गेलात? कारण, हरवून जाणं तुमचा स्वभाव आहे. हरवून जाण्याची तुम्हाला सवय आहे.

कोणताही मुसलमान एकटा असेल तर इतका वाईट नसतो, जेवढा तो गर्दीत – जमावात वाईट असतो. कोणीही हिंदू एकट्यानं तितका वाईट नसतो, जितका तो गर्दीत, जमावात वाईट असतो. गर्दीत, जमावात राहून माणूस जेवढी पापं करतो तेवढी तो एकटा असेल, तर करणार नाही. असं का? कारण जमाव-गर्दी तुम्हाला भारावून टाकते. तुम्ही गर्दीच्या रंगात एकजीव होता. जर जमाव रागानं भारावलेला असेल, तर 'आपल्यातही रागाची भावना निर्माण होतेय,' असं तुम्हाला अचानक जाणवेल. जर जमाव रडतोय – ओरडतोय, तर तुम्हीही रडायला – ओरडायला लागता. जमाव जर प्रसन्न असेल, आनंदी असेल, तर तुम्ही स्वतःचं दुःख विसरता आणि आनंदी होता.

कल्पना करा की, तुम्ही एखाद्याच्या घरी गेला आहात, तिथं कोणीतरी वारलं आहे आणि अनेकजण रडत आहेत. अचानक तुम्हालाही रडू फुटल्यासारखं वाटेल. कदाचित 'आपण फारच हळवे आहोत,' असं तुम्हाला वाटेल. एखादवेळेस वाटेल की, हे सहानुभूतीचे अश्रू आहेत, असं वाटलं तर तुम्ही चुकताय. कारण, त्या माणसाच्या मृत्यूची बातमी तुम्ही घरीही ऐकली होतीच. तेव्हा तुम्हाला काहीही वाटलं नव्हतं कारण तुम्ही एकटे होतात. तेव्हा, 'जन्माला येणं-मरणं, हे तर व्हायचंच' असा तुम्ही विचार केला असेल. तो माणूस मेला आहे, त्यामुळं दुःख होण्याच्या ऐवजी तुम्हाला वाटलं असेल, 'झालं! आली कटकट, आता जावं लागणार आणि आपल्याला दुःख झाल्याचं दाखवावं लागणार. इतर ढीगभर कामं पडलीत आणि हे एक संकटमध्येच उद्‌भवलं! हा माणूस असला होता की अवेळी मेला! आजची ही काय वेळ होती मरायची!' हे तुमचे विचार असणार. पण जेव्हा तुम्ही त्या घरी पोहोचता आणि तिथं सगळ्यांना रडताना बघता, जमाव दुःखी झालेला पाहता, तेव्हा तुम्हाला अचानक जाणवतं की, तुमच्या मनात बरेच भाव – तरंग उठत आहेत. हे भाव कवडीमोलाचे आणि धोकादायक आहेत. कारण तिथला जमाव तुम्हाला रंग देतो आहे. तुम्ही स्वतःला वाचवायला हवं. जी सहानुभूती तुमच्या मनापासून न येता जमावामुळं येते, ती सहानुभूती काही कामाची नाही.

तुम्ही बघितलं असेल की दु:खी, त्रासलेली, बेचैन असलेली माणसंही होळीच्या हुल्लडबाजीत अतिशय आनंदी दिसतात. ती सुद्धा नाचतात-गातात-गुलाल खेळतात. ज्यांच्या आयुष्यात गुलाल अजिबातच नाही आणि ज्यांनी आयुष्यात कधीही कुठला आनंदाचा क्षण-आनंदाचं गाणं पाहिलं अथवा ऐकलं नाही, ते असे अचानक रस्त्यावर रंग उधळतात. झालं तरी काय यांना? हाच माणूस काल मेल्यासारखा आणि पाय ओढत ओढत चालला होता. त्याचं आयुष्य जणू सुषुप्तासारखं होतं आणि आज तोच माणूस नाचतोय! जमावानं याला रंग दिलाय.

साधकानं जमावापासून, गर्दीपासून सावध राहायला हवं. तुम्ही स्वत:चा आवाज शोधा, आपला स्वर बघा. जमाव तुम्हाला नेहमीच धक्के मारत आलाय आणि जमावाबरोबर जमाव जसं बनवेल तसं तुम्ही होत आला आहात. असं का होऊ शकतं? हे असं होऊ शकतं कारण, तुम्हाला स्वत:चं वेगळेपण जाणवत नाही. जिथं कुठं तुम्हाला स्वत:चं वेगळेपण जाणवत नाही. तिथं कुठं तुम्हाला स्वत:चं वेगळेपण संपवण्याची संधी मिळते. तुम्ही लगेच तिथं ते विलीन करून टाकता. तुम्ही अगदी कुठंही बुडून जायच्या तयारीतच बसलेले असता. झोप आली की, झोपेत बुडून जाता. जागे झालात की, जागृतीत बुडून जाता. स्वप्न पडलं की, स्वप्नात बुडून जाता. लोक दु:खात असले की, तुम्ही दु:खी होता. लोक सुखी असले, तर तुम्हीही सुखी होता. तुम्ही आहात? का तुम्ही फक्त बुडण्याचा एक बिंदू आहात... ठिपका आहात? तुमचं काही अस्तित्व आहे? तुमचं काही केंद्रस्थान आहे?

त्या केंद्राचं नावच 'आत्मा' आहे. हे केंद्र म्हणजेच आत्मा. आपलं अस्तित्व जागं करा. बुडण्यापासून स्वत:ला वाचवा. म्हणूनच तर सगळे धर्म दारूच्या विरोधात आहेत. दारूत तसं काही वाईट नाही. पण सगळे धर्म दारूविरुद्ध आहेत. एकूणात कारण हे आणि इतकंच आहे की, ती बुडण्याचा मार्ग आहे. सगळे धर्म जागं करण्याच्या विचारसरणीचे आहेत आणि जो माणूस दारू पितो, तो बुडत असतो. ज्या ज्या गोष्टी तुम्हाला बुडवतात, ज्या ज्या गोष्टींमुळे तुम्ही आणखीनच बेभान होता, शुद्ध गमावता. तसेही तुम्ही पुरेसे शुद्ध गमावलेले आहात, तुमच्यात तिळमात्र शुद्ध आहे, भान आहे, ते सुद्धा तुम्ही गमवायला तयार असता.

आणि आश्चर्याची गोष्ट अशी की, जेव्हा केव्हा तुम्ही ती शुद्ध गमावता, तेव्हाच तुम्ही खूश होता. तेव्हाच तुम्ही शांत होता. तुमच्यासारखा मूर्ख शोधून सापडणार नाही. कारण जेव्हा तुम्ही ती गमावता, तेव्हाच तुम्ही 'वा! फार आनंद आहे' असं म्हणता. का? कारण, ते जे थोडंसं भान आहे, ती जी थोडी शुद्ध आहे ती तुम्हाला आयुष्यातल्या अडचणी-समस्या बघायला-कळायला मदत करते. ती तुम्हाला

आयुष्यासाठी चैतन्यपूर्ण करते आणि चिंता दाखवते. तुम्ही भानावर-शुद्धीत नाही याचं भान-शुद्ध ती तुम्हाला देते. ही छोटीशी किरण-शलाका तुमच्या अंतर्मनात आहे, ती तुमच्या आयुष्यातील काळोख व्यक्त करते, ती ठळक आहे. प्रखर आहे. तुम्ही ती शलाकाही नाहीशी करायला बघताय की, ना ती शलाका राहील ना काळोखाची जाणीव होईल. ना रहेगा बांस-ना बजेगी बांसुरी! कारण त्या किरण शलाकेमुळं काळोखाची जाणीव होते, बाजूला सारा ती किरण शलाका. प्या दारू, बुडून जा एखाद्या जमावाच्या कृत्यात, राजकारणात... याच्यात, त्याच्यात, कुठंही स्वत:ला गुंतवून टाका, जेणे करून तुम्हाला स्वत:चा विसर पडेल.

पाश्चिमात्य मानसशास्त्रज्ञ म्हणतात की, 'जर तुम्ही स्वत:ला विसरू शकलात, तरच तुम्ही तंदुरुस्त-निरोगी राहू शकाल' आणि पौर्वात्य धर्मगुरू सांगतात की, 'तुम्ही स्वत:ला जागृत करू शकलात, तरच तुम्ही निरोगी होऊ शकाल.' मोठ्या विरोधाभासी गोष्टी आहेत. पण दोन्ही गोष्टी अर्थपूर्ण आहेत. पाश्चिमात्य मानसशास्त्रज्ञ, तुम्ही जसे आहात तसा तुमचा स्वीकार करतो. तुम्ही आहात तसंच राहावं, जगावं, कसंही करून आयुष्य कंठावं यासाठी तो तुम्हाला मदत करतो. तो म्हणतो ते बरोबर आहे. काहीही करून स्वत:ला विसरून जा, असं त्याचं म्हणणं आहे. अधिक चैतन्य धोकादायक आहे. कारण, चिंता-काळज्या तुम्हाला घेरून टाकतील. कारण त्यावेळी तुम्हाला सगळ्या गोष्टी दिसायला लागतील आणि आयुष्यात, तर काहीच धड नाही. सगळी गडबड आहे, सगळं गोंधळाचं आहे. तेव्हा तुम्ही डोळे मिटून घ्यावे, प्रसन्न राहावं हे उत्तम! या सगळ्या अडी-अडचणी बघायची काय गरज आहे?

पण पूर्वेकडील धर्मगुरू तुमचा स्वीकार करत नाहीत. ते म्हणतात, 'तुम्ही रुग्ण आहात.' तुम्ही विक्षिप्त तर आहातच. तुम्हाला आधी शांतीची गरज नाही. चिंता-काळज्या वाढल्या आणि तुम्ही बेचैन झालात तरीही हरकत नाही. कारण, त्यामुळंच तर तुम्ही बदलाल आणि क्रांती होईल.

हे म्हणजे कसं आहे की, एखाद्याला कॅन्सर झालाय आणि आपण काहीही करू शकत नाही. अशावेळी आपण त्याला भूल देतो. गुंगीत ठेवतो की, बाबा तू निदान आरामात पडून तरी रहा!'

पण पूर्वेकडील धर्मगुरू म्हणतात, 'गुंगीनं आयुष्यात क्रांती होत नाही. जागं करा! परिवर्तन होऊ शकतं.' रूपांतरण होऊ शकतं आणि माणसाची सध्याची, वर्तमान स्थिती ही काही त्याची अंतिम स्थिती नाही. ही त्याची पहिलीही अवस्था नाही. तो तर प्रवासाच्या अर्थात यात्रेच्या अगदी दूर उभा आहे दरवाज्याबाहेर. अजून त्यानं पाऊलही टाकलेलं नाही. महा-आनंदाची शक्यता आहे. पण तुम्ही हे असे निद्रिस्त आहात, यानं 'महा-आनंद' होणार नाही.

सुख आणि आनंद यातला फरक लक्षात घ्या. सुख म्हणजे अशी अवस्था जेव्हा तुमच्यात छोटासा किरण चमकतो. तोही विरून जातो. तेव्हा तुम्हाला काहीच दु:ख होत नाही. आनंद म्हणजे अशी अवस्था जेव्हा तुमच्यातला छोटासा किरण महासूर्य बनतो आणि सगळा अंधकार नष्ट होतो. सुख हे नकारात्मक-(निगेटिव्ह) आहे. दु:ख न जाणवणं!

समजा तुमचं डोकं दुखतंय, तेव्हा ॲस्प्रोची गोळी सुख आहे, आनंद नाही. कारण, ॲस्प्रोची गोळी तुम्हाला डोकेदुखीची फक्त जाणीव होऊ देत नाही. ती तुम्हाला बेहोशी देते. तुम्ही आजारी आहात, त्रासलेले आहात, आयुष्य चिंतांनी ग्रासून गेलं आहे. तुम्ही दारू पिता; मग सगळं ठीक होतं. दु:खी दारूडा गुत्त्यात जातो आणि नाचत-गात परत येतो. तुमच्यात प्रकाशाचा जो छोटासा किरण आहे, त्याच्या मोबदल्यात तो गमावून तुम्ही सुख विकत घेता. त्यापासून तुम्हाला आनंद कधीच मिळणार नाही. कारण सुख म्हणजे 'दु:ख फक्त विसरणं आहे,' 'दु:खाचं विस्मरण आहे' आणि आनंद म्हणजे 'आत्म्याचं स्मरण' आहे. ते विसरणं नाही, पूर्णपणे स्मृती आहे. कबीरानं त्याला 'सुरति' म्हटलंय. ते पूर्ण स्मरण आहे.

हे सूत्र, तुम्हाला पूर्ण स्मृतीकडं घेऊन जाईल. तेव्हा लक्षात ठेवा; बेहोश करणाऱ्या गोष्टींपासून सावध राहा आणि बेहोश करण्याचे इतके सोपे मार्ग आहेत की, तुम्हाला ते कळतही नाहीत. तुम्ही त्यात इतके वाहत जाता, भारावले जाता की, तुम्हाला काही पत्ताच लागत नाही.

एखादा माणूस खादाड असतो. तो खातच बसतो. खाणं, तो द्रवरूप असल्यासारखं, पाण्यासारखं ग्रहण करतो. तुमच्या हे लक्षातच येत नाही. अति जेवण झालं की, झोप येते. अति भोजनामुळे सुषुप्ती येते. म्हणून जर एखाद्या दिवशी तुम्ही उपवास केलात, तर तुम्हाला रात्री झोप येणार नाही. कारण जेवणाची अशी एक गुंगी आहे. तेव्हा जो चोवीस तास खाण्याच्या मागे असतो, तो खाण्याच्या माध्यमातून बेहोशी शोधत असतो.

एखादा माणूस महत्त्वाकांक्षेच्या मागं असतो. तो म्हणतो 'एक कोटी जमेपर्यंत मी काही थांबणार नाही' आणि मग तो वेड्यासारखा त्याच्या मागं लागतो. सकाळ असो रात्र असो, दिवस असो, काळोख होवो की उजाडो! त्याला कशाची तमा नसते. त्याच्या डोक्यात गणिताचं एकच चक्र फिरत असतं, एक कोटी! त्या एका गणितापायी त्यानं सगळं झोकून दिलंय. त्याला बाकी कसली चिंता नाही. कशाची काळजी नाही. बस! त्याच्या लेखी फक्त एक कोटी! जेव्हा तो हे एक कोटी कमवेल, त्या दिवशी त्याला एक चिंता ग्रासेल. तेव्हा अचानकपणे त्याच्या लक्षात येईल की, अरे! संपलं सगळं. आता काय करायचं?

माझ्या ऐकण्यातली गोष्ट आहे – वेड्यांच्या एका इस्पितळात तीन जण होते.

एकाच खोलीत ठेवले होते. कारण, तिघं एकाच वेळी वेडे झाले होते आणि तिघंही जुने मित्र होते. एकमेकांना वेडं केलं असणार! एक मानसशास्त्रज्ञ त्यांचा अभ्यास करायला आला होता. त्यानं रुग्णालयाच्या डॉक्टरांना विचारलं, 'यांच्यापैकी एक नंबरला काय त्रास आहे!' ते म्हणाले, 'हा नंबर एक – एका दोरीला बसलेली गाठ सोडवायला बघत होता आणि गाठ सोडवता न आल्यानं, त्यात तो वेडा झाला.'

'आणि हा दुसरा काय करत होता?'

'तोही त्याच दोरीची गाठ सोडवत होता. त्याला ती सोडवता आली आणि म्हणून तो वेडा झाला.'

तो मानसशास्त्रज्ञ थोडा चक्रावला. 'आणि हे तिसरे महाशय?' त्यानं विचारलं.

ते म्हणाले, 'हेच ते महाशय, ज्यांनी गाठ मारली होती.'

एखादा गाठ मारतो – एखादा ती सोडवायला बघतो – कोणी यशस्वी होतो, तर कोणी अयशस्वी, त्यानं काही फरक पडत नाही, पण सगळे वेडे होतात. पण माणसं गाठी मारण्यात – सोडवण्यात का गुंतली आहेत? स्वत:पासून बचाव करण्यासाठी? स्वत:ला स्वत:पासून वाचवण्याच्या या क्लृप्त्या आहेत. नाहीतर स्वत:ला तोंड द्यावं लागेल. जर तुम्हाला काही महत्त्वाकांक्षा नाही, नाही दिल्लीत जायचं, नाही राजकारण करायचं, ना निवडणूक लढवायची आहे ना पैसा कमावण्याचं वेड आहे. मग स्वत:ला स्वत:पासूनच कसं वाचवणार? मग कुठून ना कुठून तरी स्वत:शी गाठ पडणार. तीच भीती आहे की, न जाणो स्वत:शीच गाठ पडेल, त्या कल्पनेनं हाता-पायात कापरं भरतं.

'आत्म्याला जाणून घ्या,' असं तुम्ही कैक वेळा ऐकता. पण जर तुम्ही स्वत:ला समजू शकलात, तर आपण आत्मा जाणून घेण्यापासून बचाव करण्याचे सगळे उपाय करतो,' असं तुमच्या लक्षात येईल. बुद्ध पुरुष सांगतात की, आत्मा जाणून घेतल्यानं महाआनंदाचा वर्षाव होतो, अमृताची बरसात होते. कबीर म्हणतात की, अमृत मेघांची गर्जना होते आणि अमृतसरींचा वर्षाव होतो. परंतु हे खूपच शेवटी शेवटी घडतं, आधी तर खूपच दु:खातून जावं लागतं. आयुष्यात तुम्ही जेवढी सोंगं केलीत, जन्मजन्मांतरांपासून जी सोंगं करत आलात, ती सगळी सोडून द्यावी लागतील आणि प्रत्येक सोंगाचा त्याग करताना वाईट वाटणार. प्रत्येक सोंग सोडून देताना दु:ख होतं. कारण त्यानं एक माधुर्य दिलं होतं, एक निद्रा दिली होती, एक बेहोशी दिली होती आणि आता ते सगळं सोडून द्यायचं! ते सोडून दिल्याशिवाय, जिथं आकाशात अमृताचे घन जमलेले असतात आणि जिथं आनंदाचा वर्षाव होतो तिथं तुम्ही पोहोचूच शकणार नाही. यातला मध्यम मार्ग म्हणजेच तपश्चर्या. जागृतीपासून तुमच्या तपाला सुरुवात करा. मग स्वप्नापर्यंत घेऊन जा, मग सुषुप्तीपर्यंत घेऊन जा.

मनातले विचार – शंका, पर्याय – विकल्प म्हणजे स्वप्न!

मन विकल्पांनी भरलेलं असणं म्हणजे स्वप्नदशा! पण म्हणजे तुम्ही फक्त रात्रीच स्वप्न पाहता असं नाही, तर दिवसासुद्धा तुम्ही स्वप्नं बघत असता. तुम्ही इथं बसला आहात, म्हणजे तुम्ही इथंच बसला असाल असं असेलच असं नाही, तुम्ही इथं बसून माझं बोलणंही ऐकताय आणि स्वप्नही बघताय असं सुद्धा होऊ शकतं. तुमच्या आत चोवीस तास, स्वप्नांची एक अंतर्गत मालिका चालू असते. जागे असतानासुद्धा तुमच्या भोवती स्वप्नाचं रिंगण असतंच, काही ना काही चालूच असतं. केव्हाही डोळे बंद करा! आपल्या आत काहीतरी चालू आहे हे तुमच्या लक्षात येईल.

ज्याप्रमाणे रात्री तर आकाशात चांदण्या दिसतात, पण दिवसा दिसत नाहीत, तशी ही अवस्था आहे. कारण, त्या सूर्याच्या प्रकाशात झाकल्या जातात. पण म्हणून त्या नाहीशा होतात असं समजू नका. त्या आपल्या जागी असतातच. हरवतील कशा? जातील कुठं? तुम्ही एखाद्या खोल विहिरीत जा आणि त्या खोल विहिरीत उभं राहून दिवसा पाहिलंत, तर तुम्हाला दिवसासुद्धा आकाशात तारे-चांदण्या दिसतील. कारण, तारे पाहण्यासाठी अंधार हवा. सूर्याच्या प्रकाशामुळं तारे दिसत नाहीत.

स्वप्नांचंही असंच आहे. रात्रीच स्वप्नं दिसतात असं नाही. पण रात्रीचा अंधार हवा. डोळे मिटले तर दिसतात. दिवसा डोळे उघडे असतात, सत्राशे-साठ कामं करायची असतात. स्वप्नं तर आत तशीच असतात; पण दिसून येत नाही. दिवसाही जर तुम्ही आराम खुर्चीत डोळे मिटून बसलात, तर तत्क्षणी दिवा स्वप्न सुरू होईल. ते चालूच होतं. ते आत चालूच राहतं. त्याचं एक अंतर-सूत्र असतं.

हे 'अंतर-सूत्र' तोडणं अत्यंत आवश्यक आहे. कारण, दिवसा ते तोडू शकलात, तर रात्री तोडू शकाल. दिवसाच तोडू शकला नाहीत, तर रात्री कसं तोडाल? हे अंतर सूत्र तोडण्यासाठी सगळ्या मंत्रांचा उपयोग केला जातो. म्हणजे असं की, समजा एखाद्या माणसाला त्याच्या गुरूनं मंत्र दिला की तू काम कर, बाजारात जा, माल नीट विक, खरेदी कर, पण आत 'राम-राम-राम' चा जप चालू ठेव.

याचा अर्थ काय? जर काम करताना आतमध्ये तुम्ही राम-नामाचा जप चालू ठेवलात, तर जी शक्ती स्वप्नं होत होती, स्वप्नांची मालिका बनत होती, ती रामनामाचा प्रवाह बनेल. कारण आतमध्ये स्वप्नरूप होणारी तीच शक्ती आहे. तेव्हा आतमध्ये तुम्ही आपलं स्वत:चंच एक स्वप्न निर्माण केलंत – राम, राम, राम, राम! बाहेरून तुम्ही सगळी कामं करत असता आणि आतून तुम्ही राम-नामाचा जप करत असता. अशावेळी तुमच्यातली जी शक्ती रिकामपणात स्वप्नरंजन करत असे, ती रामाचं नामस्मरण होईल. त्यानं काही 'राम' मिळेल असं नाही, पण

स्वप्न नष्ट करायला मदत होईल आणि ज्या दिवशी तुम्हाला रात्री झोपेतही लक्षात येईल की, आपल्याला स्वप्न पडत नसून अखंड रामनाम चालू आहे, त्या दिवशी स्वप्न नाहीशी झाली असं समजा.

म्हणजे मंत्राचं यश झोपेत कळतं, दिवसा लक्षात येत नाही. कसं लक्षात येणार? तुम्ही दिवसभर राम-नामाचा जप करत असाल, तर रात्री झोपेत स्वप्न पडणार नाहीत. अखंड राम-नाम चालेल. हे इतकं अखंडपणे चालू शकेल की, त्याची तुम्ही कल्पनाही करू शकणार नाही. स्वामी राय 'राम' नामाचा जप करत असत. एकदा रात्री हिमालयात आपला मित्र, सरदार पूर्णसिंहाकडे मुक्कामी होते. घर तसं एकाकी होतं. लांब डोंगरातलं घर होतं. मैलोन्मैल कोणी जवळपासही नव्हतं. सरदार पूर्णसिंहांना काही झोप येत नव्हती. थोडे डास होते, थोडं उकडत होतं. ते चक्रावून गेले. घरातून 'राम-राम-राम' असा आवाज येत होता. स्वामी राम तर झोपलेत. मग पूर्णसिंह उठले. थोडे घाबरले होते. अरे, इथं तिसरं तर कुणी नाही आणि मग हा राम-राम आवाज कसला? दिवा घेऊन सगळीकडे बघून आले कोणी बाहेर आलंय का म्हणून! खोलीत परत आले, तर आणखीनच चक्रावून गेले की, बाहेर आवाज कमी ऐकू येत होता. तो खोलीत जास्तच ऐकू येतोय आणि जसे ते स्वामींच्या पलंगाजवळ गेले, तसा आवाज अधिकच ऐकायला येऊ लागला.

तेव्हा त्यांनी दिव्याच्या उजेडात पाहिलं की, स्वामी राय जागे होऊन राम-नाम तर करत नाहीयेत! पण ते तर गाढ झोपलेले, घोरत होते. आता मात्र ते जास्तच चक्रावले. जवळ येऊन बसले, कान देऊन ऐकायला लागले. सगळ्या शरीराच्या रोमांरोमांतून 'राम'नाम ऐकू येत होतं.

जर नामस्मरण अगदी आतून झालं, तर असं घडतं. कारण, स्वप्नात खूप शक्ती खर्च होते. तुमची स्वप्नं तुम्हाला फुकटात मिळत नाहीत. त्यात तर काहीच नसतं पण किंमत मात्र मोजावी लागते. कारण रात्रभर तुम्ही स्वप्नं बघता.

आता स्वप्नांवर बरंच संशोधन चालू आहे. शास्त्रज्ञ म्हणतात की, रात्री प्रत्येकाला सामान्यत: निरोगी माणसाला कमीत कमी आठ स्वप्नं पडतात आणि प्रत्येक स्वप्न सुमारे पंधरा मिनिटांचं असतं. एक स्वप्न पंधरा मिनिटांच अशी आठ स्वप्नं म्हणजे, रात्री कमीत-कमी दोन तास स्वप्नात जातात. ही स्थिती अगदी निरोगी माणसाची ज्याला कोणताही मनोविकार नाही, त्याची! असा माणूस सापडणं अवघड आहे. सामान्य माणूस तर रात्रीच्या आठ तासांच्या झोपेत जवळ-जवळ सहा तास स्वप्नं बघतो. हे जे सहा तास सतत स्वप्नांचं चक्र चालू असतं, त्यात तुमची शक्ती नष्ट होत असते. हे फुकटचं नाही. हे आपलं आयुष्य देऊन त्या बदल्यात तुम्ही विकत घेताय.

'मंत्र,' ही शक्ती रामात एकवटते किंवा कृष्णात किंवा येशूत किंवा ओंकारात;

काहीही असो. त्यासाठी अगदी देवाचंच नाव हवं असं नाही, तुम्ही स्वत:च्या नावाचा जरी जप केलात, तरी त्याचा उपयोग होईल.

एक इंग्रज कवी होऊन गेला टेनिसन – त्यानं आपल्या चरित्रात लिहिलं आहे की, 'मला लहानपणापासूनच असं कसं झालं माहीत नाही, पण जेव्हा मला झोप यायची तेव्हा मी मोठ-मोठ्यानं 'टेनिसन-टेनिसन-टेनिसन' असं म्हणायचो आणि मला झोप येई. मग मला ही बरी युक्ती सापडली की, जेव्हा जेव्हा मी अस्वस्थ होत असे, तेव्हा मनातल्या मनात 'टेनिसन-टेनिसन-टेनिसन' म्हणत असे. माझी अस्वस्थता नाहीशी होई. मग मी त्याचा जप तयार केला.'

जर स्वत:चंच नाव तुम्ही जपासारखं घेतलंत, तरी तेवढाच फायदा होऊ शकेल. कदाचित होणारही नाही. कारण, स्वत:च्या नावावर तुमचा तेवढा भरवसा नाही. बाकी फरक काही नाही. राम म्हणा! रहीम म्हणा! त्यानं काहीही फरक पडत नाही. कोणतंही नाम असो! त्यानं काही फरक होत नाही. प्रश्न नावाचा नाही. सगळे शब्द एकसारखे आहेत आणि सगळी नावं देवाची आहेत, तुमचं नाव सुद्धा! कुठलाही एखादा शब्द नक्की ठरवून जर त्याचा जप केला, तर आपल्या आतमध्ये त्याचं एक गाणं तयार होतं, एक ध्वनी निर्माण होतो. त्या ध्वनीत, स्वप्नाची असलेली ऊर्जा विलीन होऊन जाते.

'मंत्र,' 'जप' म्हणजे स्वप्नं नाहीशी करण्याचे मार्ग आहेत. त्यानं काही परमेश्वर मिळत नसतो. पण स्वप्नं नाहीशी करणं, हे परमेश्वर प्राप्तीच्या मार्गावरचं महत्त्वाचं पाऊल आहे. मंत्र-जप म्हणजे एक प्रक्रिया आहे, एक पद्धत आहे, एक साधन आहे, एक हातोडा आहे, ज्या हातोड्यानं आपण स्वप्नांचा चक्काचूर करतो.

नाहीतरी 'स्वप्नं' म्हणजे तरी काय? ते तर शब्द आहेत. म्हणून शब्दांचा हातोडा घण घालून त्यांचा चक्काचूर करेल. त्यासाठी काही खरा हातोडा आत न्यायचीही गरज नाही. खोटा हातोडाही काम करून टाकेल. खोट्या आजारावर खरी औषधं नेहमी घातक ठरतात. खोटी औषधंच योग्य, गुणकारी ठरतात. कारण तीच त्यांना नष्ट करू शकतात.

स्वप्न म्हणजे काय? विकल्प, पर्याय आहे आणि मंत्र म्हणजे? मंत्र संकल्प आहे. तेही विकल्पाचंच एक रूप आहे. पण स्वप्नं बदलत असतात, क्षणभंगुर असतात. हळूहळू सगळ्या स्वप्नांची शक्ती मंत्रात विलीन होते आणि ज्या दिवशी रात्री स्वप्नातही तुम्हाला स्वप्न पडणार नाही आणि मंत्रजप सुरू होईल, तेव्हा आपण स्वप्नांवर विजय मिळवला असं समजा. आपलं स्वप्न संपलं, सत्य सुरू झालं असं समजा. यानंतर सुषुप्तीमध्ये प्रवेश होऊ शकतो.

पण तुम्ही तर उलटंच करताय. तुम्ही विकल्पांना – पर्यायांना शक्ती देताय. तुमच्या अंतरंगात निर्माण होणाऱ्या वायफळ विचारांनाही तुम्ही साथ देताय.

रिकामपणी बसलात की, विचार करायला लागता — 'आता पुढच्या निवडणुकीला उभं राहू!' झालं, परत स्वप्न सुरू झालं. 'मग राष्ट्रपती झाल्याशिवाय चालणारच नाही. तुम्ही स्वप्नात राष्ट्रपती होता. स्वागत समारंभ चालले आहेत आणि तुम्ही या सगळ्यात आनंदानं सहभागी झाला आहात.' 'हा काय मूर्खपणा आहे!' असा विचार तुमच्या मनाला शिवतही नाही. काय करताय हे तुम्ही! तुम्ही एका अनाठायी विकल्पाला – पर्यायाला शक्ती देताय, साथ देताय आणि अशाच व्यर्थ – निरुपयोगी पर्यायांनी तुमचं चित्त भरून गेलेलं आहे.

जर प्रत्येक माणसाच्या आयुष्याचा सर्वंकष विचार केला, तर ९९ टक्के वेळ असाच स्वप्नात सरून जातो. संपत्तीची स्वप्नं, सत्तेची स्वप्नं, शक्तीची स्वप्नं तुम्ही हे सगळं कमवाल, पण काय मिळवाल?

अमेरिकेचे प्रसिद्ध अध्यक्ष – कॅलविन कॉलीज. स्वभावानं अतिशय शांत. चुकूनच ते राष्ट्राध्यक्ष झाले. कारण, त्यांच्या इतका शांत माणूस इतक्या अशांत पदापर्यंत पोहचूच शकत नाही. तिथं पोहोचण्यासाठी अगदी वेड्यासारखी धावण्याची वृत्ती हवी. जो जितका जास्त वेडा, तितका तो इतर वेड्यांना मागे टाकून पुढं निघून जातो. कॉलीज कसे पोहोचले, हा एक चमत्कारच आहे. अगदी शांत माणूस होता, बोलायचा नाही की चालायचा नाही. असं सांगतात की एखाद्या दिवशी तर ते पाच-दहा शब्दांपेक्षा जास्त बोलायचे नाहीत. जेव्हा राष्ट्राध्यक्षपदाच्या निवडणुकीची पुन्हा वेळ आली तेव्हा मित्रांनी त्यांना पुन्हा उभं राहायला सांगितलं. ते म्हणाले, 'आता नाही. एकदा चूक झाली. पुरे झालं. तिथं पोहचून तर काहीच करू शकलो नाही. आता पुन्हा आणखी पाच वर्षं वाया नाही घालवणार. शिवाय राष्ट्राध्यक्ष पदाच्या पुढं काही बढतीचा मार्गही नाही. पोहोचलात की पोहोचलात, आता त्याच्या पुढं जाण्याचं पदही नाही. पद असतं तर कदाचित ते स्वप्न राहिलं असतं.

म्हणून तुम्हाला कल्पना येणार नाही, पण जे स्वप्नात यशस्वी होतात, त्यांच्याहून अयशस्वी माणूस शोधून सापडणं अवघड आहे. कारण यशाच्या शेवटच्या शिखरावर त्यांच्या लक्षात येतं की, ज्याच्यासाठी एवढा आटापिटा केला, मिळवलं, तिथं तर काहीच नाहीये. तरीही आपला मूर्खपणा लपवण्यासाठी ते आपल्यामागून अजून धावणाऱ्या माणसांकडं पाहून हसतात, हात हलवत राहतात, विजयाच्या प्रतिकाचे हात उंचावतात, विजयाचं प्रतीक सांगत राहतात. ते हरले आहेत आणि विजयाचं प्रतीक सांगत आहेत आणि त्यांच्या मागं मूर्ख माणसं अजून पळताहेत!

जर जगातल्या सर्व यशस्वी लोकांनी प्रामाणिकपणे कबूल केलं की, त्यांच्या यशापासून त्यांना काहीही मिळालेलं नाही, तर अनेक वायफळ स्वप्नां मागचं धावणं थांबेल. पण 'मला काहीच मिळालं नाही,' असं सांगणं त्यांच्या अहंकारात

बसत नाही. कारण आधीपासून ते आपल्याला परमानंद मिळाल्याचं सांगत आले आहेत. ज्याची स्वत:ची शेपटी छाटली गेली आहे, असा इतरांची शेपटी छाटण्याच्या मागे लागतो. नाहीतर आपण एकटेच शेपटीविना राहिलो, याची त्याला शरम वाटेल. मग सगळ्यांची छाटली जाऊ दे!

जेव्हा तुमच्या अंतरंगात स्वप्न-मालिका सुरू होईल, तेव्हा जरा जागं होऊन बघा, आपण काय करतोय ते! लहान मुलं शेखचिल्लीच्या गोष्टी वाचतात; त्या सगळ्या तुम्हाला लागू पडतात. मन, म्हणजे शेखचिल्ली आहे आणि जोवर तुम्ही स्वप्नं पाहाताय, तोवर तुम्ही शेखचिल्लीच राहणार. शेखचिल्ली म्हणजे उगाच स्वप्नं बघणारा आणि त्या स्वप्नांना खरं मानणारा. देव करो! ती स्वप्नं खरी न होवोत. कारण ती स्वप्नं खरी करायला खूपच शक्ती लागेल आणि जेव्हा ती खरी होतील, तेव्हा 'आपल्याला त्यातून काहीच मिळालं नाही,' असं तुम्हाला जाणवेल. हाती नेहमी राख येते. या जगातली सगळी यशं अशी राखेतच परिवर्तित होतात. पण जोवर राख हाती येते, तोवर आयुष्यही हातून निसटून गेलेलं असतं, परतीचा मार्ग नसतो आणि तेव्हातर लोकांसमोर 'आपलं आयुष्य निरर्थक गेलं नाही, फारच चांगलं सार्थकी लागलं, आपण काहीतरी मिळवलं,' असा देखावा करावा लागतो; लोकांपासून सगळं लपवावं लागतं.

'पर्याय' म्हणजेच स्वप्नं होय.

या पर्यायांना बळ देऊ नका. जेव्हा अंतरंगात स्वप्नं सुरू होतील, तेव्हा हलवून स्वत:ला जागं करा आणि शक्य तितक्या लवकर स्वप्नं नाहीशी करा. मंत्र-जप, स्वप्नं नाहीशी करण्यात मदत करू शकतात. पण मंत्र स्वप्नं नाहीशी करतात हे मात्र नक्की.

'आणि अविवेक म्हणजे आत्मपरिचयाचा अभाव, सुषुप्ती होय.' तेव्हा सगळं नाहीसं होतं. विवेकबुद्धी राहात नाही, शुद्धबुद्ध राहात नाही. आतलं – बाहेरचं भान राहात नाही आणि तुम्ही एखाद्या कातळासारखे, पाषाणासारखे होऊन जाता; खोल तंद्रीत.... पण मग पाहा! तुमचं आयुष्य किती त्रासदायक ठरेल. कारण, जेव्हा तुम्ही गाढ तंद्रीत असता तेव्हाच सकाळी उठल्यावर म्हणता की, 'वा! रात्री फारच छान झोप लागली.' थोडा विचार करा, तुम्हाला फक्त झोपेतच सुख वाटतंय म्हणजे तुमचं आयुष्य किती नरकासारखं असेल! भान नसलेल्या स्थितीतच तुम्हाला सुख वाटतंय. एरवी तुमचं जीवन म्हणजे दु:खच दु:ख आहे! चांगली झोप लागली की, तुम्ही म्हणता, 'बस! एवढंच हवं होतं.' आणि झोप म्हणजे बेहोशी!

पण हेही ठीकच आहे. तुम्हाला एवढं पुरेसं आहे. कारण तुमचं संपूर्ण आयुष्य म्हणजे फक्त चिंता-काळज्या-ताणतणाव आणि अस्वस्थतेशिवाय आणखी काहीच नाही. त्यात तुम्हाला थोडीशी विश्रांती मिळाली की, तुम्हाला वाटतं आपण सगळं

भरून पावलो. खरं तर हे काहीच नाही. झोप-निद्रा म्हणजे जिथं काहीच नाही – ना बाहेरची दुनिया आहे, ना आतलं जग आहे. तिथं सगळं काळोखात बुडलेलं. हो! पण विश्रांती बरीक मिळते. पण विश्रांती घेऊन तरी तुम्ही काय करणार? सकाळी उठून पुन्हा त्याच धावपळीच्या मागे लागणार. त्या विश्रांतीपासून तुम्हाला जी शक्ती मिळते, ती तुम्ही नव्या ताण-तणावात लावणार, नव-नव्या काळज्यांमध्ये गुंतवणार. रोज तुम्ही विश्रांती घेणार आणि रोज तुम्ही नव्या काळज्या अंगावर घेणार.

अरे! तुम्ही एवढंच लक्षात घ्या की, झोपेत जर एवढा आनंद मिळतो, बेहोश तंद्रीत जर एवढं सुख मिळतं तर ते का? त्यावेळी कोणता तणाव नसतो, काळजी – चिंता नसते, त्यावेळी सगळे त्रास तुम्ही विसरलेले असता म्हणून. जर बेहोशीतसुद्धा त्रास संपून जातील आणि तुम्ही भानावर असाल, त्या दिवशी तुम्हाला केवढा तरी आनंद मिळू शकेल! त्याला आम्ही 'मोक्ष' म्हटलं आहे, तो निर्वाण आहे, तो ब्रह्मानंद आहे. निद्रेत एवढा आनंद असतो, कारण त्रास दृष्टिपथात येत नाहीत, तर जेव्हा त्रास खरोखरच संपून जातात, ताण-तणाव प्रत्यक्षात विरून जातात आणि तुम्ही चोवीस तास विश्रांतीच्या स्थितीत राहू लागता. जसा एखादा माणूस गाढ झोपून जावा, तशी जर चोवीस तास तुमची शांत स्थिती टिकून राहिली, तर तुम्हाला आनंदाच्या राज्यात असल्यासारखं का नाही वाटणार! थोडा विचार करा. कारण, समाधी सुषुप्तीसारखी आहे. फक्त एकच फरक आहे की, त्यात भान आहे. तुर्यावस्था सुषुप्तीसारखी आहे. एकच फरक आहे की, त्यात प्रकाश आहे आणि सुषुप्तीत अंधार!

कल्पना करा की, बेशुद्धावस्थेत एका स्ट्रेचरवर तुम्हाला बागेत आणलं. सूर्याचे किरण तुमच्या अंगावर पडतील. तुम्हाला स्पर्श करतील, कारण सूर्यकिरण बेशुद्ध नाहीत, बेशुद्ध आहात तुम्ही. वाऱ्याची झुळूक तुमच्या अंगावरून जाईल... हलकेच तुम्हाला गोंजारेल... कारण ती बेशुद्ध नाही. बेशुद्ध तुम्ही आहात. फुलांच्या सुगंधाने तुम्ही भरून जाल. कारण बेशुद्ध फुलं नाही, तुम्ही आहात. पहाटेच्या दवबिंदूंचा ताजेपणा तुम्हाला हलकेच स्पर्श करेल. कारण दवबिंदू बेहोश नाहीत, बेहोश आहात तुम्ही! सगळं घडत राहील....

पण तुम्हाला काहीच पत्ता नाही. दोन तासांनंतर तुम्ही शुद्धीवर याल; म्हणाल, वा! छान विश्रांती झाली. त्या विश्रांतीत त्या दवबिंदूचं योगदान असेल, फुलाच्या सुवासाचंही, सूर्याच्या किरणांचं, हवेच्या झुळकीचंही, पण तुम्हाला त्यांची काही जाणीव नाही. तुम्ही बेहोश होतात, तरीही तुम्ही पुन्हा भानावर आल्यावर म्हणता – 'खूप सुख मिळालं....'

क्षणभर गृहीत धरा की, तुम्ही भानावर आहात. फुलाचा सुगंध दरवळून राहिला

आहे, सूर्यकिरण पडतायत, दवबिंदूंनी सगळं वातावरण ताजंतवानं केलंय, सगळं नावीन्यानं भरून गेलंय, हवेच्या झुळकीनं झाडांची पालवी सुरात गातीय, तुम्ही पूर्ण भानावर आहात. तेव्हा तुमचा आनंद....

सुषुप्तीमध्ये तुम्ही जागृतावस्थेत जिथं बुद्ध आणि महावीर पोहोचतात, तिथंच पोहोचता. झोपेतूनही सकाळी उठल्यावर तुम्ही थोडंसं आठवू शकता की, 'छान सुख मिळालं.' खरं म्हणजे तुम्ही कसं सुख होतं ते काही सांगू शकत नाही. त्या सुखाची व्याख्या करू शकत नाही की, त्या अनुभूतीचं वर्णन करू शकत नाही. झोपेत जास्त, पण तरीही सकाळी तुम्ही थोडातरी ताजेपणा घेऊन येता. जो रात्री गाढ झोपलेला असतो, अशा माणसाच्या चेहऱ्यावर सकाळी उठल्यावर बुद्धत्वाची थोडीशी झलक बघायला मिळते. विशेषत: लहान मुलं, जी खरंच अगदी गाढ झोपतात. कारण जसजशा तुमच्या काळज्या वाढायला लागतात तसतशी गाढ झोपसुद्धा दुर्मीळ, अवघड होऊन बसते. लहान मुलांना ते उठण्याआधी झोपेत असताना पाहा! त्यांच्या चेहऱ्यावर बुद्धत्वाची झाक असते. त्याचा ताजेपणा असतो. आत कुठंतरी आनंददायी घडतंय, ते त्यांना कळत नाही, पण घडतं नक्की!

सुषुप्तीमध्ये सगळे ताण-तणाव संपून जातात, पण विवेक नसतो आणि समाधीत, तुर्यावस्थेत सगळे तणाव संपतात आणि विवेकही असतो.

विवेक आणि सुषुप्तीचा संगम म्हणजे समाधी.

आणि या तिन्हींच्या भोक्त्याला 'वीरेश' म्हणतात. जागृती, स्वप्न आणि सुषुप्ती या तिन्हीचा भोक्ता, जो तीनही अवस्थांतून जातो, जो तिन्हीचा उपभोग घेतो, पण त्यांच्याशी एकरूप होत नाही. जो तिन्हीच्या पलीकडे जातो, पण जो स्वत:ला वेगळं समजतो, तिन्हीहून जो वेगळा आहे, त्यालाच वीरेश म्हणतात. 'वीरेश म्हणजे वीरांमध्ये वीर – महावीर!' वीरेश हे शिवाचं एक नाव आहे. ज्यांनी समाधी अवस्था प्राप्त केली, त्यांनाच आम्ही 'महावीर' म्हणून संबोधलं. 'गौरीशंकर' शिखर चढणाऱ्याला आम्ही 'महावीर' म्हणत नाही. धाडस दाखवलं ठीक आहे. पण गौरीशंकर म्हणजे काही अंतिम शिखर नाही. चंद्रावर पोहोचणाराही, आमच्या लेखी महावीर नाही. धाडस दाखवलं, पण चंद्रावर जाणं म्हणजे काही अंतिम शिखर नाही. चंद्रावर जाणं म्हणजे काही शेवटचं ध्येय गाठणं नाही. ज्यानं आत्म्याची प्राप्ती केली, ज्यानं परमेश्वर मिळवला त्याला आम्ही 'वीरेश' म्हणतो, त्याला आम्ही 'महावीर' म्हणतो. कारण परमेश्वराहून, आणखी उंच गौरीशंकर ते कोणतं? आणि परमेश्वराहून आणखी पुढचं ध्येय ते कसलं? ज्यानं शेवटचं टोक गाठलं, त्यालाच आम्ही 'महावीर' म्हणतो. त्याहून कमी पातळी आम्हाला मान्य नाही. कारण, चंद्रावर पोहोचून काय होणार? चंद्रावर पोहोचून फक्त आणखी पुढे

जाण्याचे रस्ते मोकळे होतात. आता मंगळावर जायचं. मंगळावर जाऊन काय होणार? क्षितिज अनंत आहे....

ज्या ठिकाणाहून आणखी पुढं जायला जागाच राहत नाही, अशा ठिकाणी जो पोहोचतो, आम्ही त्याला महावीर म्हणतो आणि त्याला महावीर का म्हणतो? कारण, त्याहून मोठं धाडस दुसरं कोणतंही नाही. स्व-प्राप्तीपेक्षा मोठं दुसरं दु:साहस कोणतंही नाही. त्याच्यापेक्षा कोणतही साहसी अभियान नाही. कारण त्या मार्गात जेवढ्या अडचणी आहेत, तेवढ्या कोणत्याही मार्गात नाहीत. त्याच्यापर्यंत पोहोचण्यासाठी जेवढी तपश्चर्या करावी लागेल, तेवढी अन्यत्र कुठंही पोहोचण्यासाठी करावी लागत नाही.

स्वत:पर्यंत पोहोचण्याचा प्रवास, सर्वांत कठीण प्रवास आहे. ती तलवारीची धार आहे. कदाचित म्हणूनच तुम्ही स्वत:पासून पळून जाता आणि जगात स्वत:ला इकडं-तिकडं गुंतवून ठेवता. बहुधा म्हणूनच आत्मज्ञानाची बाब मनाला जरी पुरेपूर पटली, तरी तुमचं त्यासाठी धाडस होत नाही. कुठंतरी भय वाटत राहतं.

अवघड आहे! एकटं जावं लागेल! सगळ्यात कठीण गोष्ट म्हणजे, जगात सगळीकडं तुम्ही कोणा ना कोणाच्या बरोबर जाऊ शकता, फक्त एक जागा आहे जिथं तुम्हाला एकट्यालाच जावं लागेल, एकट्यानंच जावं लागेल. तिथं ना बायको बरोबर असेल ना भाऊ, ना मित्र. अगदी गुरूसुद्धा तिथं बरोबर असू शकत नाही. तो फक्त संकेत देऊ शकतो.

बुद्ध म्हणतात की, बुद्ध संकेत देतील – इशारा करतील, जायचं मात्र तुम्हाला आहे.

आणि एकटं असण्याची भीती वाटते. चोहीकडे इतकी माणसं आहेत. इतकी स्वप्नं आहेत! स्वप्नांपैकी काही तर फारच गोड स्वप्नं आहेत. त्यात खूप आसक्ती आहे. ते सगळं सोडून, अशा सगळ्या स्वप्नांचे पाश तोडून, सत्याच्या मार्गावर फारच थोडे, दुर्लभ लोक पाऊल टाकतात. त्यांच्यातलेही बरेचसे अर्ध्या वाटेतूनच परत फिरतात. लाखातला एखादाच टोकाला पोहोचतो. कारण फारच अवघड आहे आणि लाखो जातात. त्यांच्यापैकी एखादाच तिथंवर पोहोचू शकतो. म्हणून आम्ही त्या स्थितीला 'वीरेश' म्हटलं आहे.

या तिघांच्या पलीकडं चौथा तुमच्यात दडलेला आहे, तेच गौरीशंकर आहे. तिथंच पोहोचायचं आहे. आपण जागृतीत, आणखी जागृत होणं हाच तिथं जाण्याचा मार्ग आहे. आत्ता तुम्ही नुसतेच पेटणारे निखारे आहात. धगधगत्या जागृतीच्या ज्वाळा व्हा, जेणेकरून ही ज्वाळा स्वप्नात प्रवेश करेल. स्वप्नातही जागे व्हा. म्हणजे स्वप्न विरून जाईल. स्वप्नात इतके जागृत व्हा, की जागृतीचा एक अंश सुषुप्तीतही पोहोचेल. मग पाहा, ज्या दिवशी सुषुप्तीत तुम्ही दीप घेऊन

पोहोचाल, त्या दिवशी तुम्ही 'वीरेश' होण्याचं प्रवेशद्वार उघडाल. तुम्ही मंदिरावर पहिली थाप द्याल.

'असीम आनंद आहे.' पण मध्यम मार्ग धरून चालावंच लागेल, किंमत मोजावीच लागेल आणि जितका जास्त आनंद मिळवायचा असेल, तितकी किंमतही जास्त मोजावी लागेल. कोणताच व्यवहार स्वस्तातला असत नाही.

कित्येकजण स्वस्तात व्यवहार करायचाही प्रयत्न करतात. खूपजण जवळचा मार्ग (शॉर्टकट) शोधतात. शोषण करणारे गुरूही त्यांना भेटतात. ते सांगतात, 'बस! एवढ्यानं सगळं काही होईल. एवढा ताईत घाल, माझ्यावर भरवसा ठेव की, झालं. दान कर, पुण्य कर, मंदिरं बांध,' या सगळ्या स्वस्त गोष्टी आहेत. त्यामुळं काहीच साधणार नाही. तुम्ही फक्त भ्रमात मात्र पडाल. प्रवास तर करावाच लागेल.

त्यातूनही, आणखी इतर स्वस्तातले, हलके उपाय करणारे लोक आहेत. कोणाला गांजा पिऊन वाटतं आपली तर समाधी लागली! भांग खाऊन एखाद्याला वाटतं आपल्याला ज्ञान झालं! गांजा-अफू-भांग यांचा उपयोग करणारे हजारो साधू-संन्यासी आहेत. सध्या पश्चिमेकडं याचा प्रभाव जास्त वाढलाय, कारण पश्चिमेत आणखीनच अधिक चांगल्या मादक पदार्थांचा शोध लागलाय – हशीश, मारिजुआन, एल.एस.डी. आणखीही रसायनं शोधून काढली गेली आहेत. त्यांचं एखादं जरी इंजेक्शन घेतलं तरी तुमची समाधी लागते. एक गोळी घ्या, समाधी अवस्था प्राप्त करा. जशी क्षणार्धात कॉफी करावी, तशी क्षणार्धात समाधीही तयार करता येते!

अरेरे! इतकं सहज, स्वस्त, सुलभ असतं तर! आणि नशेच्या धुंदीत राहून कोणाला ज्ञानप्राप्ती झाली असती तर! मग तर काय सगळं जग कधीच ज्ञानी होऊन गेलं असतं! पण हे इतकं सहज सोपं नाही. पण मन नेहमी सोप्याचाच शोध घेतं. मनाला वाटतं काहीतरी करून हे मधले मार्ग नष्ट व्हावेत आणि आपण जिथं आहोत तिथून सरळ मोक्षातच प्रवेश करावा. मधला मार्ग नाहीसा होऊ शकत नाही. कारण, त्या मार्गानं गेल्यानंतरच तुमचा मोक्ष येणार आहे. कारण, मार्ग हा फक्त मार्ग नाही. तो तुमचा विकासही आहे.

हाच त्रास आहे. बाह्यात्कारी तर होऊ शकतं. लंडनहून विमान निघालं... सरळ मुंबईत उतरलं – मधलं अंतर काटलं, पण लंडनहून जो माणूस त्यात बसला असेल तोच मुंबईत उतरेल, दुसरा कोणी उतरू शकणार नाही. हा बाह्य प्रवास आहे. पण तुम्ही जिथं आहात, तिथून मोक्षाकडं जायला कोणताही विमान प्रवास नाही आणि जे असं असल्याचं सांगतात, ते फसवत असतात. कारण हा प्रवास एका ठिकाणाहून, दुसऱ्या ठिकाणापर्यंतचा प्रवास नाही; तर तो एका जीवनावस्थेकडून दुसऱ्या जीवनावस्थेमध्ये प्रवेश करणारा प्रवास आहे. त्यात मधल्या मार्गावरून जावंच लागेल, कारण अशा जाण्यानंच तुम्ही तावून-सुलाखून निघाल – बदलून

जाल. त्या जाण्याच्या त्रासातून गेल्याशिवाय कोणीही तिथंवर पोहोचू शकणार नाही. जर तुम्ही एखादा संक्षिप्त मार्ग शोधलात, तर ती तुमची स्वत:चीच फसवणूक असेल.

पश्चिमेकडं 'संक्षिप्ता'चं फार प्रस्थ आहे. महेश योगींसारख्या माणसांचं फार प्रस्थ आहे. त्याचं कारण एवढंच आहे की ते सांगतात, 'आम्ही जे म्हणतो ते जेट स्पीड आहे.' आम्ही जो छोटासा मंत्र सांगतोय, तो रोज पंधरा मिनिटं म्हणण्यानं तुम्ही सरळ पोहोचाल. आणखी काहीही करायची गरज नाही. तुम्ही तुमचं ना वागणं बदलायला हवं, ना तुमचं आयुष्य, ना तुम्हाला बाहेरच्या जगात काही गमवावं लागेल. काहीही करायचं नाही. फक्त तुम्ही बसून पंधरा मिनिटं शांतपणे हा मंत्र-जप करायचा. बस! हा मंत्रच सगळं काही आहे.

मंत्र मौल्यवान गोष्ट आहे, पण सर्वस्व नाही आणि मंत्रानं स्वप्न भंग पावली जातील, सत्य मिळणार नाही. स्वप्न भंग करणं, हा सत्य प्राप्तीच्या मार्गावरचा एक टप्पा आहे. पण म्हणून मंत्राचा जप करून एखाद्याला वाटेल की झालं सगळं. एखादा म्हणेल जपमाळ घेतली की झालंच, तर ही पळवाटच आहे आणि आत्ता ती योग्यही नाही. समजुतीच्या दृष्टीनंही ते बरोबर नाही, पोहोचण्याची तर गोष्टच सोडा.

मार्ग कठीण आहे. त्या कठीणपणातूनच जावं लागेल आणि म्हणूनच हे सूत्र सांगत – 'उद्यम हवा. प्रयत्न हवा. भगीरथ प्रयत्न करण्याची महत्त्वाकांक्षा हवी, अतीव इच्छा हवी. अगदी आपल्याला सर्वस्वानं पणाला लावायची तयारी हवी. मोक्ष विकत घेता येतो, पण तुम्ही स्वत:ला पूर्णपणे पणाला लावलंत तरच! त्याहून कमी किंमत चालणार नाही. तुम्ही आणखी इतर काही देऊ केलंत, ते काही उपयोगाचं नाही. तुम्ही योग्य किंमत चुकवली नाहीत. स्वत:ला सर्वस्वानिशी देऊन टाकलंत, तरच किंमत चुकवली जाईल. मोबदला दिला जाईल आणि फळ पदरात पडेल!

आज इतकंच !

योग सूत्रं – विस्मय, वितर्क, विवेक

प्रवचन तिसरे

विस्मयो योगभूमिकाः।
स्वपदम् शक्तिः।
वितर्क आत्मज्ञानम्।
लोकानंदः समाधिसुखम्।

'विस्मय,' हा योगाचा पाया आहे.
स्वयंस्थिती, म्हणजेच शक्ती आहे.
वितर्क म्हणजे विवेकशुद्धी हे आत्मज्ञानाचं साधन आहे.
अस्तित्वाचा आनंद घेणं; यालाच 'समाधी' म्हणतात.

विस्मय हा योगाचा पाया आहे, आधारभूमी आहे, हे थोडं समजून घेऊ — शब्दकोशात 'विस्मय' शब्दाचा अर्थ आहे आश्चर्य. पण आश्चर्य आणि विस्मय यामध्ये एक मूलभूत फरक आहे. तो फरक लक्षात आला नाही तर स्वतंत्रपणे प्रवास सुरू होतो. आश्चर्य हा विज्ञानाचा पाया आहे, विस्मय योगांचा आधार आहे. आश्चर्य बहिर्मुखी आहे, विस्मय अंतर्मुखी! आश्चर्य हे इतरांबाबत वाटतं, विस्मय ही आपल्या स्वत:शीच संबंधित असणारी एक गोष्ट आहे.

जे आपल्या समजुती पलीकडचं असतं, ते आपल्याला कळत नाही, समजत नाही. जे आपल्याला चकित करून टाकतं, ज्याच्यावर आपल्या बुद्धीचा प्रभाव राहात नाही. जे बुद्धिमत्तेच्या पकडीत येत नाही, आपल्यापेक्षा ज्याचं श्रेष्ठत्व स्पष्ट दिसून येतं, ज्याच्यासमोर आपण आपोआपच किंकर्तव्यमूढ म्हणजेच अस्तित्वहीन होऊन जातो, जो आपलं अस्तित्व पुसून टाकतो, त्याच्यामुळं 'विस्मय' निर्माण होतो. पण जर विस्मयाची ही स्थिती अंतरंगात उत्पन्न झाली, त्या अतर्क्य, अचिंत्य परमेश्वरासमोर उभं राहून, हा प्रवाह आपण बाहेरच्या बाजूला वळवलात की, विज्ञानाची निर्मिती होते. वस्तूंबाबत विचार करायला लागलात, या विश्वाबद्दल चिंतन करायला लागलात, सभोवतालची रहस्यं उलगडू बघायला लागलात की विज्ञान जन्माला येतं. विज्ञान आश्चर्य आहे! आश्चर्य, म्हणजे विस्मयाचा बहिर्मुखी प्रवास.

आश्चर्य आणि विस्मयात, आणखी एक फरक आहे. तो म्हणजे, एखाद्या गोष्टीबद्दल आपण आश्चर्यचकित होतो आणि आज ना उद्या त्या आश्चर्याचा आपल्याला त्रास होतो. आश्चर्यानं तणाव निर्माण होतो आणि म्हणून आश्चर्य संपुष्टात आणण्याचा प्रयत्न होतो. विज्ञानाचा जन्म आश्चर्यातून होतो, मग ते आश्चर्य नाहीसं करतं. तसेच व्याख्या आणि सिद्धांत शोधून काढतं, सूत्रं अचूक उत्तरांच्या गुरुकिल्ल्या धुंडाळतं. जोपर्यंत रहस्यभेद होत नाही, जोपर्यंत ज्ञान हाती लागत नाही, जोपर्यंत आपल्याला सगळं समजलं आहे, असं विज्ञानाला वाटत नाही, तोपर्यंत ते स्वस्थ बसत नाही.

या जगातून 'आश्चर्य' नावाची वस्तू नष्ट करण्याचा, विज्ञानानं जणू विडाच उचलला आहे. विज्ञान जर यशस्वी झालं; तर या जगात माणसाला माहीत नाही अशी कुठलीच गोष्ट उरणार नाही. म्हणजेच, जगात याला परमेश्वरसुद्धा अपवाद राहणार नाही. कारण, परमेश्वर म्हणजे अशी एक गोष्ट आहे; जी आपल्याला कळली तरी 'ती आपल्याला समजली आहे' असं आपण खात्रीनं सांगू शकत नाही. जी आपण समजून घेतली तरी पुन्हा 'दशांगुळे' उरतेच. जी कितीही जाणून घेतली, तरी पूर्णपणे कधीच हाती लागत नाही. जिच्याबद्दलचा विस्मयाचा भाव अनंत-असीम राहतो, तो नाहीसा होण्याची शक्यता नसते.

काही गोष्टी अशा आहेत, ज्या आपण जाणून घेतल्या, त्यांना आपण 'ज्ञात' म्हणू, तर काही गोष्टी अशा आहेत ज्या आपण जाणलेल्या नाहीत, पण जाणून घेऊ, त्यांना आपण 'अज्ञात' म्हणू! तर या जगात असंही काही आहे, जे आपण जाणलेलंही नाही आणि कधी जाणूही शकणार नाही. त्याला आपण 'अज्ञेय' म्हणू. परमेश्वर 'अज्ञेय' आहे. तो तिसरं तत्त्व आहे. विज्ञान म्हणूनच तर परमेश्वर मानत नाही. कारण जगात अ-ज्ञेय म्हणजे जाणता येणार नाही असं काहीही नाही, असं विज्ञानाचं म्हणणं आहे. भले! आम्ही आजपर्यंत त्याला जाणू शकलो नसू, आमचे प्रयत्न थिटे पडत असतील, पण आज ना उद्या आम्ही त्याला जाणून घेऊच. फक्त वेळ येऊ दे! एक ना एक दिवस हे विश्व सर्वांगानं, सर्वार्थानं जाणून घेतलं जाईल, त्यातलं काहीही अ-ज्ञात राहणार नाही. विज्ञान आश्चर्यापासून निर्माण होतं. ते आश्चर्य संपुष्टात आणण्यासाठी हात धुऊनच मागे लागतं, म्हणून मी विज्ञानाला 'पितृघाती' म्हणतो. ज्याच्यापासून ते जन्म घेतं, तेच नष्ट करण्यासाठी सतत प्रयत्न करत राहतं.

धर्म, मात्र याच्या उलट आहे. धर्मसुद्धा एका आश्चर्यभावनेपासूनच निर्माण होतो. त्या आश्चर्य भावनेला शिवसूत्रात 'विस्मय' म्हटलं आहे. फरक एवढाच आहे की, जेव्हा धार्मिक साधकाच्या मनात एखाद्या गोष्टीविषयी आश्चर्य दाटून येतं, तेव्हा तो बाहेरच्या मार्गानं त्याचा शोध घेत नाही, तो त्यासाठी आपल्या अंतरंगात डोकावतो. जेव्हा एखादं गूढ त्याला भारून टाकतं, तेव्हा 'मी कोण आहे, हे जाणून

घ्यावं,' असा विचार तो करतो. गूढ अंतर्मुखी झालं, तर शोधयात्रा बाह्यपदार्थांच्या दिशेनं नव्हे, तर 'स्व'च्या दिशे सुरू होईल. 'मी कोण आहे!' हे जाणून घेणं हेच जेव्हा पहिलं ध्येय असेल, तेव्हा 'विस्मय' जन्म घेतो.

आणखी एक गोष्ट समजून घ्यायला हवी की, विस्मय कधी संपत नाही. जेवढं आपण जाणून घ्यायला लागतो, तेवढा तो वाढत जातो. म्हणून विस्मय हा विरोधाभास आहे. कारण खरं तर जाणून घेतल्यावर, विस्मय नाहीसा व्हायला हवा. पण भगवान बुद्ध, श्रीकृष्ण, भगवान शिव किंवा येशू यांचा विस्मय संपत नाही. ज्या दिवशी त्यांना सर्वोच्च परमज्ञान प्राप्त होतं, त्या दिवशी त्यांच्या मनातला विस्मयाचा भावही पराकोटीचा असतो. ते 'आम्ही सगळं जाणून घेतलं,' असं त्या दिवशी म्हणत नाहीत. त्या दिवशी ते म्हणतात, 'सगळं ज्ञान होऊनही सगळं जाणून घेणं अजून बाकी आहे.'

उपनिषदात म्हटलं आहे – 'पूर्णत्वातलं, पूर्णत्व जरी काढून घेतलं तरीही पूर्णत्व अजूनही बाकी राहतंच. सगळं ज्ञान झालं, तरीही सगळं ज्ञान तसंच बाकी राहतं... उरतं.

धार्मिक ज्ञानापासून अहंकार उत्पन्न होत नाही. वैज्ञानिक – शास्त्रीय ज्ञान मात्र अहंकाराचं जनक असतं. धार्मिक ज्ञानात तुम्ही 'ज्ञाते,' 'सर्वज्ञ' कधीच होणार नाही. तुम्ही नेहमी विनम्र असाल. परमोच्चज्ञानाच्या क्षणी तुम्ही म्हणू शकता की, 'मला काहीच ज्ञान नाही.' परमोच्च ज्ञानाच्या क्षणी आपलं संपूर्ण अस्तित्वच 'विस्मय' होऊन जाईल. विज्ञान यशस्वी झालं, तर सगळं विश्वाचं ज्ञात होईल. धर्म यशस्वी झाला तर सगळं विश्व 'अ-ज्ञात' होऊन जाईल. विज्ञान जर यशस्वी झालं तर जाणून घेणारे तुम्ही अस्मितेनं, अहंकारानं भरून जाल आणि बाकी जग तुम्हाला अगदी सामान्य वाटू लागेल. कारण जिथं विस्मय नाही, तिथं सगळं सामान्य वाटतं. जिथं गूढता नाही, तिथं आत्माच विलीन होतो. जिथं गूढ उकलण्याचा आणखी काही मार्ग नाही, तिथं पुढील प्रवास थांबतो. जिथं जिज्ञासा पूर्ण होते, तिथं कुतूहल संपतं आणि विज्ञानानं जर बाजी मारली तर 'जगात न भूतो न भविष्यति,' असा कंटाळा निर्माण होईल.

म्हणून पाश्चिमात्य देशात लोक जास्त कंटाळलेले (बोअर) झालेले दिसतात, त्याचं मूळ कारण विज्ञान, शास्त्र हे आहे. कारण त्या लोकांमधली विस्मयाची भावना, क्षमता संपुष्टात यायला लागली आहे. लोकांना कशाचंच आश्चर्य वाटेनासं झालंय, ते चकित होणंच विसरून गेले आहेत. अगदी गुंतागुंतीचे प्रश्न जरी तुम्ही त्यांच्यासमोर मांडलेत तरी ते म्हणतील, 'असू दे, सुटेल प्रश्न!' कारण शास्त्राच्या दृष्टीनं, मुळातच 'कधीही जाणून घेता येणार नाही' अशी कोणतीही गोष्टच नाही. जे नेहमीच 'अ-ज्ञात' राहील, तेही आम्ही उघडकीला आणू.

पण धर्माचा प्रवास उलटा आहे. जितके आपण रहस्याचे पट उलगडत जाऊ, तितकं-तितकं ते रहस्य आणखी गूढ होत जातं; जितके आपण त्या गोष्टीच्या जवळ जातो, तितकं 'ती जाणून घेणं खूप अवघड आहे' हे कळतं. ज्या दिवशी, आपण परमेश्वराच्या केंद्रस्थानी पाऊल टाकतो, त्या दिवशी सगळं रहस्यमय, गूढ होऊन जातं.

बुद्धाच्या लेखी आकाशातल्या चांदण्याच गूढ नाहीत, तर जमिनीवरचे दगड-गोटे सुद्धा आश्चर्यकारक आहेत. बुद्धांसाठी हे विश्वच रहस्यमय नाही तर अगदी क्षुल्लकातील क्षुल्लक घटनासुद्धा, तितकीच रहस्यमय आहे. या सृष्टीची निर्मिती जितकी रहस्यमय गूढ आहे, तितकंच बीजाचं जमिनीत अंकुरणंही रहस्यानं भरलेलं आहे.

तेव्हा जसजशी विस्मयाची भावना वाढत जाईल, तसतसे तुमचे डोळे, तुमची नजर लहान मुलासारखी होईल. कारण लहान मुलाला सगळंच विस्मयकारी वाटतं. लहान मुलाचं वावरणं पाहा — रस्त्यानं जाताना प्रत्येक गोष्टीचं त्याला अप्रूप वाटतं. एखादा रंगीबेरंगी दगड त्याला कोहिनूर हिरा वाटतो. तुम्ही त्याला हसता. कारण तुम्ही ज्ञाते आहात. हा साधा रंगीत दगड आहे, हे तुम्हाला माहीत असतं. तुम्ही म्हणता, 'वेडा आहेस का? हा काही कोहिनूर नाही.' पण छोट्या मुलाला मात्र तो दगड खिशात ठेवायचा असतो. तुम्ही म्हणता, 'अरे, कशाला उगाच ओझं घेतोयस? आणि शिवाय चिखलात पडलेला घाणेरडा दगड आहे तो, आधी फेकून दे.' पण तो दगड धरून ठेवतो. कारण, तुम्हाला मुलाचा भाव कळत नाहीये. मुलाच्या दृष्टीनं हा दगड एक चमत्कार आहे. त्याच्यासाठी हा रंगीबेरंगी दगड, कोहिनूर हिऱ्यापेक्षा कमी मौल्यवान नाही. किंमत विस्मयाची आहे! दगडाची थोडीच किंमत असते! एखादं फुलपाखरूसुद्धा मुलाचं लक्ष वेधून घेतं; अगदी साक्षात देव भेटल्यावरसुद्धा तुम्हाला इतका संमोहित करणार नाही, इतकं ते फुलपाखरू त्याला मोहून टाकतं. तो फुलपाखराच्या मागे धावत सुटतो.

एखादं मूल जसं निष्पाप, निर्व्याज असतं तशीच अवस्था विस्मयाच्या परमोच्च क्षणी, बुद्धत्वाच्या स्थितीत कोणाही व्यक्तीची होते. म्हणून येशूनं म्हटलंय, 'जे लहान मुलासारखे सरळ, निर्व्याज असतील, फक्त तेच माझ्या प्रभूच्या राज्यात प्रवेश करू शकतील.' येशूनं जे सांगितलं आहे, तेच शिवसूत्रात म्हटलं आहे.

'विस्मयो योगभूमिका:।'

'विस्मय,' ही योगाची पहिली पायरी आहे. त्यामुळे, तर अनेक गोष्टी लक्षात घ्यायला हव्यात.

तुमच्यापाशी जेवढं ज्ञान असेल, तेवढी योगसिद्धी प्राप्त करणे अवघड होऊन जाईल. तुमच्यात 'मला माहीत आहे' असा अहंभाव असेल, तेवढे तुम्ही योगी होऊ

शकणार नाही. तुमच्या मनावर शास्त्रांचा पगडा जितका खोलवर तितका तुमचा विस्मयभाव नष्ट होणार. परमेश्वराबद्दल एखाद्या विद्वान पंडिताला विचारा, तो अशा थाटात उत्तर देईल की, जणू काही 'परमेश्वर' ही उत्तरं देण्याजोगी गोष्ट आहे. जणू काही त्याबाबत काही उत्तर देता येतं! तुम्ही विचारायचाच अवकाश की, त्याचं उत्तर तयार. साक्षात परमेश्वरसुद्धा त्याला निरुत्तर, अवाक् करू शकत नाही. त्याच्यापाशी सगळ्याची ठरलेली अशी सूत्रं आहेत, त्या आधारे तो ते तत्क्षणी समजावून देतो.

पण बुद्धांकडे जा! परमेश्वराबद्दल विचारा! बुद्ध गप्प राहतात. कदाचित 'हा माणूस गप्प बसला, त्याअर्थी त्याला काहीच ठाऊक नसणार,' असा विचार करून तुम्ही माघारी फिराल. कारण कित्येक पंडित, बुद्धाकडं जाऊन असाच ग्रह करून परत फिरले. हा माणूस गप्प एवढ्यासाठी राहिला की परमेश्वर हे तर विस्मयाचं प्रवेशद्वार आहे. तुम्ही जर थोडे जाणकार असता, तर ज्या माणसानं उत्तर दिलं नाही, त्याच्यापाशी थांबला असता, तुम्ही त्या माणसाला समजून घेण्याचा प्रयत्न केला असता, त्याच्या नजरेत डोकावून पाहिलं असतं, त्याच्या सत्संगात, त्याच्या सहवासात तुम्ही राहिला असता. कारण त्याला काहीतरी गवसलंय आणि ते इतकं मोठं आहे की, शब्दात मांडता येत नाही. तोंडानं व्यक्त करता येत नाही आणि त्याला असं काहीतरी दिसलं आहे – अशा कशाचंतरी दर्शन घडलं आहे की जे 'उत्तरा'च्या साच्यात बसवता येत नाही.

प्रश्न आणि उत्तरं या तर शाळकरी मुलांच्या गोष्टी आहेत. तुमचा प्रश्नच अनाठायी आहे. परमेश्वराबाबत कोणी प्रश्नच विचारू शकत नाही. जे अति भव्य-दिव्य आणि विराट आहे, त्याबाबत कोणी प्रश्न कसा विचारू शकेल? त्याबाबत तर प्रश्न-उत्तर दोन्ही शरणागत आहेत. तुमचा प्रश्न अति सामान्य – क्षुद्र आहे. म्हणून बुद्धांनी मौन राखलं. यानं उत्तर दिलं नाही म्हणजे याला ठाऊक नसणार, असे समजून तुम्ही मागे फिरता. तुम्ही विद्वान पंडिताला ओळखता, कारण तुमच्या डोक्यात शब्द भरलेले आहेत. तुम्ही ज्ञानी माणसाला ओळखू शकणार नाही. कारण ज्ञानी हा विस्मय भावानं भरलेला आहे आणि तुमच्यातला हा भाव नष्ट झाला आहे.

विस्मय नष्ट होणं, ही जगातली सर्वांत मोठी वाईट घटना आहे. तुमच्यातला विस्मय भाव संपून जाईल, त्या दिवसापासून तुमच्या मुक्तीचा मार्ग अवघड होऊन जाईल. तुमचा विस्मय संपला की त्याच दिवशी तुमचं बालमन बधिर होईल, मरून जाईल, तुम्ही म्हातारे होऊन जाल.

अजूनही तुम्हाला चकित व्हायला होतं? आयुष्याबद्दल तुम्हाला अजूनही प्रश्न पडतात? चोहीकडून पक्ष्यांचा किलबिलाट, झऱ्यांचं झुळझुळ वाहणं, झाडांमधून शीळ घालत जाणारा वारा, यांच्यामुळं अजूनही तुम्ही रोमांचित होता का? तुम्हाला प्रसन्न वाटतं का? आयुष्याकडं चौफेर नजर टाकून तुम्ही अजूनही चकित होता का?

नाही! कारण तुम्हाला ठाऊक आहे. हे पक्ष्यांचे आवाज आहेत, झाडांमधून ऐकू येणारी शीळ म्हणजे दुसरं काही नाही, तिथून वाहणारा वारा आहे, प्रत्येक गोष्टीचं उत्तर तुमच्याजवळ आहे. उत्तरांनी तुम्हाला संपवलं आहे. ज्ञानाच्या आधीच तुम्ही ज्ञानी झाला आहात.

'विस्मयो योगभूमिका: ।'

ज्याला योगाच्या दुनियेत पाऊल टाकायचं आहे, 'विस्मय' हे त्याच्यासाठी प्रवेशद्वार आहे. आपलं बालपण माघारी आणा. पुन्हा विचारायला लागा. पुन्हा चौकस व्हा. पुन्हा जिज्ञासा जागी करा. असं केलं तर, तुमच्यामध्ये जीवनाचे सुकलेले स्रोत पुन्हा वाहू लागतील. जीवन प्रवाहात आलेले अडसर दूर होऊन, पुन्हा तो प्रवाहित होईल. तुम्ही पुन्हा डोळे उघडा आणि चौफेर नजर टाका. सगळी उत्तरं खोटी ठरतील. कारण तुमची सगळी उत्तरं उसनवारीची आहेत. तुम्ही स्वत: काहीच जाणून घेतलेलं नाही. पण या उसनवारीच्या ज्ञानानं तुम्ही असे काही भारलेले आहात की, 'आपल्याला तर सगळं कळलंय' असं तुम्हाला वाटू लागलं आहे.

'विस्मय,' जागा ठेवा. जोपर्यंत विस्मयभाव जागृत होत नाही, तोपर्यंत तुमची आसनं, प्राणायामानं काहीही साधणार नाही. कारण आसनं, प्राणायाम हे सगळं शरीरासाठी आहे. त्यामुळं शरीरशुद्धी होईल, शरीर निरोगी राहील. हे खरं, पण शरीराची शुद्धता आणि शरीराचं निरोगी असणं यामुळं काही तुम्हाला परमेश्वर भेटणार नाही.

'विस्मय,' ही मनाची शुद्धी आहे. विस्मय म्हणजे, मन सगळ्या 'उत्तरां'पासून मुक्त होणं. 'विस्मय' म्हणजे तुम्ही हा अनाठायी प्रश्नोत्तरांचा कचरा साफ करणं, तुमचा प्रश्न पुन्हा नवा, ताजा होणं आणि तुम्ही स्वत:चं अज्ञान ओळखणं. 'विस्मय' म्हणजे 'मला ठाऊक नाही,' 'पांडित्य' म्हणजे 'मला ठाऊक आहे.' तुम्हाला जितकं ठाऊक असेल, तितके तुम्ही चूक आहात. जेव्हा तुम्ही निर्व्याजपणे म्हणता की, 'मला काहीही माहीत नाही, हे विश्व अज्ञात आहे, मला माहीत असलेलंही अगदी काम-चलाऊ आहे, मी अजूनही काहीही जाणून घेतलेलं नाही' अशी भावना तुमच्या मनात खोलवर रुजली की, तुम्ही योगाचं पहिलं पाऊल उचललंत म्हणून समजा. मग पुढची वाटचाल सोपी आहे. पण पहिलंच पाऊल जर चुकीचं पडलं, तर पुढं कितीही मार्गक्रमण केलंत तरी त्याचा काही उपयोग नाही. कारण ज्याचं पहिलं पाऊल चुकीचं पडतं, तो ध्येयापर्यंत पोहोचू शकणार नाही. ज्याचं पहिलं पाऊल योग्य असतं, तिथंच तो अर्धी बाजी मारतो आणि 'विस्मय' हे पहिलं पाऊल आहे.

थोडं विचारपूर्वक पाहा – तुमच्याजवळ ज्ञान आहे? थोडं नीट बघितलंत तर

लक्षात येईल की, ते ज्ञान नसून सगळा फोलपट कचरा आहे. शास्त्रांकडून, गुरूंकडून, संत-महंतांकडून तो गोळा केला आहे आणि बहुमोल 'ठेव्या'सारखं आपण त्याचं जतन करत आहोत. त्यानं तुम्हाला दिलं तर काहीच नाही, उलट तुमच्यातला 'विस्मय' मात्र संपवला. तुमच्यातला विस्मय तडफडतो आहे, मरणपंथाला लागला आहे, पण आता तुम्ही चकित होत नाही. कोणतीच गोष्ट तुम्हाला चकित करतही नाही.

'इकहार्ट' नावाचा एक ख्रिश्चन संत होऊन गेला. त्यानं फार गमतीची गोष्ट सांगितली आहे. तो म्हणतो, ज्याला प्रत्येक गोष्टीची अपूर्वाई वाटते, तो खरा संत. प्रत्येक गोष्ट, छोटे-छोटे प्रसंग त्याला चकित करतात. दगड पाण्यात पडला की 'डुबुकन' आवाज होतो, तरंग उठतात, त्याचंही अप्रूप वाटतं. हे इतकं चकित करून सोडणारं आहे! अतिशयच गूढ! संत श्वास घेतो, जगतो हे सुद्धा पुरेसं चकित करणारं आहे.

इकहार्ट रोज सकाळी देवाची प्रार्थना करे, 'देवा, आज पुन्हा सकाळ झाली. आज पुन्हा सूर्य उगवला. तुझी लीला अगाध आहे. सूर्य उगवला नसता तर आम्ही काय केलं असतं? काय मार्ग होता? माणूस असहाय्य, लाचार आहे!'

इकहार्ट म्हणे, 'आज श्वास घेतोय, उद्या नाही घेता आला, तर काय करणार?'

तुम्ही श्वास घेऊ तर शकणार नाही. श्वास तुमच्या ताब्यात तर नाही. किती जवळ असतो श्वास! पण तरीही तो तुमच्या मालकीचा नाही. तुम्ही त्याचे मालक नाही. बाहेर टाकलेला श्वास आत आला नाही, तर नाहीच येणार. जे इतकं जवळ आहे, त्याची सुद्धा आपल्याला माहिती आणि मालकी नाही. पण 'आपल्याला सगळं काही माहितेय,' असा आपला समज मात्र आहे.

सगळं माहीत असण्यानंच तुमचा घात केला आहे. हा कचरा बाजूला सारा आणि मोकळे व्हा! त्या क्षणी तुमच्या डोळ्यांत ज्ञानाचं अंजन नसेल, ते तर गूढ भावनेनंच भरलेले असतील. ही अंतर्मुखी गूढ वाटचाल म्हणजे 'विस्मय,' बहिर्मुखी वाटचाल म्हणजे 'आश्चर्य.'

जर पार्थिव गोष्टींबाबत तुम्ही गूढ भाव ठेवलात, तर तुम्ही शास्त्रज्ञ व्हाल. जर तो गूढभाव तुम्ही आत्मरंगाकडे जोडलात, तर तुम्ही महान योगी व्हाल आणि या दोन्हीचं फळ वेगवेगळं असेल. कारण 'आश्चर्य' हिंसक आहे, तर 'विस्मय' अहिंसक. आश्चर्यात एक प्रकारची बेचैनी, अस्वस्थता असते. त्यामुळं ज्याबद्दल आश्चर्य वाटतं, तेच कमी करण्याचा प्रयत्न केला जातो. आश्चर्य संपुष्टात आणायला लागतो, त्याचं विश्लेषण करावं लागतं, विस्मयात एक प्रकारचा 'रस' आहे.

यातला फरकही नीट समजून घेतला पाहिजे. तो काही शब्दकोशात लिहिलेला आढळणार नाही, तसा तो लिहिला जाऊ शकत नाही. कारण शब्दकोश तयार

करणाऱ्यांना 'विस्मया'चा पत्ताच नाही.

'आश्चर्य' हिंसक आहे, आक्रमक आहे. ज्या गोष्टीबद्दल तुम्हाला आश्चर्य वाटू लागतं, तेव्हा एक प्रकारचा ताण निर्माण होतो. तो तणाव दूर करायलाच हवा. जोवर जिज्ञासा शांत होत नाही, जोवर तुम्ही जाणून घेत नाही, तोवर तुमच्या डोक्यात एक प्रकारचा अस्वस्थपणा राहतो. एखादा शास्त्रज्ञ १८-१८ तास आपल्या प्रयोगशाळेत गुंतून राहतो, ते कशासाठी? त्याच्या ठिकाणी एक अस्वस्थपणा – बेचैनी असते. जणू एखाद्या भुताखेतानं पछाडावं तशी! आणि जोवर तो त्यातून सुटका करून घेत नाही, तोवर तो तसाच तिथं नेटानं राहणार.

पण 'विस्मय' आक्रमक नाही आणि 'विस्मय' म्हणजे अस्वस्थपणाही नाही. उलट 'विस्मय' ही एक विश्रांतीची स्थिती आहे. एखाद्या माणसात जेव्हा विस्मय-भाव भरून राहतो, तेव्हा तो एकदम स्वस्थ होऊन जातो. विस्मय नाहीसा करायचा नसतो, विस्मय ग्रहण करायचा असतो. विस्मयाचा आस्वाद घ्यायचा असतो. विस्मयात मिसळून जायचं आहे, एकरूप व्हायचं आहे. 'आश्चर्य' सगळं संपवायच्या प्रयत्नात असतं, 'विस्मय' जीवन जगण्याच्या दिशेनं जातो. 'विस्मय' ही एक जीवन पद्धती आहे, जगण्याची शैली आहे, तर 'आश्चर्य' माणसाच्या मनाचं हिंसक रूप आहे.

म्हणून शास्त्र-विज्ञान विजयाच्या भाषेत विचार करतं, तोडा-फोडा-जिंका. धर्म समर्पणाच्या भाषेत विचार करतो. स्वत:ला विसरून जा. जेव्हा तुमच्यामध्ये विस्मयाचा भाव निर्माण होईल, प्रविष्ट होईल तेव्हा मीठाचा खडा पाण्यात टाकावा आणि सगळं पाणीच खारं व्हावं! तसा तो भाव तुमच्यात पुरता मिसळून जाईल. ज्या दिवशी तुम्ही विस्मयानं भारावून जाल, तेव्हा तुम्ही विस्मयानं 'खारट' व्हाल. तुमचा रोमअन्‌रोम विस्मयानं भरून जाईल. उठता-बसता विस्मय! तुम्ही सतत चकित राहाल. प्रत्येक गोष्ट गूढ होऊन जाईल. अगदी सगळ्यांत क्षुद्र वस्तूसुद्धा त्या विराटाचं एक अंग होईल. कारण क्षुद्राशी जेव्हा विराट रूपाचं नातं जुळतं, तेव्हा क्षुद्रसुद्धा विराट होऊन जातं. तेव्हा ज्ञात केलेलं, जाणून घेतलेलं असं काहीही राहत नाही. सगळीकडून गूढ गोष्टी तुम्हाला घेरून टाकतात. अशावेळी प्रत्येक क्षणी काहीतरी नवं घडत असतं, प्रत्येक क्षणाचं वेगळं आवाहन असतं. 'विस्मय' हे एक आमंत्रण आहे.

मुल्ला नसरुद्दिन, एकदा निवडणुकीला उभे राहिले. घरोघर मत मागायला जात होते. गावातल्या चर्चच्या पाद्र्यांकडेही गेले. ते प्रचाराला गेले, तेव्हासुद्धा त्यांच्या तोंडाला दारुचा वास येत होता. पाद्री भला माणूस होता. अगदीच तोंडावर बोलणं असभ्यपणाचं वाटेल, म्हणून तो नसरुद्दिनला म्हणाला, 'मला फक्त एकच विचारायचं आहे. समाधानकारक उत्तर दिलंत तर माझं मत तुम्हाला आहे. काय हो!

तुम्ही कधी दारू पिता?' यात विचारण्याजोगं काहीच नव्हतं. दारू तर ते प्यायलेलेच होते. नसरुद्दीन चकित झाले आणि म्हणाले, 'तुम्हाला उत्तर द्यायच्या आधी मलाही एक विचारायचं आहे. ही उलटतपासणी आहे का आमंत्रण?' 'इज धिस ॲन इक्वायरी, ऑर ॲन इन्व्हिटेशन?'

'आश्चर्य' म्हणजे तपासणी आहे, 'विस्मय' म्हणजे आमंत्रण. 'विस्मय' हे आंतरिक आमंत्रण आहे. जसजसे तुम्ही अंतरंगात प्रवेश करता, तसतसे तुम्ही त्यात बुडत जाता. असं करताकरता एक दिवस असा येईल की, तुम्हीही वेगळे राहणार नाही आणि विस्मयही तुमच्यापासून निराळा होऊ शकणार नाही. त्या दिवशी सर्वोच्च – परमज्ञान प्राप्त होईल. जर तुम्ही 'आश्चर्य' करत राहिलात तर एखादं दिवशी तुम्ही आणि आश्चर्य वेगवेगळे असणार नाही, ही विज्ञानाची निर्मिती आहे. अहंकार राहील तर आश्चर्य नाहीसं होईल. जर विस्मयाच्या मार्गानं गेलात, तर तुम्ही संपुष्टात याल, विस्मय बाकी राहील. कणाकणात तोच भरून राहील, तुमचं अस्तित्वच विस्मयकारक होईल.

याला शिवानं, योगाचा पाया म्हटलं. ज्ञान बाजूला सारा! विस्मयानं भरून जा! सुरुवातीला हे अवघड वाटेल. कारण आपल्याला सगळं माहीत आहे, अशी तुमची कल्पना आहे.

डी.एच. लॉरेन्स नावाचे अतिशय महान विचारवंत होऊन गेले. एकदा ते लहान मुलासमवेत बागेत फिरत होते. मुलानं विचारलं, 'व्हाय दि ट्रीज आर ग्रीन?' 'झाडं हिरवी का आहेत?'

लहान मुलंच, असे प्रश्न विचारू शकतात. इतके ताजेतवाने प्रश्न! तुम्ही तर या प्रश्नाचा विचारही करू शकणार नाही. तुम्ही म्हणाल, 'झाडं हिरवीच आहेत. यात विचारायचं काय! हा काय प्रश्न झाला? हा मुलगा मूर्ख आहे झालं!' पण नंतर तुम्ही पुन्हा विचार करा, 'झाडं हिरवी का आहेत?' तुम्हाला खरंच उत्तर माहीत आहे?

तुमच्यातला एखादा शास्त्रशाखेचा विद्यार्थी असेल तर तो म्हणेल, 'क्लोरोफिल मुळे.' पण त्यानं मुलाचा प्रश्न संपत नाही. मुलगा विचारणार, झाडात क्लोरोफिल का आहे? ते झाडात कशाला असायला हवं? आणि मग ते माणसात का नसतं? क्लोरोफिलला झाडंच कशी सापडतात?' या 'का'च्या कुठल्याही प्रश्नाचं उत्तर 'क्लोरोफिल'नं मिळत नाही.

शास्त्राकडून, मिळणारी सगळी उत्तरं अशीच असतात. शास्त्रामुळं, प्रश्न फक्त एक पायरी खाली उतरतो एवढंच! तुम्ही थोडे जास्त चुणचुणीत असाल तर पुन्हा प्रश्न उपस्थित करू शकता. शास्त्राजवळ 'का'चं काहीही उत्तर नाही. म्हणून शास्त्र 'विस्मय' नष्ट करू शकत नाही. फक्त तसा भ्रम मात्र निर्माण करू शकतं.

पण डी.एच. लॉरेन्स, काही शास्त्रज्ञ नव्हते. ते एक कवी, कादंबरीकार होते. त्यांच्यापाशी सौंदर्याबद्दलची जाणीव, संवेदना होती. ते उभे राहिले. विचार करायला लागले. मुलाला म्हणाले, 'मला जरा वेळ दे. कारण मला स्वत:लाच ते माहीत नाहीये.'

तुमच्याही मुलांनी तुम्हाला असले प्रश्न कितीतरी वेळा विचारले असतील. पण 'मला माहीत नाही,' असं तुम्ही कधी म्हटलं आहे! अशानं तुमचा अहंकार दुखावेल. प्रत्येक बापाला वाटतं, 'मला माहीत आहे' मुलगा विचारतो, वडील उत्तर देतात. या उत्तरांमुळेच, पुढे वडिलांचा मान कमी होतो. कारण एक ना एक दिवस मुलाला कळून चुकतं की, तुम्हाला काहीच माहीत नव्हतं, तुम्ही उगाचच उत्तरं ठोकून देत होतात. मी जसा अ-जाण, अ-ज्ञानी आहे तसेच तुम्ही आहात. तुमचं वय जास्त होतं, त्यामुळं तुमचं अज्ञान जरा जुनं होतं इतकंच. पण तुम्ही लहान मुलाला उत्तर देता. तो तुमच्यावर विश्वास ठेवतो. 'असेल बुवा असं,' असं म्हणून तो मान्य करतो. पण असं किती दिवस मान्य करेल?

डी.एच. लॉरेन्सनं मात्र उठून सांगितलं, 'मी विचार करेन आणि तरीही तू फारच हट्ट धरलास तर इतकंच सांगू शकतो की झाडं हिरवी आहेत. कारण ती हिरवी आहेत! यापेक्षा त्याचं काही उत्तर नाही. मला स्वत:लाच अजून हे गूढ वाटतं आहे.'

तुमच्या डोळ्यांवरून ज्ञानाची झापडं जरा बाजूला करा. चोहीकडं 'गूढ' भरून राहिलं असल्याचं तुम्हाला दिसेल. झाडं हिरवी आहेत, हेही गूढ आहे. झाडांना लाल फुलं आलीत, हेही गूढच आहे. एका इवल्याशा बीमध्ये, एवढे मोठाले वृक्ष दडलेले आहेत, हेही गूढ आहे. एक बीज तुम्ही सांभाळून, जपून ठेवा. अगदी शेकडो-हजारो वर्षांनंतर जरी पेरलंत, तरी त्यातून झाड उगवेल. तसेच जीवन अखंड, चिरंतन आहे. त्यातला प्रत्येक क्षण 'गूढ' आहे.

पण तुम्ही डोळेझाकच करत आहात. निर्धास्त झाला आहात. पण हा तुमचा मूर्खपणा आहे. तुम्हाला त्याबद्दल ना खंत ना खेद! याचीही काही कारणं आहेत. 'मला माहीत आहे,' असं म्हटल्यानं मनाला दिलासा मिळतो. अहंकार सुखावतो. 'मला माहीत नाही,' म्हटलं की मनाची निश्चिंतता नाहीशी होते. तसं तुम्हाला काहीही माहीत नसतं. पण 'मला काहीच ठाऊक नाही,' हा भाव त्रासदायक असतो. म्हणून तुम्ही काहीही गोष्ट हाताशी घेता. म्हणतात ना, 'बुडत्याला काडीचा आधार.' पण तुम्ही आधार म्हणून जे पकडून ठेवलं आहेत, ते तर... काडीइतकं सुद्धा नाही. एखादं वेळेस काडीचा आधार घेऊन कोणी वाचेल सुद्धा, पण तुम्ही जे पकडलं आहेत, ते तर काडीसुद्धा नाही, ते तर फक्त स्वप्न आहे, फक्त कोरडे शब्द आहेत.

एखादा माणूस, 'आपल्याला देव माहीत आहे,' अशा पक्क्या समजुतीत

असतो. 'मला पक्कं ठाऊक आहे,' असं म्हणणंच फार विचित्र आहे. 'पक्कं' म्हणजे तुम्ही परमेश्वराचं रहस्यही जाणलं आहेत, असा अर्थ होतो. 'पक्कं' म्हणजे तुम्ही त्यातूनही आरपार गेला आहात, त्याला सुद्धा तुम्ही पुरतं जाणलं आहे. 'पक्कं' म्हणजे तुम्ही त्यालाही तोलून मापून घेतलंत. प्रयोगशाळेत त्याची परीक्षा करून घेतलीत. 'पक्कं' याचा अर्थ काय होतो?

दुसरा एकजण आहे, त्याला 'देव' नाही,' असं खात्रीनं माहीत आहे. हे दोघंही मूर्ख आहेत आणि दोघांचा विकार एकच आहे. एक स्वत:ला आस्तिक म्हणवतो, दुसरा नास्तिक! पण दोघांमध्ये कणभरही फरक नाही. मुळात दोघांचा विकार एकच आहे, तो म्हणजे 'आपल्याला माहीत आहे' अशी दोघांची समजूत आहे आणि मग दोघांत मतभेद निर्माण होतो.

ज्ञानामुळं मतभेद निर्माण होतात. विस्मयामुळं संवाद सुरू होतो. तुम्ही विस्मयानं भरून गेलात की, तुमच्या आयुष्यात संवाद येईल. महावीरांकडं माणसं जायची आणि म्हणायची, 'देव आहे,' तेव्हा ते म्हणायचे, 'हो, आहे.' एखादा नास्तिक त्यांच्याकडे जाऊन म्हणायचा 'देव नाही,' अशा वेळी ते म्हणायचे, 'हो, नाही.' एखादा दोन्ही गोष्टी न मानणारा अज्ञेयवादी (एग्नास्टिक) जायचा, तेव्हा महावीर त्याला म्हणत, 'हो, आहे पण आणि नाही पण.'

मोठं अवघड होऊन बसलं. कारण आपल्याला वाटतं काय ते सरळ, स्पष्ट सांगावं, भले चुकीचं असेल पण एक काय ते साफ सांगावं.' एक गोष्ट लक्षात ठेवा, 'हे विश्व इतकं गुंतागुंतीचं आहे की, इथं स्पष्ट उत्तरं चुकीचीच ठरतील. इथं जे विरोधाभासी नाही, ते चुकीचं असेल. इथे जे उत्तर आपल्या उलट बाजूला विरोधी विचारालाही सामावून घेतं, तेच बरोबर ठरेल. कारण, या विश्वानं आपल्या उलट असणारंही सामावून घेतलं आहे. इथं जन्मही आहे आणि मरणही. इथं सरळ, स्वच्छ, स्पष्ट मार्ग नाही. इथं काळोखही आहे आणि उजेडही आहे. इथं शुभ आहे आणि अशुभही. इथं दोन्ही गोष्टी हातात हात घालून चालत आहेत. इथं पापी आणि पुण्यात्मा वेगवेगळे नाहीत, दोघं बरोबरच जगत आहेत. दोन्ही एकाच नाण्याच्या दोन बाजू आहेत. परमेश्वरानं दोघांना आपल्यात सामावून घेतलं आहे. अस्तित्व मोठं महत्त्वाचं आहे. तर्काच्या कसोटीवर ते तावून, सुलाखून घेता येत नाही, अतर्क्य आहे. त्यात दोन्ही गोष्टी एकमेकांत मिसळलेल्या आहेत.

एकदा काय झालं, जुन्नेदनं एका रात्री देवाजवळ प्रार्थना केली, 'देवा, या गावात अति महापापी अशी कोणी व्यक्ती आहे का, हे मला जाणून घ्यायचं आहे. म्हणजे त्याला पाहून, त्याचं सगळं वागणं समजून घेऊन, मी पापापासून लांब राहण्याचा प्रयत्न करेन. माझ्यासमोर पापाचा मापदंड असेल की, हा महापापी आहे, अशा तऱ्हेच्या आयुष्यापासून दूर राहायचं आहे.'

आवाज ऐकू आला, ‘तुझा शेजारी.’

जुन्नेद चक्रावला. आपला शेजारी आणि महापापी! त्याला असं कधीच वाटलंही नव्हतं. अगदी साधा सामान्य माणूस होता. कामधंदा करायचा, दुकान चालवायचा तो महापापी असेल असं त्याच्या मनातही आलं नव्हतं. त्याला वाटायचं महापापी म्हणजे, एखादा रावण! महापापी म्हणजे एखादा महादुष्ट सैतान! पण हा तर दुकान चालवतो, मुलाबाळांचं पोषण करतो. तो अगदी गोंधळून गेला. हा तर अगदी चारचौघांसारखा साधा माणूस होता. त्याला तर कोणीही महापापी म्हणणार नाही.

दुसऱ्या रात्री त्यानं पुन्हा प्रार्थना केली, ‘ठीक आहे. तू जे म्हणतोस ते बरोबर आहे. आता मला आणखी एक मानदंड पाहिजे की, या गावातला जो सर्वांत मोठा महात्मा असेल, पुण्यात्मा असेल, त्याची मला माहिती दे.’

देव म्हणाला, ‘तोच माणूस, तोच जो तुझा शेजारी आहे.’

जुन्नेद म्हणाला, ‘तू तर मला बुचकळ्यात पाडतो आहेस. मी तसा स्वत:च गोंधळून गेलोय. दिवसभर त्या माणसाकडं लक्ष ठेवून होतो. पण असं महापाप काही मी पाहिलं नाही आणि आता तर आणखीनच प्रश्न उभा राहिलाय, पुण्यात्माही तोच!’

यावर आवाज आला, ‘माझ्या विश्वात दोघंही एकसारखेच असतात, बरोबरीचे असतात.’

फक्त बुद्धी – तर्कच प्रत्येक गोष्टीचं विच्छेदन करत असते. इथे मोठ्यातल्या मोठ्या सत्पुरुषाच्या मागेही लोकापवाद चिकटतात. इथं अगदी बड्या पापी असामीच्या चेहऱ्यावरही तेज झळकत असतं. तर इथं पाप्याला वाटलं तर त्यानं संत होणं किंवा संतानं पापी होणं शक्य आहे. हा इतका बदल सहजपणे होणं शक्य असण्याचं एकच कारण आहे, ते म्हणजे हे दोघं ‘एकात’च सामावलेले आहेत.

अंधार आणि उजेड भिन्न नाहीत, रात्र आणि दिवस एकमेकांना बांधलेले आहेत. तर्क, शंकांचे दगड फोडून मार्ग स्वच्छ करतो. तर्क म्हणजे, जणू तुम्ही तयार केलेली आखीव-रेखीव, अगदी स्वच्छ ठेवलेली छोटीशी बाग! आयुष्य जंगलासारखं आहे, तिथं काहीच स्वच्छ, मोकळं, नीटनेटकं नाही. तिथं सगळ्या गोष्टी एकमेकांत अडकून पडलेल्या, गुंतलेल्या आहेत.

ज्यांना आयुष्य जाणून घ्यायचं आहे, त्यांनी अशा स्पष्ट, तुटक उत्तरांपासून लांब राहायला शिकलं पाहिजे. अशा गोष्टी मुठीत ठेवण्यानं सुरक्षित वाटतं. कारण ‘चला, मला माहीत आहे,’ असं आश्वासन तुम्हाला मिळतं. एकदा तुम्हाला ‘मला माहीत आहे’ असं वाटलं की तुमच्यात धैर्य येतं, आयुष्यात पुढं चालण्याचं बळ येतं. म्हणून ज्ञानाचा हात सोडून द्यायला तुम्ही घाबरता. त्यानं फारच कठीण अवस्था येते. तुमचा पैसा-अडका लुटला गेला, इतकी काही चिंता नाही, परत

मिळवू आणि धनसंपत्ती, पैसा म्हणजे तर मातीच! तुम्हाला जाणीव होतीच. कुणी तुमची सत्ता, पद काढून घेतलं, काही मोठी काळजी नको. ते तर तुम्ही स्वत:ही सोडू शकता. पण ज्ञान!

मी बघतो ना! अतिशय गमतीची गोष्ट आहे. एखादा माणूस समाजाचा त्याग करतो, गाव सोडतो, घर सोडतो, बायको-मुलं, कुटुंबाचाही त्याग करतो, पण तो जैन असेल तर हिमालयातही जैनच राहतो, हिंदू तो हिंदूच राहतो, मुसलमान हा मुसलमानच राहतो. जो समाज सोडून त्याच्यापासून लांब पळून गेला होता, त्यानंच हे मुसलमान होणं त्याला दिलं होतं. त्यानंच या माणसाला ही जाणीव दिली होती की, 'तू मुसलमान आहेस, कुराणच खरा धर्मग्रंथ आहे. बाकीचं सगळं झूठ!' सगळं सोडून आला, पण 'ज्ञान' मात्र सांभाळून आणलं आहे. अगदी हिमालयावर सुद्धा! या माणसाच्या आयुष्यात काही बदललं नाही. कारण ज्ञानाचा भरोसा, आधार त्याला इथंही आहे.

तुम्ही ज्ञान सोडून द्या. बघा! तुम्ही जिथं असाल तिथंच हिमालय येईल. हिमालय म्हणजे तरी काय? हिमालय म्हणजे जिथं सगळं गूढ आहे, तुम्ही पोहोचू शकणार नाही अशी उत्तुंग शिखरं जिथं आहेत. ज्या पाण्यात तुम्ही उतरूही शकणार नाही असे अथांग जलाशय जिथं आहेत, जो आपल्या सगळ्याच मोजमापांहून खूप मोठा आहे!

'विस्मय' म्हणजे जिथं तुमची बुद्धी थिटी पडते, जिथं तुमचा अहंकार व्यर्थ ठरतो, जिथं तुम्ही एकदम हतबल होऊन जाता, जिथं तुम्ही रडू शकता, हसू शकता, पण बोलू शकत नाही.

असं सांगतात की, मोशे जेव्हा सियोन पर्वतावर गेले, तेव्हा रडलेही, हसलेही, पण बोलले नाहीत. माघारी परतले, तेव्हा शिष्यांनी विचारलं, असं कसं झालं? प्रत्यक्ष परमेश्वर उभा ठाकला होता आणि तो स्वत: म्हणाला, 'मोशे, पादत्राणं बाहेर काढून ये. कारण ही पवित्र भूमी आहे. इथं मी 'आहे.' त्यावर तुम्ही पादत्राणं काढलीत. तुम्ही रडलातही, तुम्ही हसलातही, बोलला का नाहीत? अशी संधी का गमावलीत? जे काही विचारण्यासारखं होतं ते विचारायचं होतंत. सगळी कुलपं उघडणारी, सगळी रहस्य उलगडणारी अशी एक गुरुकिल्ली तर मागायलाच हवी होतीत!'

मोशे म्हणाले, 'अरे जेव्हा तो समोर उभा ठाकला, तेव्हा बुद्धी नाहीशी झाली. फक्त मनच उरलं. आनंदानं रडलोही... हसलोही.'

आणि आयुष्याची ही गंमत आहे की, आनंदात तुम्ही रडूही शकता आणि हसूही शकता म्हणून रडणारा माणूस हा दु:खामुळेच रडतो आहे, असं समजू नका. तो नुसता तर्क आहे. पण आयुष्य तर्कावर चालत नाही. तर्काच्या सगळ्या सीमा

ओलांडून, ही जीवनसरिता अखंड पुरासारखी वाहत राहते. माणूस आनंदात, सुखात रडूही शकतो. अशा वेळी त्याच्या अश्रूंचा गुणधर्म बदलतो. त्यावेळी त्याच्या अश्रूंमध्ये आनंदाची चमक असते. माणूस तेव्हा हसूही शकतो. एकाच अश्रूंमध्ये परस्परविरोधी भाव व्यक्त होऊ शकतात. हेच जीवनाचं गूढ रहस्य आहे.

मोशे म्हणाले, 'मनच उरलं, माझी बुद्धी तर चालेनाशी झाली. मी बाहेर जिथं पादत्राणं काढली होती. मला वाटतं माझं डोकंही तिथंच ठेवून आलो होतो.'

देवळात जाताना असंच बाहेर फक्त पादत्राणंच काढू नका. डोकं, बुद्धीही तिथंच ठेवत जा. जो पादत्राणांबरोबर स्वत:चं डोकंही देवळाबाहेरच ठेवून येतो, तोच देवळात खरा प्रवेश करतो. असं पाहा! पादत्राणं आणि मस्तक – डोकं यांचं फार जवळचं नातं आहे. म्हणून तर एखाद्यावर तुम्ही खूप चिडलात, संतापलात की पायताण त्याच्या डोक्यावर मारता. साधू आपलंच पायताण आपल्या डोक्यावर मारून घेतो. ही दोन टोकं आहेत, दोन अतिशयोक्ती आहेत. एका बाजूला पायताण आहे. एका बाजूला डोकं आहे, दोन्हींच्यामध्ये तुम्ही आहात आणि हा जो तुमचा मध्यबिंदू आहे, तिथं सगळ्या परस्परविरोधी गोष्टी एकत्रित होतात. तिथं तुमचे चरण आणि तिथं तुमचं मस्तक एकत्र येतं, तेच हृदय आहे.

तेव्हा मोशे म्हणाले, 'मी रडलो, हसलो. कारण मी अगदी विस्मयचकित झालो होतो. 'अ-वाक्' झालो होतो! मोशे म्हणाले, आता माझी झोप उडाली. मी झोपू शकणार नाही, त्या दृश्याकडं डोळे-झाक करू शकणार नाही. आता जे घडलं, ते पुसता येणार नाही. आधीचा मोशे आता राहिला नाही. मी आता वेगळाच झालो आहे. हा एक नवीन जन्म आहे.'

याला हिंदू 'द्विज' म्हणतात. 'द्विज' म्हणजे एखाद्याचा पुन्हा दुसरा जन्म होणं. सगळेच ब्राह्मण 'द्विज' नसतात. क्वचित कधीतरी एखादा ब्राह्मण 'द्विज' होतो. 'द्विज'चा संबंध फक्त जानवं घालण्याशी नाही. 'द्विज' म्हणजे ज्याचा दुसऱ्यांदा जन्म झाला तो. हेच मोशे म्हणाला की, आता मी द्विज आहे! आता मी दुसरा वेगळा माणूस आहे, आता माझ्यातला आधीचा माणूस मेला.

विस्मयातून तुम्ही जाल, तेव्हा तुमच्यातलं जुनं सगळं मरून जाईल आणि नव्याचा जन्म होईल. जर तुम्ही विस्मयातच दंग होऊन गेलात तर प्रत्येक क्षणी नवीनतेचा जन्म होतो, जुनं सगळं नष्ट होऊन जातं. प्रत्येक क्षणी जुनं जातं आणि नवीन येतं. मग तुमची जीवनधारा चिरंजीव होईल, शाश्वत होईल आणि तुम्ही कधीही वयाने वृद्ध होणार नाही, अशा वेळी तुम्हाला शाश्वत जीवनाची स्फूर्ती मिळेल.

म्हणून शिव म्हणतात, 'विस्मय ही योगाची पूर्वपीठिका आहे, पाया आहे.'
दुसरं सूत्र आहे, 'स्वपदम् शक्ति:।' 'स्व'मध्ये स्थिर होणं ही शक्ती आहे.

'विस्मय,' पाया आहे. 'विस्मय,' म्हणजे अंतर्मुखी प्रवास. 'मी कोण आहे,' या प्रश्नाचा अंतरंगातून शोध. बहिर्मुखी प्रवास – आश्चर्य, बाहेर बघाल तर तर्क, बाहेर रमाल तर विज्ञान – शास्त्र! आत याल तर विस्मय, ध्यान, प्रार्थना. सगळी पद्धतच बदलून जाते, शैलीच बदलते. विस्मय तुम्हाला अंतरंगात घेऊन येईल. कारण, सगळं जग जेव्हा गूढ वाटेल, तेव्हा एकच महत्त्वाचा प्रश्न उरेल, 'मी कोण आहे?' विस्मयाचा हा मूळ खरा आधार आहे. 'मी कोण आहे?' आणि जोवर मी या 'मी'लाच जाणून घेत नाही, तोवर माझा पुढचा अपेक्षित शोधाचा प्रवास होणार नाही. जर 'मीच' अजून अ-ज्ञात असेन, अज्ञानात असेन, जिथे माझा मलाच अजून पत्ता नाही, तिथं मी या सृष्टीतल्या झाडांना कसं जाणून घेणार, तुम्हाला कसं जाणून घेणार, इतरांना कसं जाणून घेणार? म्हणून 'मी कोण आहे?' हा महामंत्र आहे आणि घाईनं उत्तर देऊ नका. कारण तसं उत्तर तुमच्याजवळ तयार आहे. 'मी कोण आहे?' असं म्हटलं की तुमच्या अंतरंगातून उत्तर येतं, 'मी आत्मा आहे.' पण ह्या उत्तरानं काहीच साधणार नाही. त्याचा काही उपयोग नाही. ते तर तुम्हाला ठाऊक आहेच. त्यानं तुमच्या आयुष्यात फरक पडला नाही. ज्ञान अग्नी आहे, ते तुम्हाला भस्म करेल. जेव्हा तुम्ही म्हणता की, 'मी कोण आहे?' की अंतरंगातून आवाज येतो तो आवाज 'आतला' आवाज नाही. ते तर तुमचं डोकं बोलत आहे. डोक्यात बसलेली शास्त्रं बोलत आहेत, स्मृती बोलत आहेत. जेव्हा 'मी आत्मा आहे' असं तुम्ही म्हणता तेव्हा ते कवडीमोल आहे. त्याला काही किंमत नाही. कारण त्यानं तुमच्यात बदल घडला नाही. हा अग्नी नाही, ही ज्वाळा नाही, भस्म आहे. त्यात कधीतरी विस्तव असेल. एखाद्या ऋषिमुनींसाठी त्यात धुगधुगी असेल, पण तुमच्यासाठी हे फक्त राख आहे. ज्याच्यासाठी तो विस्तव होता, आग होती तो तर या जगापासून खूप दूर गेला, नाहीसा, विलीन झाला. तुम्ही मात्र राखेचं ओझं वाहताय.

'मी कोण आहे' असं सारखं विचारत राहा. पण उसनं, दुसऱ्याचं उत्तर देऊ नका. कधीही उसनं आणून उत्तर मिळालं तर सांगा की, हे माझं उत्तर नाही, मला माहीत असलेलं नाही. मग ते माझं कसं असेल? जे मला माहीत आहे, तेच माझं असू शकतं. जे तुम्ही स्वत: कष्ट करून, परिश्रमानं मिळवाल तेच तुमचं धन आहे, संपदा आहे. ज्ञानात चोरी चालत नाही आणि उधार उसनवारीही चालत नाही. तुम्ही भीक मागू शकत नाही की, चोरी करू शकत नाही. इथे दरोडा, लुटमार चालत नाही. इथे तर तुम्हाला स्वत:च्या प्रयत्नातून, परिश्रमातूनच स्वत:ची निर्मिती करावी लागेल. स्वत:च स्वत:ला घडवावं लागेल.

दुसरं सूत्रं आहे, 'स्व'मध्ये स्थिरता म्हणजे शक्ती!

'विस्मय' निर्माण झाला की लगेच अंतर्मुख व्हा! त्यात बुडून जा आणि

'स्व'मध्ये स्थिर होण्याचा प्रयत्न करा. कारण 'मी कोण आहे?' असा प्रश्न जेव्हा तुम्ही विचारता, तेव्हा त्याचं उत्तर तुम्हाला कधी मिळेल? याचं उत्तर जर तुम्हाला हवं असेल तर आत 'स्व'मध्ये स्थिर व्हावं लागेल. त्यालाच आम्ही 'स्वास्थ्य' म्हटलं आहे. 'स्व'मध्ये स्थित! आणि जेव्हा एखादा माणूस 'स्वत:'पाशी थांबेल, तेव्हाच तर पाहू शकेल! पळत जात असताना तुम्ही कसं पाहणार? तुमचं कसं आहे की, तुम्ही अतिवेगवान गाडीतून जात आहात. गाडीच्या खिडकीतून तुम्हाला एखादं फूल दिसतं, पण 'हे काय, कसलं फूल,' हे विचारण्याआधीच तुम्ही तिथून दूरवर गेलेले असता. तुमचा वेग खूप आहे आणि इच्छा–वासनेइतका या जगात दुसऱ्या कोणत्याही यानाचा वेग नाही. चंद्रावर जायचं असेल तर रॉकेटलाही थोडा अवधी लागतो. तुमच्या वासनेला तर तेवढासुद्धा अवधी लागत नाही. तत्क्षणी तुम्ही पोहोचता. इच्छा–वासनेचा वेग सर्वांत जास्त आहे. जो इच्छा–वासनांमध्ये बुडलेला आहे, लडबडलेला आहे, याचा अर्थ तो थांबलेला नाही. पळतोय – पळतोय, धावतोय आणि या अशा शर्यतीत तुम्ही अगदी 'मी कोण आहे?' असं जरी विचारलंत तरी उत्तर कसं मिळणार?

हे धावणं सोडायला हवं, 'स्व'मध्ये थांबायला हवं. काही काळापुरत्या सगळ्या इच्छा, वासना, सगळी पळापळ, शर्यत, सगळा प्रवास थांबवायला हवा. पण एक इच्छा पूर्ण होते न होते, तोच आणखी पंचवीस नव्यानं निर्माण होतात. तुम्हाला शांत बसताच येत नाही. कित्येक जन्मांपासून तुम्ही थांबलेलेच नाही आहात.

माझ्या ऐकण्यातली, एक गोष्ट आहे — एका सम्राटानं, एका अतिशय बुद्धिमान माणसाला प्रधान म्हणून आपल्या पदरी ठेवलं. पण प्रधान लबाड होता. त्यानं लवकरच राज्याच्या खजिन्यातून लाखो-करोडो रुपये हडप केले. राजाच्या कानावर या गोष्टी आल्यावर, त्यानं प्रधानाला बोलावून घेतलं. म्हणाला, 'मला काहीच म्हणायचं नाहीये. एवढंच सांगतो, तू जे काही केलं आहेस, ते बरोबर नाही. याहून जास्त बोलणार नाही. तू विश्वासघात केलास. फक्त एवढंच म्हणेन, आता तुझं तोंड मला पुन्हा दाखवू नकोस. हे राज्य सोडून निघून जा. झाल्या प्रकाराचा आणखी बोभाटा होऊ नये, चर्चा पसरू नये म्हणून, मी कुणालाच याबद्दल काही सांगणार नाही, तूही कोणाला काही सांगायची गरज नाही.'

प्रधान म्हणाला, 'ठीक आहे. आपण म्हणताय तर मी निघून जाईन. मी कोट्यवधी रुपये चोरलेत हे तर पूर्ण सत्य आहे. पण तरीही प्रधान या नात्यानं मी तुम्हाला एक सल्ला देतो. तो म्हणजे आता माझ्यापाशी सगळं काही आहे. मोठा महाल आहे, उंच डोंगरावर बंगले आहेत. समुद्र किनारीही बंगले आहेत. सगळं काही माझ्यापाशी आहे. आता माझ्या पुढील पिढ्यान्‌पिढ्या मला काही कमवायची गरज नाही, माझ्या मुलाबाळांना काही कमवायची गरज नाही. तुम्ही मला पदावरून

दूर करून, दुसरा प्रधान नेमाल तर त्याला पहिल्यापासून श्रीगणेशा करावा लागेल.'

सम्राट हुशार होता. प्रधानाला काय सांगायचं आहे, ते त्याच्या लक्षात आलं.

'माझ्यापाशी आता सगळं काही आहे,' असं म्हणण्याचा क्षण तुमच्या आयुष्यात कधी येत नाही. ज्या दिवशी हा क्षण येईल, त्या क्षणी ही सगळी धावपळ थांबेल. नाहीतर प्रत्येकक्षणी तुम्ही नव्यानं सुरुवात करत असता. हरघडी नवीन इच्छा कब्जा करते, नवा चोर शिरतो, नवा दरोडेखोर खजिन्याची तिजोरी फोडायला येतो आणि हा लुटारू एखादा तरी असावा, मुळीच नाही, अनेक इच्छा-वासना असतात. एकाच वेळी तुम्ही अनेक दिशांनी पळत असता. एकाच वेळी अनेकविध गोष्टी साधायची तुमची धडपड चालू असते. शांतपणे बसून तुम्ही त्याबद्दल विचारच करत नाही. त्यातल्या कित्येक गोष्टी परस्परविरोधी असतात. त्या तर तुम्ही मिळवूच शकत नाही. कारण तुम्ही एक गोष्ट मिळवलीत की दुसरी नाहीशी होते, दुसरी मिळवलीत की पहिली हातातून निसटते.

मुल्ला नसरुद्दीन, मृत्युशय्येवर होते. तेव्हा आपल्या मुलाला म्हणाले, 'आता मी तुला दोन गोष्टी समजावून सांगतो. मरण्यापूर्वीच तुला सांगतोय त्या लक्षात ठेव. दोन गोष्टी आहेत — एक म्हणजे प्रामाणिकपणा (ऑनेस्टी) आणि दुसरी बुद्धिमत्ता (विझ्डम), हुशारी. तेव्हा दुकान तुला सांभाळायचं आहे, काम तुला पाहायचं आहे. दुकानावर पाटी लावली आहे. 'ऑनेस्टी इज दि बेस्ट पॉलिसी.' 'प्रामाणिकपणा सर्वांत मोठा गुण आहे.' तो आत्मसात कर. ती वागण्याची पद्धत आहे. तिचं पालन कर. कोणालाही कधीही फसवू नकोस. कधीही दिलेला शब्द मोडू नकोस. जे वचन देशील, ते पूर्ण कर.'

मुलगा म्हणाला, 'ठीक आहे. दुसऱ्याचं काय? हुशारी म्हणजे काय?'

नसरुद्दीन म्हणाले, 'कोणालाही चुकूनसुद्धा वचन देऊ नकोस.'

बघा! आयुष्य असंच हे विरोधाभासानं भरलेलं आहे. प्रामाणिकपणा आणि हुशारी दोन्ही डगरींवर पाय ठेवायचा तुमचा प्रयत्न आहे. वचनपूर्ती, हे प्रामाणिकपणाचं ध्येय आहे आणि कधी कोणाला वचनच न देणं, हे हुशारीचं ध्येय आहे. एकीकडं तुम्हाला वाटतं की, लोकांनी साधु-संतांसारखी तुमची पूजा करावी आणि दुसरीकडं तुम्हाला पापी माणसांसारखी मजाही चाखायची असते, मोठी अवघड गोष्ट आहे. इकडं तुम्हाला वाटतं की रामासारखे तुमच्याही चारित्र्याचे गोडवे गायले जावेत, पण तिकडं मात्र दुसऱ्यांच्या बायका पळवण्यात तुम्ही पटाईत आहात!

अशक्य गोष्ट, तुम्हाला शक्य करायची असते. तुम्हाला रावणासारखं तर व्हायचं असतं, पण त्याचवेळी प्रतिष्ठा, सन्मान, आदर मात्र रामासारखा मिळवासा वाटत असतो. अगदी तेव्हाच तुम्ही अडचणीत येता. तेव्हा परस्परविरुद्ध दिशांना तुमचा प्रवास असतो. लक्ष्य तर सतराशे साठ असतात, त्यात सगळीकडं तुमची

ओढाताण होते. आयुष्याच्या सरतेशेवटी, 'आपण जे-जे घेऊन, मिळवून आलो होतो, ते निसटून गेल्याचं,' तुमच्या लक्षात येईल.

एक मोठा जुगारी होता. त्याला त्याच्या बायकोनं, कुटुंबातल्या सगळ्यांनी, मित्रमंडळींनी खूप समजावलं, पण त्यानं एक ऐकलं नाही. हळूहळू त्याच्या जवळचं सगळं संपून गेलं. घरात अगदी एकच रुपया उरला. बायको म्हणाली, 'अहो, आतातरी जागे व्हा. आतातरी स्वत:ला आवर घाला.' नवरा म्हणाला, 'हे बघ, आज इतकं सगळं गमावून एकच रुपया उरला आहे, तर मला आणखी एक संधी दे. या एका रुपयानंही आपलं भाग्य उजळेल सुद्धा. कोणास ठाऊक!'

जुगार खेळणाऱ्यांना नेहमी असंच वाटत असतं. मग तो म्हणाला, 'अरे, जिथं एवढे लाखो रुपये गेले, तिथं या वाचलेल्या एका रुपयाचं काय! त्याच्यासाठी एवढा आकांडतांडव कशाला? एक रुपया तर खर्चच होणार आहे. तो काही तसाच राहणार आहे का? चल, खेळून टाकू हा पण!'

बायकोलाही वाटलं, 'खरंच आहे. सगळं तर हातचं गेलं आहेच. एवढा एकच रुपया उरलाय तो तरी काय तसाच का उरणार आहे? संध्याकाळपर्यंत खर्चच होणार. बरं ठीक आहे जा तुम्ही. शेवटची इच्छाही घ्या पूर्ण करून.'

जुगारी जुगाराच्या एका अड्ड्यावर गेला. खूपच नवल घडलं. प्रत्येक डाव जिंकायला लागला. एकाचे हजार झाले, हजाराचे दहा हजार झाले, दहा हजाराचे पन्नास हजार, पन्नास हजाराचे, लाख झाले. कारण तो पाठोपाठ डाव खेळतच गेला. मग त्यानं ते लाख रुपये सुद्धा डावावर लावले आणि म्हणाला, 'चला, हा शेवटचा डाव आणि सगळं हरला. तो घरी घरतला. बायकोनं विचारलं, 'काय झालं?' तो म्हणाला, 'एक रुपया गेला.'

कारण, जे तुम्ही घेऊन येता, तेच तुम्ही गमावू शकता. लाखाचं काय घेऊन बसलात! त्याचं काय एवढं? त्यानं सांगितलं, 'एक रुपया हरलो, पण काळजी नको. तो डाव वाईट झाला.' पण लाख रुपये झाले होते, हे त्यानं सांगितलं नाही, बरोबरच केलं म्हणा. कारण जे तुमचे नव्हते, ते हरण्याचा प्रश्न येतो कुठं?

मरताना तुम्हाला कळेल की, तुम्ही जो आत्मा घेऊन आला होतात, तो तुम्ही गमावून जाताय. असो! एक गमवाल, आणखी काही तुम्ही जे गमावलंत, कमावलंत, नष्ट केलंत, उभं केलंत, त्याची काही मोठी वजाबाकी नाही. शेवटच्या हिशेबात, त्याला काही किंमत नाही. तुम्ही लाखावारी जिंकले असाल तरी मृत्यूच्या वेळी तर ते सगळं हातून निसटणार आहे. ताळेबंद 'एक'चा उरेल. 'तो' एक 'तुम्ही' आहात आणि तुम्ही जर 'त्या' एकात स्थिर झालात, तर तुम्ही जिंकलात. जर तुम्ही 'त्या' एकात मिसळून गेलात, विलीन झालात....

त्यासाठी शिव म्हणत आहेत, 'स्वत:त स्थिर होणं शक्ती आहे.' तुम्ही दुर्बळ

आहात, लाचार, दु:खी आहात. पण 'तुमच्याजवळ पैसा कमी आहे, घरदार नाही, इस्टेट नाही,' हे याचं कारण नाही. तुम्ही लाचार आहात, दु:खी आहात. कारण तुम्ही 'स्वत:'मध्ये नाही. आत्मलीन होणं ऊर्जेचा स्रोत आहे. तसं झालं की त्या माणसात महाऊर्जेचा संचार होतो.

येशू ख्रिस्ताला एकानं विचारलं, 'मी खूप लाचार, दीनवाणा आहे, गरीब आहे, दु:खी आहे. मी काय करू?' येशू म्हणाले, 'तू बाकी काही करू नकोस. आधी ईश्वराचं राज्य शोध, बाकी सगळं आपोआप मागे चालत येईल.'

एकाला शोधण्यानं बाकी सगळं पाठोपाठ येतं आणि एकाला गमावलंत की हातचं सगळं निसटून जातं. तो 'एक' तुम्ही आहात आणि तीच तुमची धनसंपदा आहे. कारण तेच तर घेऊन तुम्ही आला आहात आणि शेवटच्या हिशेबाच्या वेळी हेच तर पाहिलं जाणार आहे की जो 'तू' तुम्ही घेऊन आला होतात, तो तसाच आहे का तोसुद्धा गमावलात?

'स्व' स्थिती शक्ती आहे. 'स्वपदम् शक्ति:।'

आत्मलीन होणं महाशक्तिशाली होणं आहे. तुम्ही असे महाशक्तिवान तर आहात. पण एखादा विहिरीतून पाणी भरतोय आणि बादली हजार ठिकाणाहून गळतेय, तशी तुमची अवस्था आहे. प्रत्येकवेळी बादलीत पाणी भरताना दिसतं, कारण जोवर ती पाण्यात बुडलेली असते, तोवर अगदी काठोकाठ भरलेली असते. पण बादली पाण्यातून वर घेऊन तुम्ही खेचू लागता, तसं-तसं हजार छिद्रातून पाणी गळायला सुरुवात होते. बादली वर येईपर्यंत तिच्यात काहीही उरत नाही. हजारो इच्छा, वासना म्हणजे, तुमची हजार छिद्रं आहेत. त्यातून तुमची शक्ती, ऊर्जा गळून जाते. जोवर तुम्ही स्वप्नं पाहत आहात, तोवर ही बादली भरलेली असते, जोवर तुम्ही इच्छा बाळगत आहात, तोवर बादली भरलेली आहे. इच्छा जेव्हा प्रत्यक्षात आणण्यासाठी कृती करू लागता, विहिरीतून बादली वर खेचू लागता, आपली स्वप्नं सत्यात उतरवण्याचा प्रयत्न करू लागता, तसतशी शक्ती, ऊर्जा कमी होऊ लागते. खेचून वर आणेपर्यंत फक्त बादलीच हातात येते, हजारो छिद्रंच हाती लागतात, पाण्याचा टिप्पूसही मिळत नाही, पुन्हा तहान तशीच तेवढीच राहते. ती भागत नाही. प्रत्येकवेळी बादली वर खेचताना, विहिरीत खूप गडबड – गोंधळ होतो असं वाटतं, वर येतंय, पाणी हाती लागतंय. पण ते नुसतंच वावटळ ठरतं, हाती काहीच लागत नाही. प्रत्येक खेपेला तुम्ही तसेच हात हलवत परत येता. पण इच्छा-वासना मोठी चमत्कारिक असते.

एकदा एका कोळ्याला, तिथून जाणाऱ्या माणसानं विचारलं, 'काय, किती मासे पकडले?' संध्याकाळ व्हायला आली होती. सकाळपासून कोळी जाळं टाकून बसला होता. त्या वाटसरूनं तिथून बरेचदा येता-जाता हे पाहिलं होतं. त्यामुळं

न राहवून त्यानं विचारलं, ‘किती पकडले?’

त्या कोळ्यानं सांगितलं, ‘जो मासा पकडण्याचा मी आत्ता प्रयत्न करतोय तो एक आणि आणखी दोन पकडले तर ते धरून तीन मासे होतील.’

तुमची स्थिती या कोळ्यासारखी असते. तुम्ही नेहमी या कोळ्यासारखेच असता. आत्ता जे खरं करायला बघताय ते एक स्वप्न आणि आणखी दोन स्वप्नं आहेत! ती अजून सत्यात उतरलेली नाहीत, पण हिशेब मात्र तीन स्वप्नांचा करताय आणि त्यात तुम्ही खूश आहात.

बादली हातात येते, तेव्हा तुम्हाला ती पुन्हा रिकामीच वर आल्याचं लक्षात येतं. लक्षात ठेवा की, जितके वेळा तुम्ही बादली विहिरीत सोडता, तिची छिद्रं तितकी मोठी होत जातात; म्हणून लहान मुलं आनंदी दिसतात. म्हातारी माणसं अगदी उदासवाणी वाटतात, कारण त्यांच्या मनाच्या बादलीला सगळीकडं छिद्रंच-छिद्रं झालेली असतात. कितीवेळा आत टाकून झाली असेल, बाहेर काढून झाली असेल! सगळी छिद्रं मोठी झाली. पण तरीही कधीतरी इच्छा पूर्ण होतील, बादली भरेल ही जुनी चिवट आशा काही सुटत नाही. कारण ती भरल्यासारखीच दिसते आणि मग त्यातून पाणी गळून पडतानाही, दिसतं.

शक्ती तर तुमच्यापाशी परमेश्वराची आहे, पण तुमचं मन मात्र छिद्रांच्या बादलीसारखं आहे.

‘स्वपदम् शक्ति:।’ म्हणजे जेव्हा तुम्ही इच्छा, वासनांच्यामागे धावत सुटणार नाही. एक इच्छा गळून पडली, एक छिद्र बुजलं. सगळ्या वासना गळून पडल्या. सगळी छिद्रं नाहीशी झाली आणि मग तुम्हाला इतर कुठल्या विहिरीत बादली टाकण्याची गरज नाही, आता तुम्ही स्वत:च विहीर आहात. खूप मोठी ऊर्जा, शक्ती तुमच्यापाशी आहे. फक्त व्यर्थ, वाया जाणारी शक्ती जरी वाचवली तरी तुम्ही महाऊर्जा घेऊन जन्माला आला आहात! तुम्हाला मिळवायचं असं काही नाही. मिळवण्याजोगं जे-जे आहे, ते सगळं तुमच्यापाशी आहे, फक्त ते नाहीसं होऊ द्यायचं नाही. ते गमवायचं नाही. प्रश्न परमेश्वर प्राप्तीचा नाही, तर फक्त गमावण्यापासून वाचवण्याचा आहे. तो तुम्हाला मिळालेला तर आहेच. तुम्ही तो गमावता कसा? हीच या जगातली मोठ्यातली मोठी गूढ गोष्ट आहे.

तिसरं सूत्र आहे, ‘वितर्क, म्हणजे विवेकामुळं आत्मज्ञान होतं,’ एकेक सूत्रं गुरुकिल्लीसारखं आहे. पहिलं विस्मय! ‘विस्मय’ स्वत:कडं वळवा. दुसरं स्वस्थिती, स्वत:त स्थिर व्हा. म्हणजे तुम्हाला महाऊर्जा, महाशक्ती मिळेल. तुम्ही स्वत:त स्थिर कसे व्हाल, त्याची गुरुकिल्ली तिसऱ्या सूत्रात आहे. ‘विवेक, वितर्क आत्मज्ञानम्।’

हा ‘वितर्क’ शब्द समजून घेण्याजोगा आहे. ‘तर्क’ तर आपल्याला माहीत

आहे. तर्काची नाडी विज्ञानाच्या – शास्त्राच्या हातात आहे. 'आश्चर्य' नष्ट करण्याचं ते तलवारीसारखं साधन आहे. 'तर्क' विभाजन, विच्छेदन करतो, विश्लेषण करतो. तर्क बहिर्मुखी, बहिर्गामी आहे. 'वितर्क' अंतर्मुखी, अंतर्दिशी आहे. तो विच्छेदन करत नाही, सांधण्याचं काम करतो. तर्क, विश्लेषण (ॲनालिसिस) आहे. वितर्क संश्लेषण आणि जोडणी – सांगड सिंथिसिस आहे.

'फरीद' नावाचा एक फकीर होऊन गेला. एक भक्त त्याच्याकडं सोन्याची कात्री घेऊन आला. कात्री मोठी मौल्यवान होती. जडजवाहीर तिच्यावर बसवलेले होते. भक्तानं सांगितलं की, 'ही कात्री माझ्या घरात शेकडो वर्षांच्या परंपरेनं चालत आली आहे. याची किंमत कोट्यवधी रुपये आहे. आता मी हिचं काय करू? तुमच्या पायाशी ठेवून जातो.'

फरीद म्हणाले, 'तू ही कात्री परत ने. तुला जर मला काही भेटवस्तू द्यायचीच असेल, तर एक सुई-दोरा दे. कारण आम्ही तोडणारे नाही, जोडणारे आहोत. कात्री कापते. भेटच द्यायची तर एखादा सुई-दोरा दे.'

तर्क, कात्रीसारखा आहे, कापून टाकतो. हिंदूंमध्ये गणपती तर्काची, बुद्धीची देवता आहे. म्हणून त्याचं वाहन उंदीर आहे. उंदीर म्हणजे कात्री! तो कुरतडतो. उंदीर म्हणजे जिवंत कात्री. तो कुरतडतच, तोडतच राहतो. गणपती त्याच्यावर बसला आहे. गणपती ही तर्काची, बुद्धीची देवता आहे. हिंदूंनी गणपतीची फार चेष्टा उडवली आहे. गणपतीला पाहून, तुम्हाला हसू आलं नाहीतर आश्चर्य आहे. पण तुम्हाला हसू येत नाही, कारण 'गणपतीचं असंच रूप आहे' असा तुमचा विश्वास आहे, अशी तुमची पक्की धारणा आहे. नाहीतर ते हसण्याजोगंच आहे!

गणपतीचं शरीर नीट बघा. सर्वच दृष्टीनं, सर्वच अंगांनी तो बेढब आहे. डोकं सुद्धा स्वतःचं नाही, ते सुद्धा उसनं, उधार, उसनवारीचं. तर्कनिष्ठ माणसाचं डोकं असंच उधारीचं असतं. खूप मोठं डोकं आहे — अगदी हत्तीचं, पण स्वतःचं नाही. असं उसनं आणलेलं डोकं. मग भले ते हत्तीचं का असेना, ते काहीही उपयोगाचं नाही. त्यामुळं तुम्ही मात्र कुरूप दिसाल एवढंच! शरीर धट्टंकट्टं आहे. उंदरावर स्वार आहे. हे आडदांड शरीर फक्त दाखवण्याचं आहे. वाहन तर उंदीर आहे. कितीही मोठा विद्वान पंडित असला तरी वाहन मात्र उंदीर आहे म्हणजे कात्री, तर्क!

फरीदनं बरोबरच सांगितलं की, भेटच द्यायची असेल तर सुई-दोरा दे. कारण आम्ही जोडणारे आहोत. वितर्क ही परस्परांना जोडणारी कला आहे. 'वितर्क' म्हणजे विशेष तर्क. सर्वसाधारण तर्क विभाजन करतो, विशेष तर्क जोडतो, सांधतो. बुद्ध, महावीर, शिव, लाओत्से हे सुद्धा तर्क करतात, पण त्यांचा तर्क हा 'वितर्क' असतो.

आणखी एक तर्क आहे — ज्याला आपण 'कुतर्क' म्हणतो. तीन प्रकारच्या

शक्यता आहेत. तर्क विभाजन करतो, विश्लेषण करतो, पण त्याचं उद्दिष्ट वाईट नसतं. त्याला फक्त आश्चर्याचं निराकरण करायचं असतं. त्याला विभाजनात रस नसतो. विभाजन ही त्याची प्रक्रिया आहे. उद्दिष्टं तर एखादा सिद्धांत, तत्त्व प्राप्त करणं हे आहे, ज्यायोगे आश्चर्य विरून जाईल. गोष्टी अधिक स्पष्ट होत जातील. तर्काचं ध्येय सृजनात्मक आहे, निर्माण करण्याचं आहे.

पण जेव्हा तर्काचं काही उद्दिष्टचं नसतं आणि फक्त विभाजन करायचं म्हणूनच तर्क केला जातो, जेव्हा फक्त नामोहरम करण्यातच धन्यता वाटते तेव्हा त्याला आपण 'कुतळ' म्हणतो. तर्क 'वेडा' झाला, कुतर्क अविवेकी झाला की तो कुतर्क होतो. जेव्हा विक्षिप्तपणे तर्क केला जातो, तेव्हा तो वेडा तर्क होतो, तेव्हा तो फक्त विभाजनाच्या मागं लागतो. त्याच्या डोळ्यासमोर दुसरं काहीही नसतं, विनाश करण्यातच त्याला रस वाटतो, गंमत वाटते, तेच त्याच्या आवडीचं होऊन जातं.

'वितर्क' हा तर्काचा अंतर्मुखी प्रवास आहे. तुमच्या घरून तुम्ही इथं माझ्यापर्यंत चालत आला आहात, तेव्हा तुमची नजर, तुमची दृष्टी, तुमची दिशा इकडं माझ्याकडं तोंड करून आहे. घराकडं पाठ झाली आहे; जेव्हा तुम्ही घरी परत जाल, तेव्हा मार्ग, रस्ता तर तोच असणार आहे. मार्गात काय फरक पडणार? मार्ग तोच असेल, फक्त दिशा बदलेल. पाठ माझ्याकडं असेल, तोंड घराकडं असेल.

तर्क आणि वितर्क यांच्यात मार्ग तोच आहे. म्हणूनच तर त्याला वितर्क – विशेष तर्क म्हणतात. मार्ग तोच आहे, पण दिशा बदलली. आधी तर्क दुसरीकडं तोंड करून जाणारा होता — वस्तूच्या दिशेनं, आता तो येतो आहे स्वत:कडं, घराच्या दिशेनं आणि अशी दिशा बदलण्यानं आमूलाग्र बदल घडून येतो. सगळे गुणधर्म बदलतात. दुसऱ्या दिशेनं जाताना तोडून वेगळं होऊनच जावं लागणार होतं. कारण दुसरीकडं प्रवेश करायचा असेल, तर असं वेगळं होऊनच प्रवेश करता येतो, त्याला दुसरा काही मार्ग नाही.

तुम्ही एखाद्या वैद्यकीय महाविद्यालयामध्ये गेलात, तर तुम्हाला सगळे विद्यार्थी विच्छेदन करत असलेले दिसतील, बेडूक कापतायत. कारण त्यांना त्याच्या आतली रचना जाणून घ्यायची असते आणि त्यासाठी दुसरा कुठलाच उपाय नाही. बेडूक कापूनच, मग त्याची अंतर्रचना जाणून घेता येईल. पण जर तुम्हाला स्वत:च्या आतलं जाणून घ्यायचं असेल, तर अशा विच्छेदनाचीही गरज नाही. कारण तुम्ही आत आहातच. दुसऱ्याबद्दल माहिती करून घ्यायची असेल तर तोडफोड करून, मारून माहिती मिळवावी लागेल, कारण तिथं आत प्रवेश करण्याचा दुसरा काही मार्ग नाही. पण स्वत:ला जाणून घ्यायचं असेल तर तोडफोडीचा आणि मारण्याचा काही प्रश्नच येत नाही. तुम्ही स्वत: तिथं उपलब्ध

आहातच. स्वत:ला जाणून घ्यायचं असेल, तर फक्त डोळेबंद करून घेणंही पुरेसं आहे. डोळे मिटून घेणं म्हणजेच ध्यान. बाहेरून लक्ष काढून घेऊन ते आत द्यायला लागलो की, तर्काची जागा वितर्क घेते, तर्क वितर्क होतो.

'वितर्का'लाच विवेकही म्हणतात. विवेक म्हणजेच भान, जाणीव, जागृती (अवेरनेस) होय. ही 'विवेक' किंवा 'वितर्का'ची प्रक्रिया आहे. तुम्ही जसजसे अंतर्मुख होत जाता, तसतसे तुम्ही आत्मकेंद्रित आणि एकजीव होऊ लागता. असं समजा की, एक वर्तुळ आहे त्याचा खूप मोठा परीघ आहे. वर्तळाच्या मध्यभागी त्याचे केंद्रस्थान आहे. तुम्ही परिघावर दोन बिंदू घेतलेत, तर ते एकमेकांपासून लांब अंतरावर असतील. मग त्या दोन्ही बिंदूंतून केंद्राच्या दिशेनं, दोन रेषा काढायला लागा. जसजशा या रेषा केंद्राच्या जवळ येऊ लागतील, तसतशा त्या परस्परांच्या जवळ येऊ लागतील. आणखी जवळ... आणखी जवळ! आणि जेव्हा दोन्ही त्या केंद्रात येऊन जुळतील तर त्या एकच होतील. दोन राहणार नाहीत. केंद्रस्थानी एकत्र येऊन मिळतील. जर तुम्ही या दोन्ही रेषा परिघाबाहेर वाढवत गेलात, तर त्या दूर होत जातील. दूर, अधिक दूर, अधिकाधिक दूर... अगदी अनंत आकाशापर्यंत, त्या अनंत अंतरावर जातील.

तुम्ही बहिर्मुख होऊ लागता, तेव्हा गोष्टी परस्परांपासून दूर होत जातात, त्यांच्यातली तफावत, दरी वाढत जाते. म्हणून हजारो प्रकारची शास्त्रं निर्माण झाली आहेत, होतील सुद्धा. कारण ही दरी वाढत जाते. रोज नवनवीन, शास्त्रं निर्माण होत आहेत. कारण जसजसे आपण प्रगत होतोय, पुढं जातोय, तसं अंतर पडत जात आहे. हल्ली शास्त्रज्ञ, फार अडचणीत सापडले आहेत. कारण ते म्हणतात की, एका शास्त्राची भाषा दुसऱ्या शास्त्राला कळत नाही. या पृथ्वीच्या पाठीवर सगळी शस्त्रं जाणणारा, असा एकही माणूस नाही, जो या सगळ्या शास्त्रांची सांगड घालेल. ही तर फारच अवघड गोष्ट होऊन बसली आहे. एकच शास्त्र जाणून घेणंही अशक्यप्राय आहे. तेव्हा या जगात ज्ञानाचं प्रचंड भांडार आहे, पण सगळ्यांची सांगड मुळी सुद्धा दिसत नाही आणि 'धर्म' एकच आहे. भले त्याची नावं कितीही वेगवेगळी असोत. कारण जेव्हा एखादी व्यक्ती अंतर्मुख होऊ लागते, तेव्हा हे वेगळेपण कमी होऊ लागतं. मुख्य गोष्टींवर केंद्राशीच सगळ्या गोष्टींचं नातं राहतं. केंद्राशीच सगळ्या गोष्टी जोडल्या जातात. हे केंद्र म्हणजे सर्वोच्च सांगड अल्टिमेट सिंथिसिस आहे.

वितर्क, म्हणजे विवेकामुळं आत्मज्ञान होतं.

वेगळे होऊ नका. बाहेर मुळीच जाऊ नका. दुसऱ्यावर लक्ष ठेवू नका. त्याच्याकडं पाहू नका. आत लक्ष द्या. हळूहळू केंद्रबिंदूकडं सरकू लागा. जिथं तुमच्या चैतन्याचा, प्राणतत्त्वाचा मध्यबिंदू आहे, तिथं पोहोचा. तिथं स्थिर व्हा. तिथं

महाशक्ती, महाऊर्जा निर्माण होईल.

आपल्याला बुद्ध आणि महावीरांमध्ये जे तेज दिसतं, कृष्णा, मीरा, चैतन्यप्रभूंमध्ये जो आनंद आपण बघतो, तो कशाचा आनंद आहे? ते तेज कशाचं आहे? ते काय सांगत आहे? ते सांगत आहे की, हे सगळे अनंत ऊर्जेचा – शक्तीचा उगम आहे. स्त्रोत जिथं आहे, तिथं पोहोचले आहेत. ते आता लाचार नाहीत. आता ते कोणाहीकडं काही मागणार नाहीत. आता ते 'सम्राट' झाले आहेत.

त्यांच्यासारखे 'सम्राट' होणं तुम्हालाही शक्य आहे. तुम्हीही असे सम्राट होऊ शकता, पण एकेक पाऊल उचललं पाहिजे.

विस्मय, 'स्व' स्थिती प्राप्त करणं, वितर्कातून स्व'पर्यंत पोहोचण्याचा मार्ग! आणि चौथं सूत्र आहे – 'लोकानंदः समाधिसुखम्।' आपल्या असण्याचा, अस्तित्वाचा आनंद घेणं म्हणजे समाधी-सुख आहे.

जेव्हा तुम्ही 'स्वतः' पर्यंत जाता, आत्मलीन होता, तेव्हा तुम्ही अस्तित्वाच्या सर्वांत सखोल अवस्थेत जाता. सर्वांत सखोल, सगळं एकवटलेली अशी ती स्थिती आहे. कारण तिथूनच सगळं निर्माण होतंय. तुमचं केंद्रस्थान, फक्त तुमचं केंद्रस्थान नसून, ते सगळ्या जगाचं केंद्र आहे. आपण सृष्टीच्या परिघावरच वेगळे-स्वतंत्र आहोत. मी-तू हा फरक हे दोन शरीरातलं अंतर आहे. आपण शरीराचा अडसर दूर करून आत शिरतो, तसतसं अंतर कमी व्हायला लागतं. ज्या दिवशी तुम्हाला 'आत्मा' म्हणजे काय कळेल, आत्म्याचं ज्ञान होईल, तेव्हा त्याच दिवशी तुम्हाला परमेश्वर म्हणजे काय ते कळेल, परमेश्वराचं ज्ञान होईल. जेव्हा तुम्हाला स्वतःच्या आत्म्याची जाणीव होईल, त्याची ओळख पटेल, तेव्हा तुम्हाला सगळ्यांच्याच आत्म्याची जाणीव होईल. कारण त्यावेळी केंद्रस्थान जवळ आहे. परिघावर आपल्यात फरक आहे, तिथं वेगवेगळेपणा आहे. केंद्रस्थानी आमच्यात काहीही फरक नाही. त्याठिकाणी आपल्या सगळ्यांचं अस्तित्व एकरूप असतं.

शिव म्हणतात, 'स्वतःमध्ये ते अस्तित्व असल्याचं पाहून समाधीएवढं सुख मिळतं.'

'समाधिसुखम्।' हा शब्द समजून घ्यायला हवा. तुम्ही बऱ्याच सुखांचा अनुभव घेतला आहे. कधी मिष्टान्नाचं सुख, कधी आरामदायी आरोग्याचं सुख, कधी तहानेनं व्याकूळ झाल्यावर पाण्यानं तहान भागण्याचं सुख, कधी शरीराचे चोचले पुरवण्याचं सुख, संभोगाचं सुख... अशी कितीतरी सुखं तुम्हाला माहीत आहेत. पण या सुखांबाबत एक गोष्ट लक्षात घ्यायला हवी आणि ती म्हणजे या सुखांबरोबर दुःखही पाठोपाठ येतं. या सुखाशी दुःख जोडलेलं आहे. तुम्हाला तहानच लागली नाही, तर पाणी पिऊन तहान भागण्याचं सुख मिळणार नाही. तहानेनं व्याकूळ होणं तुम्ही सोसायला तयार असाल, तर पाणी पिण्याचा आनंद तुम्हाला मिळेल. दुःख

दीर्घकाळ आणि सुख क्षणभराचं. कारण घशाखाली पाण्याचा घोट गेला की तहान भागली, तृप्ती झाली. मग पुन्हा दु:ख, पुन्हा तहान! भूकच लागली नाही, भुकेनं जीव कळवळला नाही, तर जेवणाचा आनंद कसा मिळणार!

म्हणून या जगात मोठी वाईट गोष्ट घडते, ती अशी ज्यांच्या पोटात भुकेचा डोंब आहे, ज्यांना चार घास मिळत नाहीत, त्यांना खरा जेवणाचा, अन्नाचा अनुभव मिळतो. कारण भुकेचं फार मोठं दु:खं ते झेलत असतात आणि ज्यांच्या पोटात भूक नाही, त्यांच्यापाशी अन्न आहे. त्यांना जेवल्याचा आनंद, सुख घेता येत नाही, उलट खाल्ल्यानं त्यांना दु:खच वाट्याला येतं.

जोवर तुम्हाला तहान लागते आहे, तोवरच पाण्यानं तहान भागवण्यात मजा आहे. पण तुमच्या आयुष्यात तुम्हाला तहानच लागत नाही. उन्हात जाऊ नका, फार काम करू नका, आरामात घरात राहा, मग तहान कशाला लागेल? अशावेळी जर खूप पाणी पिण्यानं बरं वाटेल, म्हणून अगदी भरपूर पाणी प्यालात, तरी त्यात काही मजा नाही, हे तुम्हाला कळेल. जो दिवसभर कामानं थकून जातो, त्यालाच रात्री झोपेचं सुख मिळेल. हे तर फारच अवघड होऊन बसलं. जर रात्री झोपेचं सुख हवं असेल, तर दिवसा मजुरासारखं कष्टमय आयुष्य हवं. पण गंमत अशी की, दिवस तर तुम्हाला एखाद्या श्रीमंत सम्राटासारखा पाहिजे आणि रात्रीची झोपही मजुरासारखी! हे मात्र शक्य नाही.

बाहेरच्या जगात सुख-दु:ख पाठीला पाठ लावून येतात. त्यामुळं तुम्हाला ज्या दिवशी महालातलं आयुष्य मिळेल, त्या दिवशी तुमच्या झोपेचं खोबरं होईल. ज्या दिवशी तुम्ही आरामशीर गाद्या-गिरद्यांची व्यवस्था कराल, त्या दिवशी नुसतं आपल्याला या कुशीवरून त्या कुशीवर करण्याखेरीज हातात काही नाही, असं तुमच्या लक्षात येईल.

आणि कष्टकरी मजुराचं पाहा, झाडाखाली तो आरामात झोपतो. दगड-धोंड्यांचा त्याला पत्ताच नसतो. डास चावत असतात, तेही त्याला कळत नाही. उकाडा आहे, घामाघूम होतंय, त्याचंही त्याला भान नसतं. या सगळ्या गोष्टी क्षुल्लक आहेत. दिवसभर तो मरमर कष्ट करतो आणि रात्री झोपेचं सुख मिळवतो.

या जगात सुख मिळवण्यासाठी, दु:खाची किंमत मोजावी लागते. इथं प्रत्येक सुखाशी दु:खाचं नातं असतंच आणि माणूस नेमका ह्याच कात्रीत सापडलेला आहे. फक्त सुखच मिळावं, दु:ख संपूनच जावं असं त्याला वाटतं. दु:ख वजा जाऊन फक्त सुखच मिळावं, असं शक्य नाही. हजारो वर्षांपासून आमचा असाच प्रयत्न राहिला आहे. पण हा प्रयत्न यशस्वी होत नाही. दु:ख नष्ट होतं हे खरं, पण तेवढंच सुखही कमी होतं. आम्हाला दु:ख नको, सुख हवं! म्हणून घोटाळा आहे.

समाधी-सुख म्हणजे काय? ज्याच्या मागोमाग दु:ख येत नाही, ते म्हणजे

समाधी-सुख. ते म्हणजे तहान भागल्याची तृप्ती नाही. समाधी-सुख म्हणजे भुकेल्यावेळी केलेलं भोजन नाही. समाधी-सुख हे दिवसभराच्या काबाडकष्टांनंतर रात्रीच्या गाढ झोपेचं सुख नाही. समाधी सुखाशी, दु:खाचा काहीही संबंध नाही. ऐहिक – सांसारिक सुख आणि आध्यात्मिक सुखात हाच तर फरक आहे. समाधी सुख हे फक्त 'असण्याचं' सुख आहे. त्याच्याशी कुठलीही तहान, आसक्ती, कोणतंही दु:ख यांची सांगड नाही. तो फक्त 'असण्याचा' आनंद आहे. शिव म्हणतात, 'लोकानंद:।' म्हणजे अस्तित्वाचा आनंद आहे. तुम्ही 'आहात' बस! एवढंच आनंदाचं आहे. त्यात कोणतीही आसक्ती, तृष्णा आणि दु:ख अशा कशाचाही संबंध नाही.

आत्म्याला कोणतीही तहान नसते की त्याला कशाचीच भूक नसते, हे लक्षात घ्या. म्हणून तिथं तहान-भूक भागल्यानं मिळणारं सुख तर असू शकत नाही. सगळी भूक, तहान ही शरीराची असते. म्हणून शरीराची सुखं ही दु:खाशीच निगडीत असणार. ज्याला शरीराची सुखं हवीत, त्यानं दु:खाची तयारी ठेवायला हवी आणि तो दु:खाची जितकी तयारी ठेवेल, तितकीच त्याला शरीराची सुखं मिळतील. आत्म्याचं सुख सर्वांत शुद्ध सुख आहे, तिथं दु:खाला मुळी वावच नाही.

पण हे सगळं केंद्रस्थानी घडत असतं, बाहेर परिघावर तर तुम्ही शरीर आहात. शरीर हा तुमचा बाह्य परीघ आहे; ते तुमच्या 'घरा'ची सीमा आहे, ते म्हणजे तुम्ही नाही. ते तुमचं बाह्य वर्तुळ आहे. केंद्रस्थानी तुम्ही आत्मा आहात. तिथं एक नवीन सुख निर्माण होतं. तिथलं सुख फक्त 'असण्याचं,' सुख आहे. फक्त 'असणं...' तिथं ना दु:खाच्या दऱ्या आहेत ना सुखाची शिखरं. तिथं उंच-सखल काही नाही. तिथं कमावणं, गमावणं नाही. तिथं दिवस-रात्र नाही. तिथं कष्ट, आराम नाही. तिथं फक्त तुम्ही आहात. तिथं शाश्वत असणं आहे. शाश्वत – चिरंजीव असण्याची सुद्धा एक अवस्था आहे. ती अतिशय रसमय आहे. त्यात कधी बाधा येत नाही. म्हणून संतांनी या अवस्थेला 'शाश्वत,' 'नित्य-चिरंतन' म्हटलं आहे. या रसात कधीही बाधा, अडथळा येत नाही, तो आटत नाही.

कबीर म्हणतात, 'तिथं अमृतरस पाझरतच राहतो. एकसारखा – एकरस!'

इथंही वर्षाव होतो. पण त्या वर्षावासाठी, पावसासाठी उष्णता वाढण्याची गरज असते. जेव्हा कडाक्याच्या उन्हानं तुम्ही अगदी तापून निघता, जमिनीत भेगा पडतात, झाडं व्याकूळ होऊन हाका मारू लागलात, सगळीकडं 'त्राही भगवान' होऊन जातं, तेव्हा पाऊस पडतो.

तुम्ही म्हणाल, 'हा असला कसला वाटेल तो नियम? पाऊसही पडावा आणि त्राही-त्राहीसुद्धा होऊ नये असं का नसतं?'

पण अशावेळी तुम्हाला सगळी पार्श्वभूमी, कारणमीमांसा, त्यामागचं गणित

समजून घ्यावं लागेल. हे जे तलखीनं हाय-हाय होतं तेव्हाच तर ढग तयार होतात. जेव्हा अगदी कडक ऊन पडतं तेव्हा पाण्याची वाफ होते. जर पाण्याची वाफ झाली नाही, तर पाऊस पडणं शक्य नाही. जेव्हा पाण्याची वाफ होईल, आकाशात काळे ढग भरून येतील आणि आभाळ इतकं भरून येईल की त्या ढगांना कोसळावंच लागेल, तेव्हा पाऊस पडेल. म्हणजे पाऊस पडण्याअगोदर, अत्यंत कडक उन्हाची गरज असते.

आत्म्याच्या दुनियेत विरोधाभास नाही, द्वंद्व नाही. म्हणून आपण त्याला निर्द्वंद्व किंवा अद्वैत असं म्हणतो. तिथं 'एक' आहे, तिथं 'दोन' नाही. पण त्यामुळं तिथं त्या दुनियेत कशा प्रकारचं सुख असेल, हे तुम्हाला कळणं फार अवघड जाईल. कारण दु:खाशी निगडीत नसलेलं सुख तुम्हाला माहीतच नाही.

सिग्मंड फ्रॉईडना एकानं विचारलं, 'विक्षिप्तपणा म्हणजे काय आणि लोक विक्षिप्त का होतात?' सिग्मंड फ्रॉईडनी फार वेगळं उत्तर दिलं ते म्हणाले, 'विक्षिप्तपणा आणि यश यांची एकच व्याख्या आहे आणि यशापर्यंत जाण्याचा जो मार्ग, पद्धत त्याच मार्गानं, त्याच पद्धतीनं विक्षिप्तपणापर्यंत पोहोचतात. कारण तुम्हाला जेव्हा यश मिळवायचं असतं, तेव्हा तुम्ही ताठून जाता, आकसून जाता. तुम्हाला यश मिळवायचं असतं, तेव्हा तुम्ही संघर्ष करता. तुम्हाला यशस्वी व्हायचं असतं, तेव्हा तुम्ही रात्रंदिवस काळजीत बुडून जाता. यश मिळवायचं असतं, तेव्हा तुमच्या मनात दर क्षणी ही भीती असते 'यश मिळेल की नाही?' यशासाठी प्रयत्न करणारे, तुम्ही काही एकटेच नसता, कोट्यवधी प्रतिस्पर्धी असतात. तेव्हा रात्रंदिवस चिंता, काळजी, त्रास, तणावानं तुमचा थरकापच उडत असतो. 'काय होईल, काय नाही कोणास ठाऊक,' वेडं होण्याचीही हीच तर अवस्था असते. लोक अशानंच तर वेडे होतात.

तेव्हा ज्यांना तुम्ही 'यशस्वी' म्हणता, त्यांचं जर नीट बारकाईनं निरीक्षण केलंत तर वेड्या माणसांमध्ये दिसून येणारी ताण, बेचैनीची, अस्वस्थतेची स्थिती त्यांच्यातही आढळते.

क्रुश्चेव्ह रशियाचे पंतप्रधान होते, तेव्हाची गोष्ट. एकदा ते वेड्यांचं इस्पितळ बघायला गेले. काहीतरी काम आठवलं म्हणून, त्यांना आपल्या सेक्रेटरीला फोन करायचा होता. फारच अवघड होतं. कारण हे टेलिफोन लावून देणारी ऑपरेटर मुलगी त्यांच्याकडं लक्षच देत नव्हती. तिच्या या वागण्याचा उलगडा त्यांना नंतर झाला. क्रुश्चेव्ह तिला सारखं लवकर नंबर लावून द्यायला सांगत होते, पण तिनं काही मनावर घेतलं नाही. ती ऐकत नाही हे पाहून क्रुश्चेव्ह म्हणाले, 'काय गं मुली मी कोण आहे तुला माहीत आहे?'

यशस्वी, सत्ताधारी, श्रीमंत माणूस सतत चोवीस तास मनात म्हणत असतो,

'मी कोण आहे माहीत आहे?' तो बोलून दाखवो किंवा न दाखवो. मनातल्या मनात हेच म्हणत असतो, 'माहीत आहे मी कोण आहे?' कारण ह्यापायीच तर सगळं हातचं घालवलं आहे, हेच कळून घेण्यासाठी सगळं गमावलंय. शेवटी क्रुश्चेव्हना राहवलं नाही. ते म्हणाले, 'मुली तुला माहीत नाही, मी कोण आहे? मी क्रुश्चेव्ह बोलतोय – पंतप्रधान.'

ती मुलगी म्हणाली, 'तुम्ही कोण आहात, मला माहीत नाही, पण तुम्ही कुठून बोलताय, हे मला माहीत आहे – वेड्यांच्या इस्पितळातून.'

पण सगळे पंतप्रधान तिथूनच बोलत आहेत. त्यांना बोलण्यासाठी दुसरी जागाच नाही.

क्रुश्चेव्ह एकदा लंडनला गेले. कोणीतरी त्यांना अतिशय महागडं कापड भेट म्हणून दिलं. कापड खूपच महागाचं होतं, त्यामुळं जगातल्या सगळ्यांत श्रेष्ठ शिंप्यानं त्याचे कपडे शिवावेत, असं त्यांना वाटत होतं. मॉस्कोतल्या चांगल्यातल्या चांगल्या शिंप्याला त्यांनी बोलावून घेतलं. क्रुश्चेव्ह यांचं म्हणणं होतं की, त्या कापडाचा एक कोटही शिवावा, एक बंडीही शिवावी, एक पँटसुद्धा त्यातून शिवावी. पण शिंपी म्हणाला, 'अवघड आहे. तीनही कपडे त्यात होणं अवघडच आहे. कोणतेही दोन कपडे होतील.' पण कापड फारच महाग होतं. त्यामुळे त्यांना 'सगळा सूट'च त्यातून व्हावा, असं वाटत होतं. त्यामुळे ते लंडनला कापड घेऊन गेले. लंडनच्या शिंप्यानं त्यांच्याकडे बघितलं. म्हणाला, 'ठीक आहे. एक पँट, एक कोट, एक बंडी तर होईलच. शिवाय थोडं कापड उरेल. त्यातून तुमच्या मुलासाठीही शिवता येईल.' हे ऐकून क्रुश्चेव्ह चक्रावले; म्हणाले, 'काय सांगतोस? आणि मॉस्कोत मी माझ्या शिंप्याला विचारलं तर तो लबाड म्हणाला की ह्या कापडात फक्त दोनच गोष्टी बसतील.'

यावर लंडनचा शिंपी म्हणाला, 'तुम्ही त्याच्यावर रागावू नका. मॉस्कोत तुम्ही खूप मोठे आहात, कापड जास्त लागणार. लंडनमध्ये तुम्ही कोणीच नाही आहात.'

माणूस आयुष्यभर ज्या ज्या सुखांच्या, यशाच्या, महत्त्वाकांक्षांच्या शोधात असतो, त्याला तितक्याच प्रमाणात, तेवढीच दु:खं सोसायची तयारी ठेवावी लागते आणि तो दु:खावर मात करतो. यशस्वी होण्याआधी तुम्ही जवळजवळ अयशस्वी झालेले असता. या जगात यशस्वी कोणी होतच नाही. कारण यशस्वी होण्यासाठी, इथं इतका विक्षिप्तपणा मुकाट्यानं सहन करावा लागतो. इतका वेडेपणा अंगावर घ्यावा लागता की, यश मिळेपर्यंत ते तेवढं तोलामोलाचं राहत नाही.

समाधीचं-सुख मात्र अगदी वेगळं आहे. तिथं तुम्हाला त्याची किंमत मोजावी लागत नाही. कारण तुम्हाला जे मिळवायचं आहे, ते आत्ता या घटकेला उपलब्ध

आहेच. ती काही भविष्यातली एखादी गोष्ट नाही की, जिच्यासाठी तुम्हाला देशाटन, प्रवास करावा लागेल, चालावं लागेल, कष्ट करावे लागतील. ते सुख आत्ता आहे, याक्षणी अस्तित्वात आहे. ते तुम्हाला मिळालेलंच आहे. ते तुमचं जन्मजात धन आहे आणि त्याच्या बदल्यात कोणतंही दु:ख नाही. पण मग त्याची गोडी कशी वाटेल?

तुम्हाला जी काही सुखं माहीत झाली आहेत, त्यातल्या एकाचीही खरी गोडी, चव तुम्हाला ठाऊक होत नाही. कारण त्या सगळ्यात दु:ख मिसळलेलं आहे. तुम्ही जे-जे अमृत समजून चाखून पाहिलं आहेत, त्यात विष कालवलेलं आहे. कारण शरीराच्या बाबतीत असं होणारच. शरीराशी जन्म आणि मृत्यू दोन्ही निगडीत आहेत. त्यात अमृत आणि विष दोन्ही आहे. शरीरापासून जे सुख तुम्ही मिळवाल, त्यात दु:ख असणारच. पण आत्मा म्हणजे केवळ अमृत आहे. त्याला मृत्यू नाही. तो चिरंजीव आहे, शाश्वत आहे. तिथे विरोधाभास नाही. तो म्हणजे फक्त आयुष्य आहे. शुद्ध आयुष्य आहे.

म्हणून तुम्ही ज्या कुठल्या सुखांचा आनंद घेतला आहे, त्यातला तुरट, खारटपणा, त्यातला कडूपणा सोडून द्या. अगदी पूर्णपणे वजा करा, तर तुम्हाला कदाचित थोडी कल्पना येईल. तुम्ही जी काही सुखं अनुभवली आहेत, त्या सगळ्यात विरोधाभासाचा जो दु:खाचा भाग आहे, तो थोडा बाजूला काढलात तर तुम्हाला या कल्पनेची थोडी झलक मिळेल. पण या झलकीवरून तुम्हाला अगदी पक्कं स्वरूप कळेलच असं नाही. कारण काठावर – सीमेवर राहून फक्त झलकच मिळते. कारण जे तुम्ही अनुभवलेलं नाही, त्याची कितीही कल्पना करा, त्याचा खरा प्रत्यय तुम्हाला येणार नाही, त्याची खरी धारणा तुम्ही करू शकणार नाही. त्यासाठी कृतीच करावी लागेल, पाऊल उचलावं लागेल.

ही विचारसूत्रं, अतिशय मोलाची आहेत. विस्मयानं भारून जा. 'स्व'कडे वळा! 'स्व'मध्ये स्थिर व्हा! म्हणजे महाशक्ती तुम्हाला प्राप्त होईल. तुमचं आयुष्य श्रेष्ठतम आयुष्य होईल. विवेकानं आत्मज्ञान मिळवा, जागृत राहून पूर्ण जागृतीनं निद्रेचा भेद करून, विवेकानं आत्मज्ञान प्राप्त करा आणि तेव्हा तुम्ही अस्तित्वाचा आनंद उपभोगू शकाल. समाधीसुख हे तुमचं आहे. या समाधी सुखाबद्दल आणखी काही गोष्टी ज्ञात करून घेऊ.

एक – आयुष्यात तुम्हाला जे काही सुख मिळतं, ते अनेक गोष्टींवर अवलंबून असतं. तुमची योग्यता-अयोग्यता, शिक्षण-अडाणीपणा, सामर्थ्य-शक्ती, कौटुंबिक नातेसंबंध, सगळ्यावर ते अवलंबून असेल. पण हे तुमच्या एकट्याचं नाही. तुम्ही जर गरीब घरात जन्माला आलात, तर तेच सुख मिळवण्यासाठी तुम्हाला आयुष्य खर्ची पाडावं लागेल. जर श्रीमंताघरी जन्मलात तर तिथपर्यंत लवकर पोहोचाल.

योग सूत्रं – विस्मय, वितर्क, विवेक । ९९

जर बुद्धिमान असाल, चलाख, चतुर असाल, गणितात हुशार असाल तर सुखापर्यंत लवकर पोहोचाल.' जर बुद्दू असाल, तर इकडेतिकडे भटकत राहाल, तिथपर्यंत पोहोचाल की नाही शंका आहे. शारीरिक व्याधी आहेत, अवघड जाईल. शरीर निरोगी आहे तर लवकर पोहोचाल. योगायोगाच्या गोष्टी आहेत. हजार गोष्टींवर अवलंबून आहेत. पण समाधी सुख कशावरही अवलंबून नाही. बिनशर्त (अनकन्डिशनल) आहे. ते ना तुमच्या बुद्धीवर, ना तुमच्या शरीरावर, ना तुमच्या योग्यते-अयोग्यतेवर, ना तुमच्या शिक्षणावर, तुमच्या कुटुंबावर, बाह्यरूप सौंदर्याश्वर, स्त्री-पुरुष असण्यावर, कशावरही अवलंबून नाही. माणूस शूद्र आहे की ब्राह्मण, हिंदू आहे की मुसलमान, तरुण आहे की वृद्ध कशावरच ते अवलंबून नाही. ते बिनशर्त सुख आहे. कारण ते तुमचा ठेवा आहे. ते तुमच्याजवळ आहेच. ते घेऊनच तुम्ही जन्माला आला आहात. फक्त इतकंच की तुम्ही त्याच्याकडं लक्ष दिलं नाहीत. तुम्ही विसरला आहात, तुम्ही ते गमावलेलं नाही. फक्त नजर वळवा, मागं तोंड करा आणि स्वत:ला पाहा.

तेव्हा बुद्धिमान लोकांना समाधी-सुख जास्त मिळेल, बुद्दूंना कमी मिळेल असं काही नाही. असं काहीही नसतं. लिहिता-वाचता न येणारे अशिक्षितसुद्धा तिथं जाऊन पोहोचतात. कबीरांसारखे एकदम अशिक्षितही तिथं पोहोचतात. बुद्धसुद्धा तिथं पोहोचतात आणि जेव्हा दोघंही पोहोचतात तेव्हा त्यांच्यात काडीमात्र फरक उरत नाही.

'समाधी-सुख,' जीवनाचं रूप आहे. तुमची बाहेरची कातडी काळी आहे की गोरी, निरोगी की सुंदर, रोगट की तुकतुकीत, तुमचं शब्दभांडार भरलेलं आहे की नाही, शास्त्रांचा तुमचा अभ्यास खूप आहे की कमी, अशा कोणत्याही गोष्टीशी त्याचा संबंध नाही. तुमचं असणं पुरेसं आहे. तुम्ही आहात एवढं पुरेसं आहे.

म्हणून समग्र-संपूर्ण ध्यान म्हणजे शुद्ध होण्याचा शोध आहे. जेव्हा तुम्ही शरीरही विसराल, मनालाही विसराल, तेव्हा तुम्हाला आत्म्याच्या समाधीचं सुख, अस्तित्वाचा आनंद मिळायला लागेल. काहीही करून फक्त एवढंच करा, थोडावेळ शरीर विसरा, मनाची आठवण ठेवू नका. शरीर आणि मनाची आठवण नाहीशी झाली की, आत्म्याचं स्मरण होईल. जोवर तुम्हाला शरीर आणि मनाचं भान राहील तोवर आत्म्याची आठवण होणार नाही. कारण शरीर आणि मन बाहेर आहे, आत्मा आत! तुम्ही एकाचवेळी दोघांकडं लक्ष ठेवू शकणार नाही, एकाकडेच पाहू शकाल.

या समाधी शिबिरात, तुम्ही अगदी थोडावेळ, क्षणभरासाठी केलंत शरीर आणि मन विसरलात, तर तुम्हाला समाधी-सुखाचा आनंद मिळेल आणि एकदा का हा आनंद मिळाला की, पुरेसं आहे. मग तुमचं आयुष्यच पालटेल. हा पहिला अनुभवानंद मिळणंच अवघड आहे. एकदा तुम्ही मान फिरवलीत की, तुम्हाला ती

युक्ती कळेल आणि मग तुमच्या हातात आहे. मग जिकडं तुम्ही मान वळवाल तिथं तुम्हाला हेच सुख बघायला मिळेल. पहिल्यांदा मान फिरवण्यातच सगळे कष्ट– प्रयत्न कामी लागतात. एकदा तुमच्या हातात गुरुकिल्ली आली की, मग तुम्ही मालक. जेव्हा वाटेल तेव्हा ते मिळेल. मग तुम्ही आरामात जगात वावरा, हिंडा फिरा, तुमचं समाधी-सुख कोणीही हिरावून घेऊ शकत नाही. अगदी दुकान चालवायला बसलात, तरी तुम्ही समाधी-सुखात राहाल. तुम्ही भर बाजारात असलात तरी समाधी-सुखात असाल.

एकदा असं घडायला लागलं की, तुमची बाह्यसुखांची सगळी धावपळ आपोआप कमी होऊ लागेल. कारण जेव्हा सर्वांत मोठं सुख हाती लागेल, तेव्हा इतर क्षुल्लक सुखांमागं कोण जाईल? जर हिरे-जडजवाहीर मिळालं तर दगड-गोटे माणूस आपोआपच टाकून देतो. त्यांचा वेगळा 'त्याग' करावा लागत नाही.

म्हणून मी नेहमी म्हणतो, ज्ञानी माणूस कधी कशाचा त्याग करत नाही. जे व्यर्थ आहे ते आपोआप सुटतं. अज्ञानी माणसं त्याग करतात. कारण त्याग त्यांच्यासाठी क्लेशकारक असतो. त्यांना सार्थक म्हणजे काय? हे ठाऊक तर नसतं आणि व्यर्थ गोष्टी सोडायचा प्रयत्न करतात. मन मात्र त्यांना पकडून ठेवतं. कारण मन म्हणतं, 'अरे, आत्ता जे हातात आहे, ते सोडतो आहेस. पण जे हातात नाही, त्याचा काय भरवसा? ते खरंच आहे की, नाही याचीही शंका आहे.

तेव्हा मी तुम्हाला कशाचाही त्याग करायला सांगत नाही, मी तुम्हाला त्याचा फक्त आस्वाद घ्यायला सांगतोय. तो आस्वाद, तुमच्या आयुष्यात महान त्याग ठरेल. तो आस्वाद घेतल्यानंतर तो किती व्यर्थ आहे, हे तुमचं तुम्हालाच कळेल. जे व्यर्थ असतं त्याच्या मागे कोणी धावत नाही, ते पकडून ठेवत नाही. माणसं, अशा गोष्टी तर आपल्या आपणच सोडू लागतात.

मी असं ऐकलंय की, बंगालमध्ये एक संत होऊन गेले, युक्तेश्वर गिरी! एक मोठा श्रीमंत माणूस त्यांच्याकडं आला आणि म्हणाला, 'आपण फार मोठे त्यागी आहात.' गिरी खळखळून हसू लागले. ते आपल्या शिष्यांना म्हणाले, 'बघा, हा माणूस स्वत: मोठा त्यागी आहे आणि उलट मलाच महात्यागी म्हणतोय. ए, बाबा, तू मला अडकवू नकोस.'

तो माणूस चकित झाला. त्यानं तर गिरींची स्तुती केली होती. शिष्यांनाही आश्चर्य वाटलं. कारण गिरी त्यागी होते, यात काही शंकाच नव्हती. शिष्य म्हणाले, 'आम्हाला उमजलं नाही. त्या माणसाचं म्हणणं बरोबरच आहे.' गिरी म्हणाले, 'असं पाहा. हिरा पडला आहे आणि दगडही पडला आहे. ह्या माणसानं दगड घट्ट पकडला आहे आणि मी हिरा! तरीही हा मलाच त्यागी म्हणतोय!'

कोण त्यागी आहे, महावीर त्यागी आहेत की तुम्ही? बुद्ध, त्यागी आहेत की

तुम्ही?

तुम्हीच त्यागी आहात. कारण कचरा मुठीत घेऊन बसला आहात. समाधी-सुख गमावताय आणि व्यर्थ, क्षुद्र, बाह्य जीवनात घडणाऱ्या सुख-दु:खाच्या घटना – जिथं काहीही शुद्ध नाही, जिथं सगळं अशुद्ध आहे, शिळं आहे, उष्टं आहे ते तुम्ही धरून ठेवलं आहे.

संसारी माणूस, मोठा त्यागी आहे. पण संसारी माणसं संन्याशांना त्यागी समजतात. 'संन्यासी त्यागी' असं त्यांना वाटतं. खरं तर ते त्यांच्यावर दया दाखवतात. बिच्चारे! त्यांच्या हातून सगळं गेलं, सगळं सोडून दिलं. कशाचा उपभोग घेतला नाही. मनात त्यांचा आदरही करतात आणि अंतर्मनात सहानुभूतीही बाळगतात. दयेनं म्हणतात की, 'वेडे आहेत. उपभोग न घेताच सगळं सोडून दिलं. काहीतरी कशाचातरी उपभोग घ्यायचा!'

आपण हे कोणाबद्दल, कोणाशी बोलतोय हे त्यांना ठाऊक नाही. संन्याशांना, तर सर्वांत मोठा आनंदोपभोग मिळाला आहे. अस्तित्वानं त्यांना या सर्वोच्च महाभोगात आमंत्रित केलंय, महाभोगाचं आमंत्रण दिलं आहे.

मी तुम्हाला सोडायला सांगत नाही. मी तुम्हाला जाणून घ्यायला सांगतोय, आस्वाद घ्यायला सांगतोय. तुमच्या आयुष्यात जो निरुपयोगी, व्यर्थ आस्वाद आहे, तो हळूहळू गळून पडेल. व्यर्थ असतं, निरुपयोगी असतं तेच गळून पडतं. त्याला 'सोडावं' लागत नाही.

आज इतकंच !

'**चित्ता**'च्या अतिक्रमणा-
वरील उपाय

■

प्रवचन चौथे

चित्तं मंत्रः।
प्रयत्नः साधकः।
गुरुः उपायः।
शरीरं हविः।
ज्ञानमन्नम्।
विद्यासंहारे तदुत्थस्वप्नदर्शनम्।

चित्त हेच मंत्र आहे.
प्रयत्न म्हणजेच साधक होय.
गुरू हे उपायस्वरूप आहेत.
शरीर, ही आहुती आहे.
ज्ञान, हेच अन्न आहे.
विद्या नष्ट झाल्याने, स्वप्नं निर्माण होतात.

चि त्त म्हणजेच मंत्र होय. जे पुन:पुन्हा उच्चारल्यानं शक्ती मिळते, त्याची 'पुनरावृत्ती' शक्ती होते, ते म्हणजे 'मंत्र'. एखादा विचार जर वारंवार करत राहिलो तर हळू-हळू तो आपला स्वभाव होईल. जो विचार सतत करत राहू, तो आयुष्यातही उमटू लागेल, दिसू लागेल. आत्ताचे आपण जे काही आहात, तोही काही विचारांचा अनंत वेळा केलेल्या पुनरावृत्तीचा परिपाक असतो.

संमोहनाबाबत खूप संशोधन झालं आहे. आधुनिक मानसशास्त्रानं त्या संदर्भात अगदी सखोल संशोधन केलं आहे. संमोहन प्रक्रियेचं एकच सूत्र आहे, ते म्हणजे – जो विचार आपल्याला प्रत्यक्षात उतरवायचा आहे, शक्य तितक्या वेळा त्याची पुनरावृत्ती करा. वारंवार करण्यानं, पुनरावृत्तीमुळं ती एक वहिवाट बनते, नेहमीची गोष्ट होऊन जाते. असं झालं की मनही त्याच वाटेनं जातं. म्हणजे बघा नदी वाहत असते. तिच्या मार्गात जमीन खणून, तिला वाट करून दिली की कालवा बनतो. तसंच जर मनात विशिष्ट पद्धत बनून गेली, विचाराचा साचा तयार झाला की त्याचं प्रतिबिंब उमटायला लागतं.

फ्रान्समध्ये फार मोठा मानसशास्त्रज्ञ होऊन गेला, त्याचं नाव – एमायल कुए. त्यानं फक्त मंत्रानं लाखो लोकांना बरं केलं. जगभरातून लाखो रुग्ण त्याच्याकडं जात. त्याचा उपचार अगदी साधा छोटा होता. तो रुग्णाला सांगे, 'आपण आजारी नाही. एकदम तंदुरुस्त आहोत, तंदुरुस्त होतो... आहोत, असं एकसारखं म्हणत राहा. रात्री झोपताना असं म्हणा, सकाळी उठताना म्हणा, दिवसभरात जेव्हा-जेव्हा आठवण होईल, तेव्हा-तेव्हा म्हणत राहा. बस! हा एकच विचार सारखा रेंगाळता ठेवा की, 'मी बरा आहे, मला काहीही झालेलं नाही, मी बरा होत आहे.'

चमत्कार वाटावा, अशा प्रकारे फक्त याच विचारानं गंभीरातल्या गंभीर रोगांचे, रुग्णही बरे झाले. सगळ्या जगभरातून कुए यांच्याकडे लोकांची रीघ लागली. तशी एकदम साधीसोपी गोष्ट आहे. एरवी सुद्धा जेव्हा तुम्ही आजारातून बरे होता, तेव्हा त्यात औषधाचा गुण १० टक्के आणि या विचाराच्या पुनरावृत्तीचा गुण ९० टक्के असतो असं मानसशास्त्रज्ञ म्हणतात. औषध दिवसातून चारदा घेतो, आठदा घेतो, प्रत्येक वेळी मनात येतं 'आता मी बरा होणार, रामबाण औषध मिळालंय.'

होमिओपॅथीच्या गोळ्यांमध्ये तसं काहीच नसतं. पण ॲलोपॅथीइतकेच, होमिओपॅथीनं लोक बरे होतात. एखाद्या चांगल्या डॉक्टरांनी पाणी जरी दिलं, तरी तुम्ही बरे व्हाल. कारण प्रश्न औषधाचा नाही, चांगल्या डॉक्टरांवर आपला विश्वास असतो, विश्वास पुनरावृत्तीचं काम करतो. तुम्हाला माहीत असतं की, चांगल्या डॉक्टरांनी औषध दिलंय. कमी फी घेणारा डॉक्टर असेल तर कदाचित, 'तो तुम्हाला बरं करू शकणार नाही.' असं तुम्हाला वाटतं. जो जास्त फी घेतो, तोच तुम्हाला बरं करेल असं वाटतं. कारण, जेव्हा खिशाला चाट बसते, खिसा जास्त रिकामा होतो, तेव्हा विश्वास वाढत जातो, हा 'मोठा' डॉक्टर आहे असं वाटतं. तुमच्यासारख्यांच्या आजाऱ्याला 'मोठाच' डॉक्टर हवा... पुनरावृत्ती!

मानसशास्त्रज्ञ प्लेसबो, म्हणून एक प्रयोग करतात. खोटं औषध! त्यातून फारच आश्चर्यकारक गोष्ट कळली, एकच आजार झालेले पन्नास रुग्ण होते. त्यातल्या पंचवीस जणांना खरं औषध दिलं आणि उरलेल्या पंचवीसजणांना फक्त पाणी दिलं. मात्र कोणाला पाणी दिलं आणि कोणाला औषध हे कळू दिलं नाही. रोग्यांना काहीच पत्ता नाही, त्यांना सगळ्यांना औषधच वाटलं. गंमत अशी की औषधानं जेवढे बरे झाले, तेवढेच पाण्यानंही बरे झाले. शेकडा प्रमाण तेवढंच राहिलं.

म्हणून जेव्हा एखाद्या औषधाचा अगदी पहिल्यांदा शोध लागतो, तेव्हा त्या औषधानं अनेक रोगी बरे होतात. मग पुढं हळूहळू ती संख्या कमी व्हायला लागते. त्यामुळं कोणतंही औषध दोन-तीन वर्षांपेक्षा जास्त दिवस चालत नाही. कारण औषधाचा पहिल्यांदा शोध लागतो तेव्हा 'चला, आता खरं औषध निघालं,' असा भरवसा वाटायला लागतो. जगातले सगळे रोगी त्यानं अगदी प्रभावित होतात. पुढं हळूहळू हा भरवसा ढेपाळू लागतो. कारण त्या औषधानं कुठलाच रोगी बराही होत नाही. काहीवेळा एखादा अगदी हट्टी रोगी भेटतो. तो ना डॉक्टरचं ऐकतो, ना औषधाचं, त्याच्यावर कसलाच परिणाम होत नाही. त्याच्यामुळं इतर रोग्यांचाही भरवसा डळमळीत व्हायला लागतो. हळूहळू औषधाचा परिणाम संपूनच जातो. ते लागू पडेनासं होतं. त्यामुळं दर दोन वर्षांनी नवनवीन औषधं शोधून काढावी लागतात. औषधांचा परिणाम सुद्धा जाहिरात चांगली केली तरच होतो. सगळी वर्तमानपत्रं, मासिकं, रेडिओ, टी.व्ही. सगळ्या बाजूनं प्रचार व्हायला हवा. प्रचार

जास्त परिणामकारक असतो. अगदी औषधातल्या औषधी तत्त्वांपेक्षा सुद्धा! कारण तो प्रचारच, तुम्हाला आकर्षित करतो. प्रचार हा 'मंत्र' बनतो. वर्तमानपत्र उघडा – 'अॅस्प्रो,' रेडिओ लावा – 'अॅस्प्रो,' टी.व्ही. सुरू करा – 'अॅस्प्रो,' बाजारात निघालात पाटीवर – 'अॅस्प्रो.' काहीही करायला जा – अॅस्प्रो, काही तुमचा पाठ सोडत नाही. डोकेदुखीपेक्षा हीच मोठी डोकेदुखी होऊन बसते. त्याच्यापुढं खरी डोकेदुखी हात टेकते.

पुनरावृत्ती शक्ती निर्माण करते. मंत्र, म्हणजे एखाद्या गोष्टीची सतत पुनरावृत्ती करणं.

ह्या सूत्रानुसार, 'चित्त हेच मंत्र आहे.' 'चित्तं मंत्र:।' म्हणजे जर तुम्ही चित्त जाणलंत, तर आणखी कुठल्या इतर मंत्राची गरज पडणार नाही. चित्ताची प्रक्रिया म्हणजेच पुनरावृत्ती. जन्मजन्मांतरी पासून तुमचं मन तरी दुसरं काय करतंय? फक्त पुनरावृत्ती करतंय, सकाळपासून संध्याकाळपर्यंत तुम्ही काय करता? रोज त्याचीच तर पुनरावृत्ती करता. जे तुम्ही काल केलं होतंत, जे परवा केलं होतंत, तेच तुम्ही आज करत आहात आणि जर तुम्ही बदलला नाहीत तर उद्याही तेच कराल. तुम्ही जितकं तेच ते करत राहाल, तितकी पुनरावृत्ती घोटली जाईल. तुम्ही त्याच त्या जाळ्यात असे अडकाल की, बाहेर पडणं अवघड होऊन बसेल.

लोक माझ्याकडं येतात; म्हणतात, 'सिगारेट सुटत नाही.' सिगारेट म्हणजे 'मंत्र' झाली आहे, इतकी त्यांनी त्याची पुनरावृत्ती केलीय. दिवसात दोन पाकिटं ओढतात म्हणजे चोवीस वेळा पुनरावृत्ती करतात. सतत आणि वर्षानुवर्षं ही पुनरावृत्ती चाललीय आणि आज अशी अचानक त्यांना ती सोडावीशी वाटते. पण जी गोष्ट मंत्रासारखी होते, ती अचानक सोडता येत नाही. तुम्ही लाख सोडाल, त्यात काय एवढं म्हणाल, पण मन मात्र एकवटून ती गोष्ट मागेल. शरीर त्याला पाठिंबा देईल, 'री' ओढेल. ते म्हणेल, 'हवं.' यालाच तुम्ही 'तल्लफ' म्हणता. 'तल्लफ आली,' याचाच अर्थ तुम्ही त्या गोष्टीचा मंत्र करून टाकला आहेत. अचानक ती तुम्हाला सोडायची आहे, असं नाही होऊ शकत. तल्लफ म्हणजे जी गोष्ट मंत्रघोष बनली आहे, ती विरूद्ध मंत्र टाकून सोडावी लागेल.

याबाबत रशियामध्ये पॉवलाव्हनं खूप काम केलं. अशा तल्लफ असलेल्या लोकांना बरं करणारा 'पॉवलाव्ह' एकमेव माणूस आहे. समजा तुम्हाला सिगारेटची सवय लागलीय, ती तुम्हाला सोडायची तर आहे, पण सुटता-सुटत नाहीये, अशावेळी पॉवलाव्ह मंत्राचा प्रयोग करत असे. त्याचे मंत्र जरा जालीम होते. तुम्हाला हातात सिगारेट देत असे आणि तुम्ही हातात सिगारेट धरली रे धरली की तत्क्षणी तुम्हाला विजेचा धक्का बसे. त्या प्रवाहानं उभ्या अंगात थरथर होई आणि सिगारेट हातातून गळून पडे. पॉवलाव्ह सतत सात दिवस असं करत राही. जेव्हा-

जेव्हा तुम्ही सिगारेट ओढाल, तेव्हा-तेव्हा तुम्हाला विजेचा धक्का बसणार. सात दिवसात सिगारेटपेक्षा, मंत्र जास्त प्रभावी होई. सिगारेटचं नुसतं नाव काढलं तरी तुमचा थरकाप उडेल. शरीर थरथर कापायला लागेल. सिगारेट ओढण्यातली, झुरके घेण्यातली मजा तर बाजूलाच राहिली; उलट अगदी शिसारी बसण्याची वेळ येईल. पॉवलाव्हनं या अशा उलट्या पद्धतीनं हजारो जणांना बरं केलं. पॉवलाव्हचं म्हणणं होतं की, जे व्यसनाधीन आहेत, विशिष्ट सवयींचे गुलाम झालेत, जोवर त्यांच्यावर बरोबर उलटा प्रयोग होत नाही, दुसरी एखादी पहिल्यापेक्षा जबरदस्त गोष्टीची त्यांना सवय होत नाही, तोवर त्यांचं व्यसन – ती सवय सुटत नाही.

तुमचं आयुष्य जे काही जसं काही आहे, तो तुमच्या मनाचाच परिपाक आहे, परिणाम आहे. तुम्ही तेच-तेच करत राहाता. तुम्हाला रागापासून दूर राहायचं आहे, पण रोज राग, रागच करत राहता. जितके वेळा रागावत राहाल, तितका तो वाढतच जातो. हजारदा 'परत असं करणार नाही,' अशी शपथ वाहता, पण शपथ सोडता आणि पुन्हा रागावताच. यामुळं त्रास आणखीनच वाढतो. त्यापेक्षा असली शपथ न घेणं परवडलं. कारण आता हा दुहेरी मंत्र झाला. राग हा शपथेपेक्षा जास्त मोठा आणि ताकदीचा आहे, हे आता तुमच्या लक्षात आलं. शपथांना काही किंमत नाही. भले, तुम्ही कितीही निश्चय करा, व्रत करा. सगळं कवडीमोलाचं आहे, राग वरचढ आहे. हेही संमोहन पक्कं झालं. आता तुम्ही शपथा घ्याल, संकल्प सोडाल, तरीही 'हे काही कामाचं नाही, तडीला जाणारं नाही,' हे तुम्हाला आतून जाणवतं. त्या वेळीही तुम्ही पुन:पुन्हा बजावत राहता की 'नाही. हे होणार नाही, मी ठरवतोय खरं, पण हे होणार नाही....'

जर तुमच्याच्यानं घेतलेलं व्रत, केलेला संकल्प पूर्ण होणार नसेल, तर चुकूनही तसं करू नका. त्यापेक्षा आपण त्या सवयीचं गुलामच असलेलं बरं. निश्चय करायचा आणि मोडायचा हे तर फारच महागात पडतं. कारण हे असं मोडण्याचीही सवय पडून जाते. तुम्ही आयुष्यात कधीच काही वसा घेऊ शकणार नाही. तथाकथित धर्मगुरूंनी तुम्हाला अगदी अ-धार्मिक करून टाकलं आहे. कारण ते स्वस्तात व्रतवैकल्यं सांगतात. तुम्ही देवळात जाता. साधुसंतांकडं जाता. ऋषीमुनींकडं जाता. 'काही तरी संकल्प सोड, व्रत घे' असं ते तुम्हाला सांगतात. त्यांच्या दबावामुळं म्हणा, देवळातल्या शांत वातावरणामुळं म्हणा आणि त्यातील अहंकारामुळं म्हणा – तुम्हाला वाटतं, 'एवढा मोठा साधू सांगतोय आणि मी काही असं करू शकणार नाही, असं कसं सांगायचं?' आणि लाज वाटून तुम्ही म्हणता, 'बरं आजपासून सिगारेट ओढणं बंद!'

माझे एक मित्र आहेत. ते जरा हेकट आहेत. ते एकदा एका जैन साधूकडे गेले. साधू म्हणाले, 'काहीतरी संकल्प सोडा.' ते म्हणाले, 'ठीक आहे! सोडला.'

साधू म्हणाले, 'काय?' ते म्हणाले – 'आजपासून बिडी ओढणार!'

त्याचं डोकं जरा सरकलेलं आहे, पण त्यांनी घेतलेलं व्रत पाळलं. ते तोवर बिडी ओढत नव्हते आणि ज्यानं 'बिडी पिणार नाही,' असं ठामपणे ठरवलं खरं, पण पुन्हा बिडी प्यायला सुरुवात केली, अशा माणसापेक्षा हे मित्र अधिक बरे असं मला वाटतं. किमान ते यशस्वी तर झाले. भले त्यांचा वरचा मजला रिकामा असेल, पण तुमच्यापेक्षा चांगलं आहे. कमीत-कमी त्यांनी घेतलेलं व्रत पूर्ण तरी केलं!

तेव्हा जर ठरवलेलं व्रत मोडलं, तर आत्मग्लानी येते, मनातल्या मनात अपराधीपणाची भावना निर्माण होते. तेवढे तुम्ही दीनवाणे, लाचार होत जाता. आत्मा तर दीन-लाचार नसणाऱ्या, एखाद्या सम्राटालाच मिळेल, तुम्ही अशानं आत्म्यापासून दूर जाता.

मनाचं स्वरूप समजून घेतलंत, तर हे सूत्रही लक्षात येईल. मनाची सगळी करामत पुनरावृत्तीत आहे. मन मंत्र आहे. जे-जे तुम्ही पुन:पुन्हा घोकता, ती तुमची सवय होऊन जाते. जेजे तुम्ही वारंवार करत राहाल, ते तुमच्या आयुष्यात येत राहील. जन्मजन्मांतरांपासून, तुम्ही एकाच गोष्टीची पुनरावृत्ती केलीत, तर तीच तुम्हाला वारंवार मिळत राहते. तुम्ही चुकांची पुनरावृत्ती करायला बांधील राहता.

काय करायचं? पहिलं म्हणजे – चुकीच्या गोष्टी सोडायची घाई करायची नाही. खरं तर चुकीचं टाकून देण्याचा प्रयत्न करण्याऐवजी, बरोबर काय ते करण्याचं नवं तंत्र आधी शिकून घेतलंत तर जास्त चांगलं! तुम्ही सिगारेट ओढता, काही हरकत नाही. तुम्ही ध्यान करायला शिका. सिगारेटमुळे ध्यानात काही अडचण येणार नाही. तुम्ही ध्यान शिका. ध्यानाचा मंत्र, अगदी पक्का करा. ज्या दिवशी तुम्ही ध्यानात यशस्वी व्हाल, त्या दिवशी तुम्हाला आत्मगौरव वाटेल. हा आत्मगौरव आणि ध्यानातलं यश मिळून तुम्हाला सिगारेट सोडणं सोपं जाईल. कारण तुम्ही एक विधायक गोष्ट पूर्ण केली आहेत.

नकारात्मक होऊ नका, नाहीतर तुम्ही अडचणीत याल. पश्चात्ताप, पाप, मानसिक त्रास, उदासपणा तुम्हाला झाकोळून टाकेल. तुमची साधुमंडळी मंदिरामध्ये ठाण मांडून आहेत. सगळे उदास आहेत. त्यांच्या आयुष्यात हसणं-खेळणं नाही. आनंद-उत्साह नाही. कारण, त्यांनी नकारात्मक मंत्रांचा-सूत्रांचा वापर केला आहे. त्यांनी घेतलेला शोध नकारात्मक आहे. काय काय अयोग्य, चुकीचं आहे, ते त्यांनी सोडलं. पण चुकीचं काय, ते सोडायची घाई करू नका. बरोबर, योग्य काय ते धरून ठेवायची घाई करा, असं मी तुम्हाला सांगेन. ज्या दिवशी योग्य गोष्टी तुमच्या आवाक्यात येतील, चुकीच्या गोष्टी सोडणं सोपं होऊन जाईल. तुम्ही आजाराशी लढू नका, तुम्ही आरोग्य मिळवण्याचा प्रयत्न करा. तेच तर कुए, आपल्या रुग्णांना सांगतोय तो म्हणतोय, 'मी बरा होतो आहे. ही भावना ठेवा, हाच विचार

मनात सतत घोळवा.'

तुम्ही याच्या बरोबर उलटंही करू शकता. तुमचं डोकं दुखतंय. पण 'नाही, माझं डोकं दुखत नाहीये,' असं तुम्ही म्हणू शकता. मात्र जितके वेळा तुम्ही हे घोकाल, तितके वेळा 'डोकेदुखी' हा शब्दही घोकला जाईल. जितके वेळा तुम्ही 'मला डोकेदुखी नाही,' असं म्हणाल. खरं! पण जर डोकं दुखत असेल, तर तुमच्या नुसत्या म्हणण्यानं काय होणार? आपलं म्हणणं खोटं आहे,' हे तुम्हाला मनातल्या मनात ठाऊक असतं. वरवर तुम्ही कितीही 'डोकं दुखत नाही' म्हणा, पण डोकं तर दुखतंय. आतून तुम्ही 'डोकं दुखतंय,' असंच म्हणाल. कुए म्हणतो, तसं घोकतोय खरं, पण डोकं दुखतंय. कुए म्हणतो म्हणून काही तुमचं डोकं दुखायचं थांबणार नाही. ते तुमच्या आतल्या प्रक्रियेनंच थांबेल. नाही! नकारात्मक शब्द मनात आणूच नका.

म्हणून मी म्हणतो की, हे जग सोडायचा प्रयत्न करू नका, परमेश्वर मिळवण्याचा प्रयत्न कर. मी सांगतो की, त्यागाच्या दिशेनं जाऊ नका, सर्वोच्च उपभोगाचा शोध घ्या. जे चुकीचं आहे, तिकडंच नजर लावून बसू नका. कारण चुकीचं सोडण्यासाठीही ते सारखं-सारखं बघावं लागतं आणि ते जितकं तुम्ही बघाल, तितकी त्याची पुनरावृत्ती होत राहाते. शेवटी असं आहे की जे काही तुम्ही बघत राहता, त्यानं तुम्ही आकर्षित होता, त्याच्याकडं ओढले जाता.

आज जगात सगळीकडे मोटार अपघातांबाबत संशोधन चालू आहे. कारण आता मोटार अपघातात जितकी माणसं मरतायत, तितकी तर युद्धांमध्येही मारली गेली नसतील. दुसऱ्या महायुद्धात एका वर्षात जितकी माणसं मारली गेली, त्याच्या दुप्पट माणसं आज जगभरात फक्त मोटार अपघातात मृत्युमुखी पडतायत. खूप मोठी संख्या आहे. काहीतरी करायला हवं. अनेक गोष्टी उजेडात आल्यात.

त्यातली एक दिसून आलेली गोष्ट म्हणजे, हे मोटार अपघात नेहमी रात्री बारा ते तीनच्या दरम्यान होतात. ५० टक्के मोटार दुर्घटना याच वेळात होतात. कारण ती झोपेची वेळ आहे आणि मन तंद्रीत जातं, शुद्धीत राहात नाही. या शुद्ध नसलेल्या क्षणात संमोहन अतिशय सोपं असतं. ड्रायव्हर संमोहित होतो. कारण मोटारीचा एकसारखा होणारा आवाज, तोच तो आवाज सतत कानावर पडत राहतो. डोळे रस्त्याकडे आहेत, तोच रस्ता लांबवर दिसतो आहे. मानसशास्त्रज्ञांच्या मते, रस्त्यांच्या मधोमध जो पांढरा पट्टा रंगवलेला असतो, त्यामुळे हजारो लोकांचं मरण ओढवतंय. कारण, तो पांढरा पट्टा बघता... बघता... बघता... ड्रायव्हर संमोहित होतो. मग तो भानावर राहत नाही, तंद्री लागते. बारा ते तीन ही तशीही झोपेची वेळ, मोटारीचा सततचा एकसारखा कंटाळवाणा आवाज, त्यामुळं झोप येते; मंत्रासारखी घुमायला लागते. मग एकच रस्ता आणि रात्रीचा तो काळोख;

कारण आसपासची झाडंही दिसत नाहीत की डोंगर दृष्टीस पडत नाहीत. दिसतो फक्त रस्ता आणि रस्त्याचा दुभाजक, सरळसोट पट्टा – सरळ रेषा.

एक साधा छोटा प्रयोग करून बघा – टेबलावर एक कोंबडी ठेवा. साधी रेषा काढा. कोंबडीची मान खाली वळवून रेषेवर टेकवा, जेणेकरून ती रेषा कोंबडीला दिसेल. मग तुम्ही सोडून द्या. कोंबडी तिथेच तशीच थांबेल, ती सरकणार नाही, ती संमोहित झाली तासन्तास तशीच बसून राहील. तिनं रेषा पकडून ठेवली आणि रेषेनं तिला धरून ठेवलं! मानसशास्त्रज्ञांच्या मते मधली रेषा, ड्रायव्हरचं लक्ष वेधून घेते. म्हणून ते म्हणतात की, रस्ते सरळसोट नसावेत, ते वेगवेगळ्या प्रकारचे असावेत, जेणेकरून तंद्री मोडेल. एकसारखी पुनरावृत्ती नसावी. मोटारीचा आवाजही अधूनमधून बदलला तर बरं होईल, असंही ते सुचवतात. अशा बदलामुळं तंद्री मोडेल आणि रस्त्यावर घडणारे शेकडो अपघात कमी होतील, टाळता येतील.

तुमच्या आयुष्यातल्याही शेकडो दुर्घटना कमी होऊ शकतात. एक म्हणजे – चुकीच्या गोष्टींवर डोळे लावून बसू नका. कारण जे तुम्ही बघता, ते तुमच्या अंतरंगात पोहोचतं आणि चुकीच्याच गोष्टी पुन:पुन्हा करण्याची तुम्हाला सवय आहे. तुमच्यातल्या सगळ्या वाईट गोष्टींकडंच तुम्ही लक्ष देता. रागीट माणूस नेहमी रागाकडेच लक्ष देतो. कसा सुटू या रागातून? याचा विचार करताना, तो पुन्हा रागाकडेच ओढला जातो. पण तुम्ही रागाकडं जितकं लक्ष द्याल, तितके तुम्ही रागाच्या रेषेकडे ओढले जाल, हे तुम्हाला कळत नाही. कामूक, कामवासनेवर लक्ष केंद्रित करून बसलेला असतो.

मुल्ला नसरुद्दिन म्हातारे, शंभर वर्षांचे झाले. त्या इलाख्यात शंभरी पार करणारे ते एकटेच होते, त्यामुळे पत्रकार त्यांना भेटायला गेले. त्यांनी खूप प्रश्न विचारले. त्यातला एक प्रश्न 'स्त्रियांबाबत तुमचं काय मत आहे?' नसरुद्दिन म्हणाले, 'हे मला विचारूच नका. तीन दिवसांपूर्वीच मी त्यांच्याबद्दल विचार करायचं सोडून दिलं आहे.' शंभरी गाठलेला माणूस, तो सुद्धा आत्ता आत्ता तीन दिवसांपूर्वी पर्यंत; त्यांच्याचविषयी विचार करत होता. स्त्रीचे संमोहन अधिक असते. कारण, तुम्हाला त्यांच्यापासून सुटका हवी असते. ते तुमचं नकारात्मक सूत्र होऊन जातं. तुम्हाला ज्याच्यापासून सुटका हवी असते, त्याच्यापासून तुम्ही सुटू शकत नाही. जर चुकीचं बघत राहिलात, तर चुकीवरच तुमचं लक्ष केंद्रित होतं.

महावीरांनी, ध्यानाची चार रूपं सांगितली आहेत– दोन चुकीची, दोन बरोबर. जगात कोणीही चुकीच्या गोष्टीला ध्यान म्हटलेलं नाही, पण महावीरांनी म्हटलंय. मानसशास्त्रज्ञ त्यांच्याशी सहमत होतील. ते म्हणतात की, 'चुकीचं ध्यानसुद्धा ध्यान तर आहेच!' रागीट माणूस ध्यानस्थ होतो, कारण त्या रागात सगळं जग विरून जातं. रागात चित्त-मन एकाग्र झालेलं असतं. त्यामुळं त्या रागात खूप मोठी

ताकद येते.

तुमच्या कधी लक्षात आलंय? संतप्त माणूस स्वत:हून दुप्पट ताकदीच्या माणसाला रागाच्या भरात उचलून फेकून देऊ शकतो. डोकं ठिकाणावर असतं अथवा रागात नसता, तर 'या माणसाच्या नादी लागावं का नाही? त्याच्या वाटे जावं का नाही? आपल्यापेक्षा दुपटीनं ताकदीचा दिसतोय,' असा पन्नासदा विचार केला असता! रागाच्या भरात माणूस, अगदी मोठ्यातली मोठी शिळा सरकवतो, भानावर असताना तो असा विचारही करू शकला नसता. रागात माणूस काहीही करतो. रागात त्याच्यातली सगळी शक्ती जागी होते. काय होतं बरं? इकडे तिकडे धावणारी, विभागली जाणारी शक्ती एकाग्र होते, एकवटली जाते. जसं सूर्याची किरणं केंद्रीभूत झाली, की ज्वाला निघते, ती पेट घेतात, तसं रागात चित्त एकाग्र होतं, डोंब उसळतो; मन पेटून उठतं. महावीरांनी त्यालासुद्धा 'ध्यान' म्हटलं आहे.

महावीर म्हणतात की, 'व्याकुळता आणि राग-संताप दोन चुकीची ध्यानं आहेत. दु:खात सुद्धा माणूस ध्यानमग्न होतो. कोणाचा मृत्यू झाला, की तुम्ही रडता, ओरडता, भेकता फक्त एकाच गोष्टीवर लक्ष खोळंबून राहिलेलं असतं.

चुकीचं ध्यान टाळायला हवं. तुम्ही सगळे चुकीच्या पद्धतीचं ध्यान करताय. तुमची नजर चुकीच्या गोष्टींवरच खिळलेली असते, हीच तुमच्या आयुष्याची शोकांतिका आहे, मूळ मेख आहे — जे जे चूक आहे, ते सोडायचं आहे. पण तुम्हाला तर वाटतंय की, सोडण्यासाठीच तुम्ही हे करताय. अशा ध्यानामुळंच तुम्ही सोडू शकत नाही.

मी तुम्हाला सांगतोय की, या जगाची चिंताच सोडा, तुम्ही परमेश्वरावर ध्यान केंद्रित करा. तुम्ही रागीट, तापट आहात, संतापी आहात, सगळं जग संतापी, तापट आहे, रागावर लक्ष देऊ नका, करुणेकडे बघा. जे योग्य आहे, त्याचं ध्यान करा. जसजशी योग्य गोष्टींची ताकद वाढेल, तसतशी चुकीच्या गोष्टींमधली ताकद, जोर कमी होत जाईल. कारण, शक्ती तर एकच असते. तुम्ही ती सगळीकडं लावू शकत नाही. जर तुम्ही शांत होण्याकडं लक्ष केंद्रित केलंत, तर जेव्हा तुम्हाला चिडावंसं वाटेल, तेव्हा तुम्हाला जाणवेल की चिडायची शक्ती तुमच्यात आता नाही, तुमची शक्ती शांततेच्या दिशेनं पुढं गेली आहे. ज्याला शांत राहण्यातली गोडी कळली, तो चिडेल कशाला? ज्याला शांतपणाचा अनुभव नाही, तोच चिडका असतो. ज्यानं परमेश्वराची गोडी चाखलेली नाही, तोच या दुनियादारीत, जगरहाटीत लडबडलेला राहतो.

हे अगदी मनापासून लक्षात घ्या. नकार टाळा. 'नाही' पासून दूर रहा. 'वाईट गोष्टी टाळायच्या आहेत' ही चिंताच सोडा, कारण त्यातच तुम्ही त्या गोष्टीकडं ओढले जाल आणि त्या तुम्ही कधीही सोडू शकणार नाही. आपल्याला ज्या

कशाचा त्याग करायचा असतो, ज्या गोष्टी सोडायच्या असतात, त्यात एक प्रकारची धरून ठेवण्याची शक्ती येते, त्यांची एक पकड तयार होते.

मी ऐकलेला एक किस्सा आहे — एक माणूस, एकदा एका हॉटेलमध्ये उतरण्यासाठी गेला. मॅनेजर म्हणाला, 'तशी एक खोली रिकामी आहे, पण ती आम्ही देऊ शकत नाही. कारण खालच्या मजल्यावरील खोलीत उतरलेला माणूस अतिशय छळवादी आहे. वरून जरा जरी आवाज आला, की तो भांडायला उठतो. त्याच्यामुळं त्यांच्यावरची खोली आम्ही कोणाला देत नाही. ती रिकामीच ठेवतो.' यावर तो माणूस म्हणाला की, 'तुम्ही काही काळजी करू नका. मी तर दिवसभर कामासाठी बाहेरच असणार. रात्री काय अकरा-बारा वाजता कधीतरी परत येईन आणि झोपून जाईन. मला पहाटे तीनची गाडी पकडायची आहे. म्हणजे जेमतेम तीनेक तास मी त्या खोलीत राहणार. माझ्यामुळं त्यांना त्रास व्हायचं, काही कारणच नाही. तरीही मी काळजी घेईन. तुम्ही सांगितलंत हे फार बरं झालं.'

तो माणूस दमून-भागून बाहेरची कामं करून बारा वाजता परत आला. पलंगावर बसला. एक बूट काढून त्यानं जमिनीवर फेकला. फेकल्यावर त्याच्या एकदम लक्षात आलं, अरेच्चा! त्या माणसाची झोप तर मोडली नसेल!' आणि मग त्यानं दुसरा बूट अलगद काढला आणि तो झोपला. पंधराएक मिनिटं होतायत, तोवर त्या माणसानं येऊन दार ठोठावलं, त्यानं दार उघडलं तर काय? रागानं थरथरत तो माणूस उभा होता. हा घाबरला, बापरे! एवढी रात्र; सगळीकडं अंधार, आता काय झालं? म्हणाला, 'काय चुकलं माझं? मी तर झोपलो होतो.' तो माणूस म्हणाला, -'काय चुकलं? अरे दुसऱ्या बुटाचं काय झालं?' पहिला फेकलास - 'मी म्हटलं आले वाटतं, पण दुसऱ्याचं काय? मला झोपच येईना. तुमचा तो दुसरा बूट माझ्या डोक्यावर लटकतोय. म्हणून म्हटलं विचारावं! एकदा कळलं की माझा जीव भांड्यात पडेल. निश्चिंत होईन.'

सगळ्यांनी दुसरा बूट लटकवून घेतलाय — नरकाचा बूट! जर तुम्ही, 'हे सोडायचं आहे, हे वाईट आहे आणि इतक्या वाईट गोष्टी आहेत, की आयुष्य थिटं पडतंय' असा विचार करत राहिलात, तर तुम्ही ते सोडू शकणार नाही. ठायी-ठायी वाईटपणा आहे, काना-कोपऱ्यात वाईट गोष्टी आहेत, सगळं आयुष्यच वाईटानं भरलेलं आहे आणि तुमची संतमंडळी फक्त चुका, अपराध तुमच्या पदरात टाकतात. कारण 'हे चूक, ते वाईट, हे अयोग्य' असंच ते तुम्हाला सांगतात. बरोबर, योग्य काय हे त्यांच्याकडून तुम्हाला कळणारच नाही. कारण, 'जोवर चुकीचं सुटत नाही, तोवर बरोबर तुम्हाला कळणार तरी कसं?' असं ते म्हणतात आणि त्यांचं म्हणणं तर्काला धरून आहे असं वाटतं. ते असं म्हणतायत की जोपर्यंत काळोख जात नाही, तोपर्यंत प्रकाश कसा येणार?

आणि मी तुम्हाला सांगतो की, त्यांचं म्हणणं भले कितीही तर्काला धरून असो! तुम्ही त्यांचं जर ऐकलंत तर अनेक जन्म तुम्ही असेच फिरत राहणार. त्यांच्याच अशा गोष्टींनी तुम्ही भटकले गेले आहात, दिशाहीन झाला आहात. सैतानांनी तुमची दिशाभूल केलेली नाही. तुमच्या या तथाकथित संतमंडळींनी तुम्हाला दिशाहीन केलंय. कारण, 'जोवर चुकीच्या गोष्टी सुटत नाहीत, तोवर योग्य काय ते हाती कसं लागेल?' ही गोष्ट तर्कसंगत वाटते खरी. पण तुम्ही काळोख दूर करायचा कधी प्रयत्न केला आहेत? आधी काळोख जाऊ दे! मग दिवा लावू अशी वाट बघत बसाल, तर तुम्ही कधीच दिवा लावू शकणार नाही. मी तुम्हाला सांगतोय की, तुम्ही दिवा पेटवा! काळोखाबद्दल तुम्ही बोलूच नका. कारण, दिवा लागला रे लागला की काळोख नष्ट होतो. तुम्ही प्रकाश - उजेड आणा, काळोखाकडं लक्ष देऊ नका.

जगात कोणीही काळोख दूर करू शकलेलं नाही. वाईटपणा कधी घालवता येत नाही, चांगुलपणा आणता येतो. चांगुलपणा आणता येतो. जग कधी सोडता येत नाही, आत्मा मिळवता येतो. आणि आत्म्याची प्राप्ती झाली की जग दूर जायला लागतं. आपण ते धरूनच ठेवतो, कारण, त्याहून काही चांगलं आपल्याला दिसत नाही. आणखी काही चांगलं नजरेस पडत नाही, तोवर तुम्ही आधीचं सोडणार तरी कसं? सोडावंसं वाटलं तरीही तुम्ही सोडू शकणार नाही. तुम्ही झगडाल, त्रासून जाल, स्वत:ला दमवाल, संपवून टाकाल, पण कुठंही पोहोचणार मात्र नाही. तुमचं आयुष्य म्हणजे निरर्थक, निष्फळ धावपळ ठरेल. मग तुम्ही पुन्हा शरीराच्या पातळीवर उतराल, परत तेच ते चक्र फिरायला लागेल. यातून जो वाचला, दूर राहिला, ज्यानं वाईट गोष्टींकडं लक्ष द्यायचं टाळलं, त्याला चांगुलपणा हाती लागेल.

आपलं 'चित्त' म्हणजे कळीचा मंत्र आहे, तुम्ही त्याचा कसाही उपयोग करा - वाईटासाठी करा नाहीतर चांगल्यासाठी! पुनरावृत्ती शक्ती - ताकद ठरते. तुम्ही चिडता, रागावता, मान्य करा. किती वेळा रागावता? तुम्ही रागाचा पश्चात्तापही करू नका. जितके वेळा रागवाल, तितके वेळा करुणा दाखवण्याचं कामही करा. तुमच्यामुळं जितके वेळा लोकांचं नुकसान होत असेल, तितके वेळा तुम्ही लोकांचा फायदाही करून द्या. लोकांना लाभ करून द्यायचा आनंदही घ्या, तेही समाधान मिळवा. वाईटपणाबद्दल स्वत:ला शिक्षा करून घेऊ नका, चांगुलपणाचं बक्षीसही मिळवा. वाईटपणासाठी आपल्याला त्रास करून घेऊ नका, थोडंसं चांगलंही करा, त्याचा आनंद घ्या. तुम्ही जर एखाद्याला शिव्या दिल्यात, तर पुन्हा जाऊन एखाद्याची प्रशंसा करा, एखाद्याची स्तुती करा, गुणगान करा. शिवीगाळ करण्यातला रस तुम्ही खूप घेतलात, आता एखाद्याचं गुण – ग्रहण करण्यातलाही आनंद घ्या.

काट्यांमध्ये अडकू नका, ते आहेतच, लक्ष फुलांकडं द्या. एकदा का तुम्ही काट्यांमध्ये अडकून पडलात, की फुलांपर्यंत पोहोचेपर्यंत काटे तुम्हाला इतकं रक्तबंबाळ करून सोडतील, की फुलंसुद्धा तुम्हाला आनंद देऊ शकणार नाहीत. फुलांच्या नाजूक, कोमल स्पर्शानंही तुमच्या अंगावर रोमांच उठणार नाहीत. तुम्ही जखमांनी घायाळ असाल, तर फुलांचा सुद्धा त्रास होईल, कारण जखम आधीपासूनच झालेली असेल तर फुलं सुद्धा टोचतील. काट्यांकडं लक्ष देऊ नका, लक्ष फुलांवर असू दे. जर तुम्ही असेच फुलांच्या आस्वादात सगळं विसरलात की एक दिवस तुम्हाला 'काटे नाहीत' असं जाणवेल. कारण, जो फुलांच्या आनंदात डुंबतो, त्याला काटा सुद्धा टोचू शकत नाही.

खरी मेख, फुलाच्या रसस्वादात दंग होण्यात आहे, आश्चर्यानं चकित होण्यात आहे. खरी गंमत परमेश्वररूपी रस पिण्यात आहे, असं झालं तर या इथल्या जगातल्या दारूचं आकर्षण वाटणारच नाही. नाहीतर, तुम्ही त्याच त्या गोष्टींशी झगडत राहाल आणि त्यांच्याकडून पराभव पत्करत राहाल. वाईटाशी जो संघर्ष करतो, तो वाईटाकडून पराभूत होतो. वाईटाशी संघर्ष करणाऱ्याचं मन; तेच ते वाईट मनात मंत्रासारखं घोकत बसतं. कारण, आपलं चित्त-मन मंत्र आहे. एखाद्या गोष्टीभोवती घोटाळत राहण्याची या चित्ताची प्रवृत्ती आहे, हे लक्षात घ्या.

तुम्ही कधी असं करून पाहिलंय? आठवडाभर तुम्ही स्वत:च्या चित्ताचं निरीक्षण करा, ते फिरून फिरून ज्याचा विचार करतं, ते नोंदवून ठेवा. मग तुमच्या लक्षात येईल की, चित्ताचं भ्रमण गोलाकार आहे, जिथून सुरू झालं; फिरून तिथंच येऊन थांबलं. जशी रात्र येते, मग दिवस उजाडतो, सकाळ होते, संध्याकाळ होते; तसंच या चित्ताच्यासुद्धा वेळा ठरलेल्या आहेत. प्रेमाची ठरावीक वेळ आहे, कामवासनेची वेळ ठरलेली आहे, लोभाचा काळ विशिष्ट आहे, बरोबर त्याच वेळी लोभ तुमच्यावर पकड घेतो. जशी तुम्हाला भुकेच्या वेळी भूक पछाडते, तसं! पण तुम्ही कधी असं निरीक्षणच केलं नाहीत. नाहीतर तुम्ही स्वत:चं असं अठ्ठावीस दिवसांचं कॅलेंडर तयार करू शकता, त्यात लिहू शकता की बाबा! सोमवारी सकाळी... माझ्यापासून सावध रहा, त्यावरून बायको – मुलांना घरात लक्षात येणार की सोमवारी सकाळी बाबांपासून जपून राहायला हवं आणि याचा फायदा होऊ शकतो. कारण, सोमवारच्या सकाळी तुम्ही... तुम्ही जर बारकाईनं काही दिवस निरीक्षण केलंत, तर तुमचं मन जिथं भटकत असतं, असे वर्तुळावरचे बिंदू निश्चित करू शकता. शरीरच गोलाकार आहे असं नाही, तर मनसुद्धा गोलाकार आहे.

या जगात सर्व गती गोलाकार (सर्क्युलर) आहेत. चंद्र-तारे गोल फिरतात. पृथ्वी गोल फिरते. सर्व वस्तू गोल फिरतात. ऋतुचक्र गोलाकार आहे. तुमच्या

मनाचे ऋतूही गोल फिरतात; जशी स्त्रियांची मासिक पाळी येते, बरोबर अठ्ठावीस दिवसांत ते चक्र पूर्ण होतं, तसं.

आता तर मानसशास्त्रज्ञ म्हणतात की, 'पुरुषांमध्येही स्त्रियांसारखी अठ्ठावीस दिवसांची तशीच रासायनिक प्रक्रिया असते.' कारण त्यांच्यात तसा शारीरिक फरक जास्त नाही. तुम्ही बघितलं असेल की, मासिक पाळीच्या वेळी बायका जास्त चिडचिड्या, जास्त भांडकुदळ, रागीट, त्रासलेल्या, बेचैन होतात. हिंदू तसे फार हुशार होते. ते या तीन – चार दिवसांसाठी बायकांना वेगळ्याच खोल्यांमध्ये कोंडून ठेवत. कारण, त्या दिवसांत त्यांच्याकडून काही अपेक्षा करणं चूकच होतं. त्यांच्या शरीरात, त्या दिवसांत होणाऱ्या रासायनिक प्रक्रियांमुळे, त्यांना स्वत:वर ताबा ठेवणं अवघड असेल, त्या भानावर राहात नसतील.

परंतु दर अठ्ठावीस दिवसांनी, प्रत्येक पुरुषालाही असंच होतं. पुरुषांचाही मासिक धर्म असतो. त्यांचा रक्तस्त्राव बाहेर होत नाही, पण रस-ग्रंथींमध्ये अंतर्गत रक्तस्त्राव होत असतो. म्हणून तो दिसून येत नाही, पण दर अठ्ठावीस दिवसांनी तुम्ही सुद्धा उदास, बेचैन, त्रस्त होता.

तुम्ही थोडं निरीक्षण करा. मग तुमच्या लक्षात येईल की तुमच्या मनाचं एक वर्तुळ आहे, त्याचं चक्र अठ्ठावीस दिवसांत, चार आठवड्यात पूर्ण होतं. या वर्तुळाचं तुम्ही हळू हळू बारीक निरीक्षण केलंत की, तुम्हाला कोणत्या वेळेला काय होतं ते लक्षात येईल. मग तुम्ही चकित व्हाल, 'आपण दुसऱ्या कशामुळं नाही तर आपल्या आतल्या कारणांमुळेच चिडतोय, 'दुसरं कोणी' ही नुसती सबब आहे,' हे तुम्हाला कळून येईल. मग तुम्ही दुसऱ्याला दोष देणार नाही, दुसऱ्यावर खापर फोडणार नाही. तुम्ही रागावलात तर दुसऱ्याची माफी मागाल. 'की मला क्षमा करा, सध्या माझी अवस्था ठीक नाही.' योगायोगानं तुम्ही दिसून आलात, दुसरा एखादा असता तर त्यालाही असा त्रास झाला असता.

तेव्हा मन एका चाकोरीतून फिरतंय, हे तुम्हाला आत्मनिरीक्षणावरून सहजच समजून येईल. तो एक मंत्र आहे आणि हे जर तुम्ही समजून घेतलं नाहीत, तर तुम्ही त्या चाकोरीत भटकतच राहाल. म्हणून हिंदूंनी या सृष्टीला 'चक्र' म्हटलं आहे, ते फिरत आहे. तुम्ही वारंवार पुन्हा पुन्हा तेच ते करत आहात. आपण काहीतरी वेगळं करतो आहोत, असा विचारही तुम्ही करू नका, सगळेजण तसंच, तेच करत आहेत. तुम्ही पहिल्यांदा प्रेमात पडता, तेव्हा तुम्हाला वाटतं की 'जगात असं कध्धीही घडलेलंच नाही. ही तर अगदी जगावेगळी घटना आहे.' पण असं रोजच घडतंय. सगळे तेच करत आहेत. प्राणी-पक्षी तेच करतायत, झाडंही तेच करतायत, माणूसही करतोय. तुम्हीच मोठं प्रेम केलं आहे, असं नाहीये, सगळ्यांच्याच बाबतीत हेच घडलं आहे. रागाच्या बाबतीतही सगळ्यांना हेच लागू आहे.

या वर्तुळाबाहेर, चाकोरी बाहेर फक्त एकच गोष्ट आहे ती म्हणजे ध्यान, जे आपोआप — आपसूक होत नाही. बाकी गोष्टी सगळ्या आपल्या आपण होतात, तुम्हाला मुद्दाम काही करावं लागत नाही. तुम्ही जात्यावर फक्त बसला आहात. जातं – गिरणी आपोआप फिरते, तुम्ही त्यात बांधल्यासारखे फिरत राहाल. फक्त एकच घटना अशी आहे, जी या चाकोरीच्या बाहेर आहे. तुम्ही या चाकोरीतून बाहेर झेप घ्या, ते 'ध्यान' आहे. ते आपलं आपण घडत नाही. ते कधीतरी एखाद्या बुद्धाबाबत घडतं.

अर्नाल्ड टायनबी, नावाचे फार मोठे पाश्चात्य इतिहासकार होऊन गेले. त्यांनी दिलेल्या आकडेवारीनुसार, मनुष्यजातीच्या इतिहासात आजवर फक्त सहाच माणसं या चाकोरीतून बाहेर पडली आहेत. समजा सहा नाही, साठ असतील. ती संख्या फार काही मोठी नाही. ती एक अघटित घटना आहे. नाही तर प्रेम काय किंवा राग-लोभ काय, या सामान्य घटना आहेत, त्या सगळ्यांच्या बाबतीत घडत आहेत; अगदी जनावरांच्यासुद्धा. पण त्याआधारे तुम्ही 'माणूस' ठरू शकत नाही. मात्र ज्या दिवशी मन-चित्ताच्या या चाकोरीतून तुम्ही बाहेर पडाल, या चित्ताच्या वर्तुळाकार भ्रमण कक्षेतून तुम्ही बाहेर जाल, त्या दिवशी तुम्हाला माणुसकीचा मंत्र गवसेल, तेव्हा तुम्हाला 'माणूस' म्हणून ओळख पटवता येईल. या चित्ताचं चक्र तोडून, तुम्ही त्यातून बाहेर पडणं... हेच ध्यान!

'ध्यान' वर्तुळाकार नाही. ध्यान ही एक स्थिती आहे, मनाची एक गती आहे. ध्यान म्हणजे थांबणं, मन म्हणजे भरकटणं. हे भरकटणं ही नव्या दिशांनी — नव्या ठिकाणी नाही, त्याच जागी, तेच तेच, तीच ती ठिकाणं... पुन्हा तेच ते. घाण्याला जुंपलेल्या बैलासारखे तुम्ही गोल गोल फिरताय. जागृत होऊन बघितलंत, तर लक्षात येईल, हा काही सिद्धांत नाही, हे तथ्य आहे. हा तत्त्वज्ञानात सांगितलेला सिद्धांत नाही. तुमच्या मनाचं गोलाकार भ्रमण करणं, तुमच्या मनाचं एखाद्या मंत्रासारखं असणं, हे आयुष्याचं तथ्य, सत्य आहे.

'ज्यांनी जीवन म्हणजे काय' हे समजून घ्यायचा प्रयत्न केला आहे, त्यांना याचा शोध लागला आहे. हा काही विचारांनी निश्चित झालेला सिद्धांत नाही; अनुभवातून मिळालेलं तथ्य आहे. तुम्हीही अनुभवातून ते मिळवू शकता. मी म्हणतोय म्हणून हे मान्य करायची गरज नाही. शिव म्हणतात, म्हणून ते खरं असं म्हणायची गरज नाही. तुम्हाला डोळे आहेत. डोळे बंद करून मनाकडं जरा काही दिवस बघत राहा, मग तुम्ही चकित व्हाल. तेव्हा आपण या चक्रात अडकलेले आहोत, हे तुमच्या लक्षात येईल. सगळी सृष्टी याच चक्रात अडकलेली आहे. तुमचं 'मनुष्यपण' यात नाही, यात अडकणं ही अभिमानाची गोष्ट नाही. तुमचा गौरव यातून बाहेर पडण्यात आहे. त्याच क्षणी तुम्हाला बुद्धत्व प्राप्त होईल किंवा

शिवत्वाची प्राप्ती होईल.

'चित्त मंत्र आहे.'

पुनरावृत्ती हा चित्ताचा, मनाचा स्वभाव आहे. चित्ताच्या जगात कधी काही नवी गोष्ट घडतच नाही. चित्ताच्या जगात कधीही काही नवीन घटना होत नाही, तिथं सगळं शिळं आणि जुनं पुराणं आहे. सगळं उरलं सुरलं! तुम्ही त्याच-त्याच गोष्टींचं रवंथ करता. म्हशीला बघितलंयत, रवंथ करताना? ती जेवते, मग ते बाहेर काढून तोंडात रवंथ करत बसते. 'चित्त' ही असंच रवंथ करतंय. चित्तामध्ये तुम्ही जे-जे जेवणासारखं साठवता, मग चित्त तेच रवंथ करत राहतं. एखादं पुस्तक वाचा! मग डोक्यात तेच फिरत राहील. माझं प्रवचन ऐकून जाल, मग चोवीस तास तेच मनात घोळत राहील. एक चक्र सुरू झालं. चित्त-मन परत त्याचं चर्वण करेल, ते पचवेल, त्याची पुनरावृत्ती करेल. पण चित्तात, मनात नवीन कधी घडत नाही. ओरिजिनल, मूळचं असं चित्तात काही येत नाही. आणि आत्मा मूळतत्त्व आहे. परमेश्वर सर्वोच्च मूळतत्त्व, मौलिक आहे. तो नावीन्य आहे. 'त्याच्याहून अधिक ताजं दुसरं काहीही नाही. चित्तातून ते मिळणार नाही. मनाच्या-चित्ताच्या या 'मंत्रा'चा भेद करायला हवा, त्यात खंड पाडायला हवा.

हे सूत्र नीट समजून घ्या— 'चित्त हेच मंत्र आहे.'

'आणि प्रयत्न म्हणजे साधक आहे' — हे दुसरं सूत्र.

प्रयत्न म्हणजे, या चित्ताच्या चक्रातून – चाकोरीतून बाहेर पडण्याचा प्रयत्न. जो यातून बाहेर पडला तो 'सिद्ध', जो बाहेर पडण्याचा प्रयत्न करतोय, तो 'साधक'. खूप मोठे प्रयत्न करावे लागतील, तरच तुम्ही बाहेर पडू शकाल. जेवढा तुम्ही मन-चित्त बांधून ठेवण्याचा प्रयत्न केलात, तेवढाच प्रयत्न आता करावा लागेल. पण मोठी अडचण ही आहे की, तुम्ही त्याच त्या मनानं बघता आहात. म्हणून जे काही तुम्ही बघता, चित्त त्याला स्वतःचाच रंग देऊन टाकतं. ही मोठी अडचण आहे. मी तुमच्याशी बोलतो आहे, तुम्ही ऐकता आहात, पण तुम्ही खरं तर ऐकत नाही आहात, तुमचं मन मध्ये उभं आहे. मी जे काही म्हणेन, त्याच्यावर तुमचं चित्त स्वतःचा रंग टाकेल आणि त्याला स्वतःच्या अनुकूल बदलून घेईल. त्याचा अर्थ बदलून जाईल.

मुल्ला नसरुद्दिन, दारू पिऊन बसमध्ये चढले. बसमध्ये म्हातारी होता, जिचे सगळे केस पिकलेले होते, तिला फार दया आली. मुल्ला तसे तरुण होते आणि त्यांच्या तोंडाला दारूचा वास येत होता, त्यामुळे म्हातारी त्याला म्हणाली, 'बाळा, तू शुद्धीत आहेस का नाही? अरे, तू तर सरळ नरकाच्या वाटेनं चालला आहेस.' मुल्ला झटक्यात उभे राहिले आणि म्हणाले, 'अरे, थांबव बाबा! मी चुकीच्या बसमध्ये बसलोय!'

ते चित्त जे आहे, ते जर दारूच्या नशेत असेल, तर ते प्रत्येक गोष्ट आपल्या सारखीच बघेल, प्रत्येक गोष्टीला तोच रंग देईल. त्यांना वाटलं, ही बस नरकाकडं चाललीय. तुमचं मन चोवीस तास हेच करतंय. म्हणून मन बाजूला सारून दुसरं काही ऐकणं हे सगळ्यात कठीण आहे. तेच श्रावक, तेच श्रवण! म्हणजे मन बाजूला सारा आणि थेट ऐका.

'प्रयत्न साधक आहे!'

प्रयत्न करावे लागतील. अतिशय कठोर परिश्रम करावे लागतील. आळसातच पडून राहिलात, तर या चक्राच्या फेऱ्यातून तुम्ही बाहेर पडू शकणार नाही. असं पडल्या-पडल्या कोणी कसं बरं या फेऱ्यातून बाहेर जाऊ शकेल? त्यातच राहिलं, तर चक्रातच फिरत राहील, चक्रही फिरतच राहील. आपण यातून पडणार तर नाही ना, या भीतीनं तुम्ही त्याला घट्ट धरून ठेवाल.

तुम्ही जंगलातल्या फासे-पारध्यांना बघितलं असेल, ते कसे पोपटांना पकडण्यासाठी अगदी सोपी युक्ती वापरतात. तीच युक्ती तुमचं मन तुमच्याबाबत वापरतंय. पारधी दोरी बांधतात. पोपट त्याच्यावर येऊन बसतात आणि वजनामुळं उलटे होऊन दोरीवर लटकतात. दोरी बसण्याजोगी नसते. पोपट दोरीवर येऊन बसतो, वजनामुळे उलटा होतो. उलटा लटकला की घाबरून जातो आणि पडू नये म्हणून घाबरून दोरी घट्ट पकडून ठेवतो. आता सापडला का अडचणीत! दोरी सोडली, तर त्याला भीती आहे की पडू. काही धरून ठेवायची गरज नाही, त्यांनं आपणहूनच पकडून घेतलंय. आता तो पारधी येईल आणि त्यांना पकडून नेईल. 'माझ्याजवळ पंख आहेत, मी पडण्याचं काही कारण नाही, मला पडायची भीती नाही,' हे पोपट विसरूनच गेला. पण या दोरीवर, एकदा उलटं लटकल्यावर तुम्हालाही हीच भीती वाटू लागते की, या चक्रातून बाहेर पडलो तर काय होईल? हरवून जाईल, भरकटत जाईल!

'हेमिंग्वे' यांच्या एका कादंबरीतल्या एका पत्रानं म्हटलंय, 'रिकामपणापेक्षा मला दु:ख मिळालं तर चालेल. काहीच न निवडण्यापेक्षा दु:खाची निवड करणं जास्त बरं!' (आय विल चूज सफरिंग, दॅन नथिंगनेस!)

रिकामं राहणं तुम्हाला आवडणार नाही. नरक सुद्धा बरा म्हणायचा, निदान कुठंतरी अडकून तरी आहात. तो पोपट लटकला आहे; सगळंच हातून निसटून तर जाणार नाही ना, अशी भीती आहे. आपण अडकलो ही शंका तर त्यालाही आहे. पण अडकणं बरं म्हणायचं, निदान पडण्यापेक्षा. हे चक्रसुद्धा तुम्हीच धरून ठेवलं आहेत. चक्रानं तुम्हाला धरून ठेवलेलं नाही. मनानं तुम्हाला पकडून ठेवलेलं नाही. जर मनानं तुम्हाला धरलं असतं तर मग 'बुद्ध' आणि 'महावीर' निर्माण झाले नसते. कारण त्यानं ह्यांनाही धरलं असतं. ते दूर पळण्यानं काय होणार होतं? मन त्यांना

धरून बसलंच असतं. मनानं त्यांचा पाठलाग केलाच असता!

नाही, मनानं तुम्हाला पकडून ठेवलेलं नाही, घाबरल्यामुळं मनाला तुम्हीच पकडून ठेवलेलं आहे. तुम्ही इतकं घट्ट पकडलं आहे, तरीही जाता साधू-संतांकडं विचारताय की 'मनापासून सुटका कशी होईल?' मनापासून सुटका करून घ्यायला दुसऱ्या कोणाला विचारायची काही गरज नाही. 'आपणच ते धरून ठेवलंय' एवढंच समजायला पाहिजे. तुमच्या जीवनासाठी तुमच्याशिवाय दुसरं कोणीही जबाबदार नाही. पण मन पकडून ठेवणं आता सोयीचं झालंय. कारण तुम्ही कायमचं तसं पकडून ठेवलंयत, आता त्याची सवय झाली आहे, त्याला काही कष्ट पडत नाहीत, त्रास वाटत नाही. पण सोडण्यासाठी त्रास वाटेल. जन्मजन्मांतरीपासून, जर तुम्ही मूठ बांधून ठेवली आहेत, तर ती उघडणं अवघड आहे. तुमच्या बोटांना मुंग्या आल्यात, बोटं बधीर झाली आहेत, हात बांधला गेला आहे. एवढंच करायला हवंय, थोडे प्रयत्न करायला हवेत, म्हणजे पुन्हा मुंग्या जातील. हाता-बोटांतून रक्तप्रवाह सुरू होईल आणि तुम्हाला मूठ उघडण्याची शक्ती येईल. जे बांधलं, मिटलं आहे, ते उघडता येईल; सोडता येईल हे तर नक्की! नाहीतर बांधाल कसे? मूठ बांधली, मिटली जाते कारण ती उघडता येते. कधीतरी उघडीच राहिली असेल, म्हणून तर मिटली आहे, परत कधीतरी उघडू शकेल. पण जर खूप दिवसांपासून मिटून ठेवली असेल, तर ती उघडणं अवघड होऊन बसतं. बस! एवढीच अडचण आहे. म्हणून तर प्रयत्न करायची गरज आहे.

प्रयत्न म्हणजे 'मनाला सोडण्यासाठी त्रास घ्यावा लागेल. मन तुम्हाला वारंवार समजावेल, 'अरे, काय करतो आहेस? हा काय वेडेपणा आहे?' कारण तुम्ही मनाला म्हणजे चित्ताला सोडलंत की त्याचा मृत्यू होणार!

'प्रयत्न साधक आहेत.'

जोवर तुम्ही साधक होणार नाही, तोवर तुम्ही प्रयत्न करणार नाही. तसा तुम्ही थोडासा प्रयत्न करतासुद्धा; पण नेहमी अर्धवट आणि अर्धवट मनानं केलेल्या प्रयत्नांना काहीच अर्थ नाही. म्हणजे एका हातानं चाक पकडायचं आणि दुसऱ्या हातानं सोडायचं अशातली गत झाली. पुन्हा या हातानं पकडलं, त्या हातानं सोडलं! यातून निष्पन्न काही होणार नाही. नाही! अर्ध्यामुर्ध्या प्रयत्नाचं काही प्रयोजन नाही.

एका व्यापाऱ्यानं, एकदा संध्याकाळी आपल्या बायकोला सांगितलं की, 'एक मोठा ग्राहक येणार आहे, लाखो रुपयांचा व्यवहार होणार आहे. ताजमहालात जेवणाचं निमंत्रण आलंय.' तो गेला. रात्री-अर्ध्या रात्री खाऊन-पिऊन परतला. बायकोनं विचारलं, 'व्यवहाराचं काही झालं का?' तो म्हणाला, 'फिफ्टी-फिफ्टी, अर्धवट झाला.' 'चला! ठीक आहे. काहीतरी झालं,' ती म्हणाली. 'हे अर्धवट

म्हणजे काय?' तिनं त्याला पुन्हा विचारलं. नवरा झोपायला चाललाच होता, ती म्हणाली – "फिफ्टी फिफ्टीचा अर्थ काय?" तो म्हणाला, 'मी तिथं पोहोचलो, पण तो ग्राहक तिथं आला नाही.'

तुम्हीही असे 'अर्धे' आहात, असंच आहे. काही घडणार नाही, होणार नाही, ते फिफ्टी-फिफ्टी नाही. सगळीकडं तुम्ही अर्धवट आहात, कुठंच संपूर्ण नाही. ज्यावेळी तुम्ही पूर्ण व्हाल, त्या क्षणीच क्रांतीला – परिवर्तनाला सुरुवात होईल. जेव्हा तुम्ही पेटून उठता, तेव्हा शंभर अंश तापमानाला तुमची वाफ होते. जेव्हा वाफेचं पाणी होतं, तेव्हा पाण्यासारखे तुम्ही जमिनीच्या दिशेनं वाहू लागत नाही, तेव्हा तुम्ही वाफेसारखे वर-वर जाता. तेव्हा तुमची दिशा अधोगामी राहात नाही, उर्ध्वगामी होते.

'प्रयत्न साधक आहेत.'

तुम्हाला आळस झटकावा लागेल. माझ्याकडं लोक येऊन सांगतात की, 'सकाळचं ध्यान जरा अवघड आहे, सहा वाजता येण्याची अडचण आहे.' आपण काय बोलतोय, तुमचं तुम्हालाच कळत नाहीये. तुम्हाला जर सहा वाजता उठणं जड जातं, तर तुम्हाला मनाच्या बाहेर येऊन जागृत होणं, तर किती अवघड जाईल! सहा वाजता उठण्यात तुम्हाला इतका त्रास वाटतोय, तर या जीवनचक्रापासून तुम्ही बाहेर झेप कशी घेणार? सहा वाजता तुम्ही उठू शकत नाही, ही अगदी छोटीशी सवय; दोन-चार दिवस आळस येईल, पण आळसाला तुम्हीच आपला ताबा घेऊ देता आणि त्या आळसाच्या बदल्यात तुम्ही 'ध्यान' गमवायला तयार होता, याचा अर्थ तुम्हाला ध्यानाचं काहीही महत्त्व वाटत नाही. जर वाटत असतं, तर तुम्ही ही शंकाच काढली नसती!

एखादा येतो म्हणतो की, 'चार वेळा ध्यान केलं की थकायला होतं, सोडून दिलं तर?'

तुम्ही चार वेळा करण्याचं सोडू शकता. कारण यामध्ये दमून जाता. दोनमध्ये अर्धे दमाल, पण दमाल तर खरं आणि जर मी तुमच्या मनाला मुभा दिली की, दोन वेळा नको. तर मला खात्री आहे, तुम्ही उद्या याल आणि म्हणाल की एकच वेळा केलं तर?' कारण तेच मन दोनातही तुम्ही थकून जाणार आहे!

जर तुम्ही हेच सूत्र धरलंत, तर तुम्हाला आज नाही उद्या आळस करावासाच वाटेल. कारण काहीही करायचं म्हटलं की कष्ट तर घ्यावेच लागणार. लक्षात ठेवा. जीवन म्हणजे कष्ट! श्रम आहेत, मृत्यू विश्रांती आहे. तेव्हा मरायचं जर असेल, तर काही करायची गरज नाही. जर जगायचं असेल, तर काहीतरी करावं लागेल. जर भव्य-दिव्य जगायचं असेल, तर तसे भव्य-दिव्य प्रयत्न करावे लागतील. परमेश्वर मिळवायचा असेल, तर असे छोटे-छोटे, लिंबू-टिंबू प्रयत्न चालणार

नाहीत. तुमचं संपूर्ण आयुष्यच प्रयत्न बनून जायला हवं, तुम्ही आपल्यातला कणन्‌कण पणाला लावायला हवा, काहीही वगळलंत, राखून ठेवलंत की, तुम्ही हातचं गमावून बसाल. इथं सगळंच पणाला लावावं लागेल, तरच तुम्ही वाचू शकता. म्हणूनच काही थोड्याच मोजक्या माणसांना हे मिळू शकतं. तुमचा आळस, हा एकच त्याला कारणीभूत आहे.

तुम्ही ध्यान करता ते सुद्धा कसं की न जाणो कुठं पायाला लागेल, कुठं कोणाचा धक्का लागेल, असं करता की तुम्ही थकूनही जाणार नाही.

मग तुम्ही करताय, तरी कशाला? कोणी सांगितलंय हे तुम्हाला? पण तुम्ही स्पष्टपणे बोलतही नाही. तुम्ही सगळीकडं काळोख असणाऱ्या वातावरणात आयुष्य कंठताय. तुम्ही इथे कसे येऊन पोहोचलात, याचंही चित्र तुमच्या मनात स्पष्ट नाही. कसे आलात इथवर? कोणी तरी येत होतं, तुम्ही त्याच्या बरोबर आलात वाटतं – चला, बघू या तरी दुसरी माणसं काय करतायत?'

तुम्ही असेच धक्के खाताय आणि असं जन्मजन्मांतरीपासून होत आलंय. पण धक्के खाऊन, कोणी ध्येयापर्यंत पोहोचत नाही. ध्येय म्हणजे योगायोग नाही की कसंही करून तिथं पोहोचाल. 'ध्येय' म्हणजे एक उद्देश्यपूर्ण, सहेतूक प्रवास आहे. ध्येय म्हणजे संपूर्ण आयुष्याचा प्रवाहच, एका दिशेनं नेण्याचा प्रयत्न आहे. ध्येय म्हणजे संकल्प! एकदा संकल्प केलात की, तुमचं मन एका प्रवाहात येतं. शक्ती केंद्रीभूत होते, एकवटली जाते.

'ऊर्जा' तुमच्यात भरपूर आहेच. 'आपल्यात खूप कमी शक्ती आहे. त्यामुळे इतक्या लवकर दमायला होतं' असं तुम्हाला वाटत असेल, तर ते चूक आहे. माणसाच्या शरीरात शक्तीचे, ऊर्जेचे तीन स्तर असतात. एक स्तर वरचा आहे – तो दैनंदिन कामासाठी आहे. तुम्ही हातखर्चासाठी वरच्या खिशात काहीतरी पैसे ठेवता. पण ते पैसे म्हणजे तुमची सगळी पुंजी नसते. ते आपले बाजारात गेलं, तर काहीबाही वस्तू घ्यायला उपयोगी पडणारे असतात.

मुल्ला नसरुद्दिन, एकदा एका गावाजवळून चालले होते. बाहेर काळोख होता. चार माणसांनी धरून त्यांच्यावर हल्ला केला. त्यांनी त्यांचा जोरदार प्रतिकार करून, चौघांना चीत केलं. कसंबसं सावरून, त्या चौघांनी त्यांच्यावर ताबा मिळवला, अगदी कसाबसा. त्यांच्या खिशात त्यांनी हात घातला, तर काय? फक्त सात पैसे होते. ते म्हणाले, 'कमाल केलीत हो, नसरुद्दिन! सात पैशांसाठी एवढं?' नसरुद्दिन म्हणाले की, 'मला कळलंच नाही की तुम्ही या सात पैशांसाठी मारामारी करताय, डाव्या पायाच्या बुटात पाचशे रूपये मी लपवून ठेवलेत.' तरीही त्यांनी तेव्हा डाव्या पायाचा बूट काढण्याचं धाडस केलं नाही. कारण केवळ सात पैशांसाठी नसरुद्दिननं एवढा त्रास घेतला होता तर... ते म्हणाले, 'नमस्कार, परत

कधीतरी!'

ही तुमची दैनंदिन ऊर्जा आहे, ती सात पैशांहून जास्त मोलाची नाही. ती रोजच्या कामांसाठी आहे — उठणं, बसणं, खाणं-पिणं, पचवणं, कामधाम करणं हे वरवरचं आहे. खिशात असलेले पैसे आहेत. तुम्ही ध्यानाला सुरुवात केलीत की ही ऊर्जा संपते. लवकरच संपते. कारण तिनं ध्यान कधी केलेलं नाही. हा एक नवाच पायंडा पडला. तुम्ही त्याचं ऐकून थांबलात, तर तुम्ही कधीच ध्यान करू शकणार नाही. तुम्ही त्याचं मुळीच ऐकू नका. जर तुम्ही असं करतच गेलात, तर तुम्हाला दुसऱ्या स्तरावरची ऊर्जा समाविष्ट झाल्याचं जाणवेल.

कित्येकदा तुम्हाला त्याचा प्रत्ययही येतो. रात्रीची वेळ आहे. झोपायला चाललायत, डोळे मिटतायत आणि त्याच क्षणी घराला आग लागली. अशा वेळी तुम्ही झोपू शकाल? मग तुम्ही म्हणाल का? की मला झोप येतेय म्हणून... नाही! झोप उडून जाते. कुठून आली ही ऊर्जा? समजा तुम्ही पेंगताय आणि कोणी तुम्हाला 'गीता' वाच म्हणून सांगितलं, तर तुम्ही म्हणाल, 'छे बाबा! अवघड आहे!' गीता सोडून देऊ शकत होतात. पण घरात आग लागली, आता तुम्ही धावपळ कराल, आग विझवाल. जरी विझली तरी तुम्हाला त्या रात्री झोप येणार नाही. तुम्ही जागेच राहाल. झोपण्याचा कितीही प्रयत्न केलात, तरी झोप येणार नाही. काय झालं? दुसरा स्तर – तो दैनंदिन शक्तीचा नाही, संरक्षक स्तर आहे. तो संपल्यानं तुमच्यात एवढी शक्ती संचारेल की सगळी झोपच उडेल.

तुम्ही जर ध्यानाचा प्रयोग चालू ठेवलात, तुम्ही थकला नाहीत, तर तुम्हाला लगेच दुसरी ऊर्जा मिळेल. ती मिळाली की कितीही ध्यान केलं तरी थकायला होत नाही, पदरचं काही खर्च होत नाही, असं तुमच्या लक्षात येईल. हा दुसरा स्तर आहे. एक तिसरा स्तर आहे. हा दुसरा स्तर तुमचा खजिना आहे. हा पण संपू शकतो. जितक्या सहजपणे पहिला स्तर संपतो, तितक्या सहजपणे नाही! पण हा ही एक दिवस संपेल. ध्यानाचे खूप उपाय तुम्ही करत राहाल, तर एक दिवस तेही संपेल. मग तिसरा स्तर पार होईल. तो स्तर तुमचा नाही, तो परमेश्वराचा आहे, तो कधीही संपू शकत नाही. पण जर तुम्ही आळस कराल, तर तुम्ही दुसऱ्या पातळीवर पोहोचू शकणार नाही, मग तिसऱ्यापर्यंत पोहोचण्याचा तर प्रश्नच उद्भवत नाही.

परमेश्वर परम म्हणजे सर्वश्रेष्ठ ऊर्जा आहे, शक्ती आहे. तो तुमच्यामध्येच लपलेला आहे.

पहिला स्तर तुमच्या मनाचा, दुसरा स्तर तुमच्या आत्म्याचा, तिसरा स्तर परमेश्वराचा. मन विसरलात, तर आत्म्याची शक्ती मिळेल. आत्माही विलीन केलात, तर परमेश्वराची शक्ती, ऊर्जा मिळेल. ती शाश्वत आहे, ती संपण्याचा

प्रश्नच येत नाही. मग तुम्ही त्या विराटाशी एकरूप होता.

म्हणून शिव म्हणतात : 'प्रयत्न साधक आहे.'

'प्रयत्न' – सतत, मन:पूर्वक, आणखी जास्त मनापासून प्रयत्न हे साधक आहेत. जोवर तिसरा स्तर संपत नाही, तुम्हाला ती सर्वोच्च ऊर्जा मिळत नाही, तोवर प्रयत्न करत राहायला हवे. मग तुम्ही 'सिद्ध' होता. त्यानंतर विश्रांती घेतलीत तर चालू शकेल; पण त्याच्या पूर्वी आराम करणं म्हणजे 'आत्मघात करणं आहे.'

तिसरं सूत्र आहे — गुरू हे उपाय आहेत.

हा जो जीवनाचा शोध आहे, तो तुम्ही एकटे करू शकणार नाही. कारण, एकटे असताना तुम्ही आपल्या वर्तुळात, परिघात बंदिस्त असता. तुम्हाला त्याच्या बाहेरचं दिसतही नाही. त्याच्या बाहेर काही आहे, असतं हे तुमच्या गावीच नाही. तुम्ही आपल्या-आपल्या वर्तुळात बंदिस्त असता. तुम्हाला वाटतं 'हेच आयुष्य आहे – यालाच जीवन म्हणतात.' ज्यानं हे विराट जीवन जाणलं आहे, त्यानं हे तुम्हाला बाहेरून सांगायला हवं. तुम्ही स्वत:च्या घरात बंदिस्त आहात. घराच्या बाहेर मोकळं आकाश आहे. चंद्र-तारे आहेत याचा तुम्हाला पत्ताच नाही. हा जो कोणी चंद्र-तारे बघून आला आहे, त्यानं तुमच्या घराचं दार ठोठावून म्हणायला हवं, 'बाहेर या, किती दिवस आत बसून राहणार?'

त्यावर 'बाहेर' असंही काही असतं? असंच तुम्ही विचाराल. लोक हेच तर विचारतात, 'परमेश्वर' म्हणून काही असतं का? 'आत्मा' अशी काही वस्तू असते का? आणि तुम्हाला वाटतं की आपल्याला घरात बसूनच 'आकाश आहे' असं कोणीतरी दाखवून द्यावं. कसं दाखवून देणार? घरात बसून 'आकाश आहे' हे कसं सिद्ध करता येईल? तुम्हाला त्याच्याबरोबर चालावं लागेल. तो जे 'आकाश आहे' असं सांगतोय; त्यासाठी त्याच्या मागोमाग तुम्हाला दोन-चार पावलं टाकावी लागतील. कारण आकाश दाखवता येऊ शकतं, सिद्ध करता येत नाही, सिद्ध करण्याचा काही मार्ग नाही. जर एखाद्यानं घराच्या छताच्या आत बसून 'आकाश असल्याचं' सिद्ध करू म्हटलं, तर तुम्ही त्याला हरवू शकता. कारण 'कसल्या कुठल्या गोष्टी करता? हे तर छप्पर आहे' इथं तर काही दिसत नाहीये, भिंती आहेत, बाहेर काही आहे याचा काय पुरावा आहे? थोडंसं आकाश आत आणून मला दाखवा,' असं तुम्ही म्हणाल.

तेव्हा 'आकाश' ही काही एखादी वस्तू नाही की, ती आत आणता येईल किंवा आकाश कापून एखादा तुकडा आपण आत आणू, तुम्हाला नमुना दाखवू, म्हणजे तुम्हाला बाहेर परत जाता येईल. नाही! परमेश्वराचा एखादा तुकडा, अंश आणून तुम्हाला दाखवता येणार नाही. तिथं तुम्हाला जावं लागेल.

म्हणूनच 'गुरू' हे उपाय आहेत, मार्ग आहेत, गुरूचा अर्थ एवढाच आहे.

ज्याला अनुभव आला आहे, ज्यानं जाणलं आहे, जो या कारागृहातून, तुरुंगातून मुक्त झाला आहे. तोच तुम्हाला सांगू शकतो की तुम्ही तुरुंगात आहात. त्यातून सुटण्याचा उपाय आहे, हे तोच तुम्हाला सांगेल आणि तोच तुम्हाला मार्ग सांगू शकतो की, 'या माझ्या मागून.' या तुरुंगातूनही सुटता येईल, अशी दारं आहेत. या तुरुंगातही असे दरवाजे आहेत, जिथले रखवालदार झोपले आहेत. या तुरुंगात असेही दरवाजे आहेत, जिथले रक्षक फार जागरूक आहेत. तुम्ही जर तिथून बाहेर पडण्याचा प्रयत्न केलात, तर तुम्ही आणखीनच अडचणीत याल. आता निदान या तुरुंगात तुम्ही मोकळे तरी आहात. जर तुम्ही तिथून बाहेर पडू बघाल, जिथं पहारेकरी जागरूक आहेत, जिथं प्रमुख दरवाजे आहेत, तिथून बाहेर पडायचा प्रयत्न कराल, तर तुम्हाला काळकोठडीत टाकलं जाईल आणि मग तुरुंग आणखीनच छोटा होऊन जाईल.

आणि लक्षात ठेवा. नकारातून बाहेर पडण्याच्या प्रयत्नात तुम्ही काळकोठडीत जाऊन पडाल. तुम्ही जर वाईटाशी संघर्ष केलात, तर तुम्ही आणखी वाईट खाईत फेकले जाल. तो मुख्य दरवाजा आहे, पण तिथून कोणी कधी बाहेर पडू शकत नाही; कोणी कधी बाहेर पडला नाही. कारण, मुख्य दरवाजावर पहारा द्यावा लागतो, मुख्य दरवाजाचं रक्षण करावं लागतं. पण या कारागृहात असेही काही दरवाजे आहेत जे गुप्त आहेत, ज्यांच्यावर पहारा नाही अशीही काही दारं आहेत. कारण, त्यांच्याकडं कैद्याचं लक्षच जात नाही. कैद्याचं सुद्धा लक्ष असतं ते मुख्य दरवाज्याकडं!

मी असं ऐकलं आहे की, झालं असं फ्रान्समध्ये क्रांतीच्या दिवसांत तुरुंगातल्या कैद्यांनी बंड पुकारलं. कैदी बंड नाही करत तोवर बरं असतं. दोन-एक हजार कैदी होते आणि काहीतरी वीस वगैरे पहारेकरी होते, त्यामुळे कैदी कधीही सुटू शकत होते. वीस पहारेकरी करणार तरी काय? बंड झालं नव्हतं, कारण कैद्यांची कधी एकजूटच होत नाही. कैदी परस्परांचेही शत्रू असतात. गुण्यागोविंदानं एकमेकांबरोबर राहतील एवढेही ते साधे-सरळ नसतात. मैत्री असण्याचा मार्गच नसतो, एकमेकांचे शत्रू असतात. त्यामुळं वीस पहारेकरी सुद्धा पुरेसे होते. तर त्यांनी बंड केलं, कैद्यांची एकजूट झाली. त्यांनी बंड केल्यावर मुख्य जेलर होता तो घाबरला. तो म्हणाला, 'काय करावं?' त्यानं पहिलं काम केलं की, पहारेकऱ्यांना मुख्य दरवाज्याची काळजी करू नका म्हणून सांगितलं. 'तुम्ही छोट्या खिडक्या आणि दरवाज्यांवर जाऊन उभे राहा,' असं सांगितलं. हा निर्णय फारच चुकीचा आहे, असं पहारेकरी म्हणाले. जेलर म्हणाला, 'तुम्ही चिंता करू नका. मुख्य दरवाजा अगदी सोडून द्या.'

मुख्य दरवाजा मोकळा सोडला गेला, तिथं एकही पहारेकरी नव्हता. पण एकही कैदी पळून जाऊ शकला नाही. कारण छोट्या दरवाजावर पहारा ठेवला

होता. ज्या दारांवर कधी पहारा नव्हता, त्यांच्यावर पहारेकरी ठेवले आणि जिथं नेहमी पहारा असायचा, तिथून पहारा अगदी पूर्णपणे हटवला. मनात आणलं असतं, तर सगळे कैदी बाहेर पळू शकले असते.

नंतर त्या पहारेकऱ्यांनी जेलरला विचारलं, 'आम्हाला कळलं नाही खरं, पण तुमची युक्ती यशस्वी ठरली.' यावर तो म्हणाला, 'बंड झालं याचा अर्थ कोणीतरी बाहरेची व्यक्ती आत पोहोचली असणार. या कैद्यांमध्ये एखादा कैदी नसलेला माणूस बाहेरून आत पोहोचला आहे. जो माहीतगार आहे. ज्याला माहिती नाही असा, नेहमी मुख्य दरवाज्यातून बाहेर पडण्याचा प्रयत्न करेल. तेव्हा कालपर्यंत आपण मुख्य दरवाज्यावर पहारा देत होतो, कारण आत सगळे अज्ञानी होते, अजाण होते. पण आता एखादा 'गुरू' तिथं पोहोचला आहे असं वाटतं.'

आयुष्यात वाईटाशी संघर्ष करून बाहेर पडण्यासाठीचा दरवाजा, मुख्य दरवाजा असावा असं वाटतं. तुमचं मन म्हणतं, 'आधी वाईटपणा संपवा, मगच चांगुलपणा हाती लागेल. आधी चुकीचा मार्ग सोडा, मगच योग्य दिशेनं वाटचाल होईल. आधी या बाह्य जगाला बाहेर काढा, तरच परमेश्वराचं सिंहासन रिकामं होईल. हा मुख्य दरवाजा आहे. 'गुरू' तुम्हाला यातून बाहेर पडायला सांगणार नाही. कारण यातून कोणी कधी निसटू शकत नाही, इथं खडा पहारा आहे. जो माणूस यातून निसटण्याची धडपड करतो, त्याला आणखी छोट्या काळकोठडीत टाकलं जातं.

माझ्या दृष्टीनं, तुमची साधू-संत मंडळी तुमच्याहूनही वाईट कारागृहात डांबलेली आहेत. तुम्हाला डोळे नाहीत म्हणून तुम्हाला दिसत नाही. संसारी गृहस्थ तर त्रासलेला आहेच, पण तुमचे 'साधू' तुमच्याहूनही खूप जास्त त्रस्त आहेत. तुमच्याजवळ निदान छोटंसं अंगण आहे, त्यात तुम्हाला थोडी मोकळीक वाटते. त्यांचं अंगणही त्यांच्याजवळ नाही. ते तुरुंगात आहेत, पण तुरुंगात एखाद्या सामान्य कैद्याला जे स्वातंत्र्य मिळतं, तेसुद्धा त्यांच्याकडं नाही. ते चोवीस तास काळकोठडीत डांबलेले आहेत.

माझ्याकडं साधु-संन्यासी येतात, त्यांची मनं फारच रोगिष्ट आणि विक्षिप्त विचित्र आहेत.

एक जैन मुनी मला म्हणाला की, 'साठी झालीय. गेली चाळीस वर्षं मुनी आहे. पण आपण चूक तर नाही केली, अशी शंका सतत मनात खंतावत राहते. असं तर नाही की, सामान्य संसारी माणूस आनंदाचा उपभोग घेतोय आणि मी उगाचच त्रास सोसतोय!'

बुद्धिमान माणसाच्या दृष्टीनं अशी शंका निर्माण होणं अगदी स्वाभाविक आहे. हा काही अजाण – अज्ञ माणूस नाही, हा सूज्ञ – शहाणा आहे, अशी शंका येणं स्वाभाविक आहे. कारण आपल्या पदरात काहीच पडलं नाहीये, हे त्याला दिसत

आहे. ही चाळीस वर्षं राग-लोभ-कामवासना यांच्याशी संघर्ष करण्यातच गेली, हाती तर काहीच लागलं नाही. राग नष्ट झाला म्हणावा, तर तसंही नाहीय, राग फक्त दडला आहे. दुसऱ्यांपासून तुम्ही लपवू शकता, स्वत:पासून कसं लपवणार? स्वत:ला तर तुम्हाला ठाऊक आहे. वरकरणी सज्जन वाटता, गुन्हा करत नाही, पण गुन्हेगार आत – अंतर्यामी आहे आणि तो तसं कधीही करू शकतो. कोणत्याही क्षणी संधी मिळाली की तो करणार! एक कारागृह आणखी सीमित झालं आहे. बाहेर हिंडण्या-फिरण्याची थोडीतरी मोकळीक होती, ती सुद्धा हिरावून घेतली गेली आहे, काळकोठडी आहे!

मुख्य दरवाज्यातून निसटण्याचा प्रयत्न करणारा, आणखीनच बंधनात अडकेल. परंतु गुप्त दरवाजे आहेत. मात्र गुप्त दरवाज्यांबाबत गुरू सांगू शकतो. गुरु किल्ल्या आहेत, त्यानं गुप्त दरवाजे उघडतात. जो बाहेर पडला आहे, तोच तुम्हाला बाहेर घेऊन जाऊ शकतो.

तुम्ही या तुरुंगातच पठण करत बसावंत, म्हणून शास्त्रं तुम्हाला मदत करतील, पण ते तुम्हाला बाहेर नेऊ शकणार नाहीत. कारण शास्त्रांचा अन्वयार्थ कोण लावणार? तुम्हीच लावणार. शास्त्र समजणार कुणाला? तुम्हालाच समजणार. तुम्ही आपापल्या पद्धतीनं ते समजणार. तुम्हीच जर सूज्ञ-सुजाण-समजूतदार असलात, तर शास्त्रांची काही गरज नव्हती. तुम्ही सुजाण नाही, हे नक्की आणि जेव्हा अज्ञ-अजाण व्यक्ती शास्त्रांचा अर्थ लावू लागते, तेव्हा ती आणखीनच गोंधळात सापडते.

नाही, तुम्हाला चालतं-बोलतं जिवंत शास्त्र हवं. गुरू म्हणजे जिवंत, मूर्तिमंत शास्त्र. जी तुम्हाला मार्ग दाखवू शकेल अशा जिवंत व्यक्तीचा शोध घ्या.

शिव म्हणतात – गुरू उपाय आहे, मार्ग आहे.

त्यांच्याशिवाय दुसरा कोणताही मार्ग नाही. तुम्ही जर आपल्याच हातानं सोडवणूक करून घ्यायचा प्रयत्न केलात, तर आणखीनच गुंतत जाण्याची भीती आहे. कारण, मन मोठं सूक्ष्म-बारकावे असलेलं यंत्र आहे. आपणच गुंता सोडवावा असं नेहमी होतं. नेहमी असं होतं की, तुमचं घड्याळ बंद पडलं, तर वाटतं, खोलावं घड्याळ आणि दुरुस्त करावं. सगळ्यांच्या मनात येतं. माणूस जितका कमी समजूतदार असतो, तितकं त्याला तसं लगेच वाटतं. लहान मूल तर नक्कीच सगळं खोलून बसेल; कारण यात काही अडचण आहे, असं त्याला वाटतच नाही. घड्याळ चालू होतं. आता बंद पडलंय. बघूया! तर उघडून....

घड्याळ हे काही फार गुंतागुंतीचं यंत्र नाही. पण ते जर दुरूस्त करायला बघाल, तर मी जसं ऐकलंय तशी तुमची अवस्था होईल. एक दिवस मुल्ला नसरुद्दिन घड्याळ दुरुस्तीच्या दुकानात गेले. त्यांनी अगदी छोटे-छोटे तुकडे

झालेलं आपलं घड्याळ त्याच्या टेबलावर ठेवलं. चकित होऊन दुकानदारानं आधी घड्याळाकडं आणि मग नसरुद्दिनकडं बघितलं. नसरुद्दिन म्हणाले, 'मला काही कळत नाही, माझ्या हातून घड्याळ कसं काय पडलं!' दुकानदार म्हणाला, 'अहो, तुम्ही हे उचललंत कशाला हे मला कळत नाहीये. आता ह्याचं काही करता येणार नाही. हे घड्याळ पडल्यामुळं बिघडलेलं नाही.' नसरुद्दिन म्हणाले, 'हं! मी ते थोडं दुरूस्त करण्याचा प्रयत्न केला.' तो म्हणाला, 'घेऊन जा हे. आता हे दुरूस्त करता येणार नाही.'

घड्याळ अगदी साधं-सरळ सोपं यंत्र आहे, फारसं काही गुंतागुंतीचं नाही. पण मन फारच गुंतागुंतीचं यंत्र आहे. तुम्हाला मनाच्या गुंत्याचा पत्ताच नाहीये. मनापेक्षा जास्त गुंतागुंतीचं या जगात काहीच नाही.

तुमच्या मेंदूत सुमारे ७ कोटी पेशी आहेत. एकेक भाग एक कोटी सूचना संग्रहित करू शकतो. या जगात जितकी ग्रंथालयं आहेत, ती सगळी एका माणसाच्या मेंदूत साठवता येऊ शकतात, असं मानसशास्त्रज्ञांचं म्हणणं आहे. एक-एक पेशी एक-एक कोटी सूचना संग्रहित करू शकते. सात कोटी पेशी आहेत. या जगाच्या पाठीवर जेवढं म्हणून ज्ञान आहे, ते सगळं तुमच्या एवढ्याशा मेंदूत साठवलं जाऊ शकतं. एवढासा छोटासा मेंदू आहे, दीड किलो तरी वजन असेल-नसेल आणि सात कोटी पेशी आहेत, ज्या साध्या डोळ्यांनी दिसत नाहीत. अतिशय सूक्ष्म आहेत.

म्हणून मेंदूची शस्त्रक्रिया आत्तापर्यंत होत नव्हती. आता मेंदूची शस्त्रक्रिया होऊ लागली आहे. पण त्यातही धोका आहेच. कारण तुम्ही कापायला जाल एक आणि इतर हजारो पेशी नष्ट होऊन जातील. इतकं सगळं सूक्ष्म आहे. यंत्र तर वापराल, उपकरण तर आत घालाल, पण आत-बाहेर करण्यातच त्या उपकरणानं लाखो तंतूपेशी कापल्या जातील. उपकरण – शस्त्र वापरण्याचीही गरज नाही. तुम्ही रोज फक्त अर्धा तास शीर्षासन करत राहा, तुमच्या मेंदूत बिघाड होईल. शीर्षासन करणारी, माणसं खूप बुद्धिमान आहेत असं तुम्हाला आढळणार नाही. कारण एखाद्या पुरासारखा रक्त-प्रवाह वाहतो आणि छोट्या पेशी नष्ट करून टाकतो.

माणूस उभा राहिला आणि डोक्याकडं वाहणारा रक्ताचा प्रवाह कमी झाला. म्हणूनच तर माणसाच्या मेंदूचा एवढा विकास झाला. प्राण्यांचा मेंदू विकसित झाला नाही. कारण त्यांचा मेंदू आणि त्यांचं शरीर एकाच पातळीत आहे. त्यांचे स्नायू जाड आहेत, पातळ-नाजूक नाहीत. माणसाची प्रतिष्ठा, त्याचं सगळं महत्त्व आणि खुबी हीच आहे की तो उभा राहिला. उभं राहिल्यानं गुरुत्वाकर्षणाची गती, त्याचं रक्त खालच्या दिशेनं वाहून नेतं आणि फुप्फुसांना अभिसरण करावं लागतं, मग रक्त डोक्यापर्यंत पोहोचतं. खूप कमी रक्त पोहचू शकतं म्हणून सूक्ष्म पेशी

विकसित होतात. पूर आला तर मोठ-मोठी झाडं वाहून जातात, तिथं छोट्या झाडा-झुडपांची काय कथा? तेव्हा ह्या पेशीही इतक्या सूक्ष्म आहेत की, रक्तप्रवाहाचा वेग थोडा जरी वाढला, तरी त्या नष्ट होतात.

हे सात कोटी पेशींचं सूक्ष्म जाळं तुमचं तुम्हीच उघडून बसाल, तर त्यातून काही फायदा होईल अशी आशा करणं अशक्य आहे, तोटा – नुकसान मात्र नक्कीच होईल. अनेकजण आपणच आपला मेंदू उलगडून बसतात. मनानंच ध्यान करायला लागतात, आसनं करायला लागतात, काही पुस्तकातलं घेतात, काही ऐकतात, काही इथून-तिथून माहिती गोळा करतात, काहीबाही करायला लागतात. यातून नुकसानी शिवाय काहीच हाती लागत नाही.

एका बौद्ध भिक्षूला काहीजण माझ्याकडं घेऊन आले. गेली तीन वर्षं तो झोपू शकला नव्हता. सगळ्या प्रकारचे उपाय करून झाले, पण झोप येत नव्हती. सगळ्या झोपेच्या औषधांना त्यानं जणू हरवून टाकलं. झोपच नाही, कुठलेच उपाय लागू पडत नव्हते. ज्याला तीन वर्षं झोप नाही, त्याची अवस्था तुम्ही समजू शकता. फारच विक्षिप्त – विचित्र अवस्था आहे. मी त्याला विचारलं की... कारण हे कुठल्याच डॉक्टरनं त्याला विचारलंच नव्हतं. डॉक्टरांनी त्याच्यावर उपचार सुरू केले. शरीराच्या तपासण्या केल्या – रक्तदाब, हृदयाची स्थिती, सगळ्या सगळ्या तपासण्या करून उपचार सुरू केले. त्याला कोणताही आजार नाही. तो महाभाग एक प्रकारचं ध्यान करतोय. बौद्धांची एक प्राचीन परंपरा आहे – विपश्यना! ते विपश्यना करतात. थेट शास्त्रातून ते हे ध्यान शिकले आहेत. कारण गुरू तर शिष्यांकडे वैयक्तिक लक्ष देईल किंवा जर गुरूनं एखादी सामुदायिक पद्धत विकसित केली, तर त्याचं लक्ष समुदायावर असेल. पण आपलं पठण, आपला उपयोग कोण करणार आहे, यावर शास्त्र तर काही लक्ष ठेवू शकत नाही. कोणीही पठण करेल आणि शास्त्रं हजारो वर्षं टिकून राहातात.

तेव्हा विपश्यनेची फार जुनी पद्धत आहे, तिचा त्यांनी अभ्यास केला आणि त्याच्यावर प्रयोग सुरू केला. मग त्यांना त्याच्यात गोडी वाटली. कारण पद्धत तर फार मोलाची आहे. बुद्धानं स्वत: तिचा उपयोग केला आहे. पण तुम्हाला कल्पना नाही की, गोडी वाटली की कुठं थांबायचं. कारण गोडी ही प्रमाणाबाहेर झाली की विष होते. तर, त्यांना इतकी गोडी लागली की ते चोवीस तास तेच आत उतरवण्याचा प्रयत्न करू लागले. जेव्हा तुम्ही चोवीस तास एखाद्या गोष्टीचा ध्यास घ्याल, तेव्हा झोप उडून जाईल. कारण आतून एवढे प्रयत्न करत असाल, तर झोप येणं शक्य नाही. मग त्यांनी बरीच वर्षं हा प्रयोग करून पाहिला, ज्या पेशींमुळे झोप येते, त्या पेशी नष्ट झाल्या. मग आता झोप येण्याचा मार्ग नाही. कारण जर पेशी अस्तित्वात असतील तरच डॉक्टर काहीतरी करू शकेल. पेशी जिवंत असतील,

तर गुंगीचं औषध त्या पेशींना सैलावेल आणि तुम्हाला झोप लागेल. पण जर पेशीच नष्ट झाल्या, तर मग डॉक्टर तरी काय करणार?

तेव्हा मी त्यांना सांगितलं की, 'वर्षभरासाठी तुम्ही सगळ्या प्रकारचं ध्यान सोडून द्या. तुम्हाला जेवढा म्हणून आळस करता येईल तेवढा आळस करा. ध्यानाची गोष्टच काढू नका. शास्त्र-पुराणं वाचू नका. झोपा! जितकं झोपता येईल तितकं झोपा. पडा! आराम करा. भरपूर खा-प्या, वर्षभर अगदी पक्के संसारी गृहस्थ होऊन जा.' ते म्हणाले, 'तुमच्याकडून ही अपेक्षा नव्हती. तुम्ही... आणि ही भाषा बोलताय? विटाळून टाकताय तुम्ही? भ्रष्ट करताय?' मी म्हटलं, 'तुम्हाला हे भ्रष्ट वाटत असेल, तर तुम्ही पुन्हा समजून घ्या. वर्षभर असं करा, मग माझ्याकडं या.'

बरोबर तीन महिन्यांनी ते बरे झाले. आता त्यांच्यासाठी नवीन पद्धत बघावी लागेल आणि ते किती करू शकतील, याचा विचार करूनच नवी पद्धत द्यावी लागेल. मग हळूहळू त्याचा वेग वाढवायला लागेल, त्यासाठी संपूर्ण मनोव्यवस्था लक्षात घेणं आवश्यक आहे.

म्हणून शिव म्हणतात — गुरू, उपाय आहे; मार्ग आहे.

तुम्ही स्वत:च तुमचा उपाय-इलाज, मार्ग होऊ नका. नाहीतर तुम्ही स्वत:ला बिघडवून घ्याल. आधी सजीव, जिवंत पुरुषाचा शोध घ्या; अवघड आहे. कारण एखाद्या जिवंत माणसाला गुरू मानणं कठीण आहे. अहंकाराला धक्का लागतो. म्हणून लोक शास्त्रांमध्ये जास्त रस घेतात. कारण शास्त्रांनी काही अहंकार दुखावत नाही. शास्त्र उचलून फेकून दिलं, तरीही शास्त्र काही करू शकत नाही. जिथं तुम्ही जपून ठेवाल, तिथे तसंच राहातं, काही करू शकत नाही.

तुम्ही गुरूशी असं वागू शकत नाही. तुम्हाला अहंकार तिथं सोडावा लागेल. तिथं तुम्हाला वाकावं लागेल, नम्र व्हावं लागेल. शास्त्रांपुढं सुद्धा तुम्ही झुकता, पण ती तुमची मर्जी म्हणून, ठरवणारे तुम्हीच असता. मनात आलं की बदललं वागणं आणि शास्त्रांना 'व्हा बाजूला' असं म्हटलं, तर शास्त्र काही करू शकणार नाही. पण गुरू जिवंत आहेत. त्यांच्यासमोर वाकावं लागेल आणि जिवंत व्यक्तीसमोर... फारच लागून राहतं.

म्हणून माणसं आधी ग्रंथाच्या मागे लागतात, थकले की मग गुरूचा शोध घेतात. बरेचदा असं होतं की, ग्रंथ त्यांना पार बिघडवून टाकतात, इतके की त्या शब्दांनी त्यांची नजर विकृत होऊन जाते, मग ते गुरूला ओळखूच शकत नाहीत. तुम्ही गुरूकडं गेलात, तरी ग्रंथाची ओळख सोबत घेऊन जाता. गुरू कसा असावा, हे तुम्ही ग्रंथात वाचलं आहे.

गुरू, कसा असावा हे कोणताच ग्रंथ, कुठलंही पुस्तक सांगू शकत नाही. कुठलंही पुस्तक एखाद्या गुरूबाबत सांगू शकतं. समजा कबीराबद्दल एखाद्यानं

पुस्तक लिहिलं आहे, तर ते कबीराबद्दल 'कबीर असे असे गुरू होते,' असं सांगेल. कबीर पुन्हा थोडेच येणार आहेत. त्यात जी लक्षणं आहेत; ती कबीरांची आहेत, गुरूची नाहीत. तुम्ही जर 'कबीरपंथीय' असाल आणि कबीरांच्या ग्रंथानं भारावून गेला असाल, तर तुम्ही कबीराचे ते गुण एखाद्या गुरूमध्ये शोधाल. तो गुरू आता तुम्हाला कधीही मिळणार नाही. कारण कबीर पुन्हा जन्माला येणार नाहीत.

'दिगंबर' जैन आहे. तो जोवर नग्न उभा राहत नाही, तोवर तो गुरू मानणार नाही. आता महावीरांची मर्जी होती, म्हणून ते नग्न उभे राहिले. तशी माझी मर्जी नाही. आता तो महावीरांचा शोध घेतोय, जे आता नाहीत. गमतीचा भाग असा आहे की, जेव्हा महावीर होते, तेव्हा हा माणूस संभ्रमातही पडला असेल. कारण ते नग्न उभे होते. त्याकाळी जे ग्रंथ प्रचलित होते, त्यात हे लक्षण नव्हतं. स्वत: महावीरांच्या आधीचे जे तीर्थंकर आहेत, ते सुद्धा वस्त्रधारी होते. जैन तीर्थंकरही वस्त्रधारी होते. तेव्हा स्वत: जैन सुद्धा महावीरांचा स्वीकार करायला तयार नव्हते. कारण नग्न उभं राहणं ही फार अशोभनीय गोष्ट आहे. तेव्हा जे शास्त्र होतं, ते सांगत असे की गुरू नग्न तर असूच शकत नाही, कारण हे तर न शोभणारं आहे. त्यामुळे महावीरांना नाकारलं गेलं. जेव्हा महावीरांचं महानिर्वाण झालं आणि शास्त्रं तयार झाली, तेव्हा ते महावीरांचा वारसा चालवताहेत. आता जर कपडे परिधान केलेले पार्श्वनाथ भेटले, तर तीच शास्त्रं म्हणतील, 'हा माणूस गुरू सारखा कसा वागू शकेल?'

लक्षात ठेवा, शास्त्रं नेहमी एखाद्या विशिष्ट गुरूबद्दल सांगतात आणि तो गुरू पुन्हा होत नाही. गुरू तर अद्वितीय आहेत, अजोड आहेत. म्हणून जर तुम्ही शास्त्रांच्या नजरेनंच बघणारे असाल, तर तुम्ही जिवंत गुरूला कधी ओळखू शकणार नाही. कारण जो होऊन गेला आणि आता कधी होणार नाही, असं शास्त्र सांगतं. जे लोक महावीरांना मानतात, ते बुद्धाकडं जायला नकार देतील. ते म्हणतील, 'असतील! ते महात्मा असतील, पण भगवान नाही. कारण त्यांनी वस्त्रं घातली आहेत.'

एक जैन सद्गृहस्थ आहेत. त्यांनी एक पुस्तक लिहिलं आहे. सज्जन गृहस्थ आहेत. पण सज्जन असण्यानं, तर काही समज असते असं नाही. वाईट लोक समज नसलेले, नादान असतात. चांगली माणसं ही नासमज-नादान असतात. इथं समज नसणं, इतकं महत्त्वाचं आणि सखोल असतं की चांगुलपणानं काही फरक पडत नाही. भला माणूस आहे, म्हणून सर्व धर्मांबद्दल एक प्रकारचा सद्भाव बाळगून आहेत. त्यांनी एक पुस्तक लिहिलं आहे – 'भगवान महावीर आणि महात्मा बुद्ध.' पुण्यात लोक त्यांना ओळखतात, तेच मला पहिल्यांदा पुण्याला घेऊन आले. जुने कट्टर गांधीवादी आहेत. तेव्हा गांधीजींनी त्यांना 'सर्व एक आहेत'

अशी शिकवण दिली. त्यामुळे पुस्तक तर लिहिलं, पण आत तर जैन बुद्धी – विचारसरणी आहे. मी त्यांच्या घरी पाहुणा म्हणून गेलो होतो. तेव्हा मी त्यांना हे विचारल्यावर माझ्या लक्षात आलं, पण 'भगवान' महावीर आणि 'महात्मा' बुद्ध असा एवढा फरक का राखला?' विचारलं तर म्हणाले, 'असं आहे की भगवान तर महावीरच आहेत. जास्तीत जास्त आपण एवढं मान्य करू शकतो की बुद्ध महात्मा आहेत, पण भगवान नाहीत. का? तर ते वस्त्रं घातलेले म्हणजे सवस्त्र आहेत, भगवान तर निर्वस्त्र असतात.'

बस! तिथंच तर अडचण आहे. ही काही फक्त जैनांबाबतची अडचण आहे असं नाही, सगळ्यांच्या बाबतीत हेच आहे. म्हणून जैन 'रामाला' देव कधीही मानू शकत नाही; सीता बरोबर आहे ही अडचण आहे. स्वत: देव असून रामाबरोबर आणखी ही देवी कशाला? जैन हा विचार पचवू शकत नाहीत. देव तर सगळं सोडणारा, जो मुक्त झाला आहे, मग आता ही स्त्री त्याच्याबरोबर का आहे? म्हणून सीतेसारखी परम श्रेष्ठ स्त्री, जैन सामावून घेत नाहीत, ते त्यांच्या बुद्धीला पटत नाही.

कृष्णाला तर ते नरकातच ढकलतात. कारण एक-दोन नाही, तब्बल सोळा हजार बायका! त्याच्याहून नरकात जायला योग्य दुसरं कोण असणार! म्हणजे जैनांनी कृष्णाला नरकात टाकलं आहे, भीतीनं! कारण जातीनं सगळे वाणी आहेत, म्हणून भित्रेही आहेत. हिंदूंना सुद्धा घाबरतात. न जाणो! काही भांडणतंटा उभा राहायचा आणि बहुतेकजण म्हणूनच अहिंसा मानतात.

नेहमी भितरी माणसं अहिंसा पाळतात. कारण, हिंसेचा अवलंब करायला भांडण्या-तंडण्याची थोडीतरी हिंमत हवी! मारणार नाही, मारलेही जाणार नाही. म्हणून 'कोणाला मारू नका, जगा आणि जगू द्या' हे तत्त्व म्हणून ठीक आहे. पण त्यातही स्वत:जगण्याची इच्छा आहे – तिचा दुसऱ्याशी काही एक संबंध नाही.

भीतीपोटी एक दुसरीही युक्ती केली गेली आहे. ती म्हणजे, कृष्णाला नरकात टाकलं. ते फक्त भीतीपोटी , नरकात टाकणं तर गरजेचं आहे, पण त्याला शास्त्राधार सापडत नाही. पण, जगायचं तर हिंदूंच्यातच आहे. म्हणून भीतीपोटी हेही मान्य करून टाकलं की पुढच्या युगात ते पहिले तीर्थंकर असतील; समझोता झाला. ही वणिकवृत्ती आहे. गणित मांडणारी. आता हिंदू नाराजही होणार नाहीत, 'चला! काही हरकत नाही' म्हणणार. आपलं तत्त्वही शाबूत राहिलं आणि भांडणतंटाही टळला!

तुम्ही ग्रंथांमधून गुरूचा शोध घ्याल, तर ते तुम्हाला कधीच सापडणार नाहीत. कारण जोवर ग्रंथ लिहिला जात असतो, तोवर तो ज्यांच्यासाठी लिहिला जातो, ते नष्ट होतात. प्रत्येक गुरू वेगळा, स्वतंत्र, आपापल्या ढंगाचा असतो. एका सारखा दुसरा तुम्हाला मिळू शकत नाही. 'महावीर' पुन्हा सापडणार नाहीत, 'कृष्ण'ही पुन्हा

होणार नाही, की 'बुद्ध' पुन्हा शोधून सापडणार नाहीत. तुम्ही तर त्यांच्याच शोधात आहात, म्हणून भरकटले जाता आणि जेव्हा ते येथे होते, तेव्हा तुम्ही दुसऱ्याच कोणाच्यातरी शोधात होतात. या पद्धतीनं तुम्ही नेहमी असं हातचं गमावतच जाता.

गुरूचा शोध घ्यायचा असेल, तर शास्त्रं बाजूला ठेवा. गुरू मिळवायचा असेल, तर एखाद्या व्यक्तीचा सहवास मिळवण्याचा प्रयत्न करा, त्याच्या सत्संगात राहा. तिथं आपली स्वत:ची मतं-तत्त्वं घेऊन जाऊ नका. मोजमापाची आपली परिमाणं तिथं लावू नका. हृदयाची हृदयाशी थेट-भेट घडू द्या. बुद्धी मध्ये आणू नका. बुद्धीचा मध्ये शिरकाव होऊ दिलात, तर हृदयांची थेट-भेट होणार नाही. तुम्हाला गुरू ओळखता येणार नाहीत. गुरूची ओळख हृदयानं होते, बुद्धीनं नाही. जेव्हा तुम्ही बुद्धी बाजूला ठेवून मनापासून एखादी गोष्ट करता, तेव्हा तत्क्षणी ती गोष्ट होते. गुरूशी जर तुमचं मिलन होणार असेल, तर ते तत्क्षणी होईल; क्षणाचाही विलंब लागणार नाही. तुम्ही त्यांच्यात विलीन झालात, ते तुमच्याशी एकरूप झाले असा तुम्हाला अनुभव येईल. त्या दिवसापासून तुम्ही त्यांचा अविभाज्य भाग होऊन जाल. त्या दिवसापासून तुम्ही त्यांची सावली होऊन जाल, त्यांच्या मागोमाग जाऊ शकाल. मनानं, हृदयानं गुरूचा शोध घेतला जातो आणि गुरूशिवाय तरणोपाय नाही.

'शरीर, आहुती आहे.'

आणि लक्षात ठेवा, ज्याला तुम्ही शरीर म्हणता, माझं सगळं काही या शरीरातच आहे असं समजता, ते शरीर एखाद्या आहुतीपेक्षा अधिक काही नाही. यज्ञात जशी आहुती टाकावी लागते, तसंच ध्यानामध्ये तुम्हाला शरीर विसरून जायला हवं. बाकीच्या आहुत्या व्यर्थ आहेत. तूप टाकून किंवा गहू अर्पण करून यज्ञात आहुती पडत नाही. स्वत:चीच आहुती द्यावी लागेल, तरच तुमचा जीवनाग्नी प्रज्वलित होईल. हे संपूर्ण शरीर पणाला लावावं लागेल. ते जर वाचवायचा तुम्ही प्रयत्न केलात, तर यज्ञकुंड पेटणारच नाही, अग्नी निर्माणच होणार नाही. तुम्ही सगळं शरीर पणाला लावा.

'शरीर, आहुती आहे. ज्ञान हेच अन्न आहे.'

आणि तुम्ही आत्ता तर अन्नावर जगत आहात. अन्न शरीरात जातं, शरीरासाठी ते आवश्यक आहे. बोध, ज्ञान, ध्यान, जागृती हे आत्म्याचं भोजन आहे. आतापर्यंत तुम्ही शरीरालाच खाऊ-पिऊ घातलंत, तुमचा आत्मा भुकेनं व्याकूळ आहे. अनेक जन्मांपासून तुमच्या आत्म्याची, उपासमार झाली आहे. शरीर धष्टपुष्ट होतंय, आत्मा भुकेनं तडफडतो आहे....

'ज्ञान,' हे आत्म्याचं अन्न आहे. जितके तुम्ही जागृत व्हाल, ज्ञानसंपन्न व्हाल; ज्ञान म्हणजे पांडित्य नाही, ज्ञान म्हणजे भान. जितके तुम्ही जागृत व्हाल; तुर्यावस्था

जितकी तुमच्यात भिनत जाईल, तुम्ही जितके डोळस आणि विवेकी व्हाल तितका तुमच्या आत्म्यात, जीवनप्रवाही चैतन्याचा झरा वाहत राहील.

तुमचा आत्मा जवळ-जवळ सुकून गेलाय, शुष्क झालाय. तुम्ही त्याला भोजनच दिलेलं नाही. आत्म्यालाही अन्नाची गरज असते, हे तुम्ही विसरूनच गेला आहात. तुमचं शरीर भोजन करतंय, आत्मा उपाशी आहे, भुकेला आहे. म्हणून अनेक धर्मांनी उपवासाचा प्रयोग केला. थोडे दिवस शरीराला उपवास घडवा आणि आत्म्याला जेवू द्या. तुमची नेहमीची प्रक्रिया उलटी करा.

पण म्हणून तुम्ही शरीराची उपासमारच करा, असं नाही. शरीराच्याही गरजा भागवा. पण आयुष्यभर केवळ शरीराच्या भरण-पोषणासाठीच प्रयत्न करू नका. तुमच्या प्रयत्नांचा मोठा वाटा ज्ञान-निर्मितीसाठी कारणी लावा. कारण तेच तुमच्या आत्म्याचं भोजन आहे.

'ज्ञान हेच अन्न पोषण आहे. विद्या नष्ट झाल्यामुळं स्वप्नं निर्माण होतात.'

आणि हे ज्ञान जर तुमच्या आतपर्यंत भिनलं नाही आणि तुमच्या अंतरंगातल्या प्राणज्योतीला तिचा प्राणवायू मिळाला नाही, तर मग तुमच्या आयुष्यात स्वप्नं निर्माण होतात. तेव्हा तुमच्या आयुष्यात इच्छा-वासनांचा शिरकाव होतो. अशा वेळी तुमचं जीवन काळोखात भरकटत राहतं. तुम्ही कल्पना-विश्वात जगता, तेव्हा तुमच्यात हाव निर्माण होते, तुम्ही फक्त विचार आणि विचारच करत बसता.

मी एकदा मुल्ला नसरुद्दिनना विचारलं, 'काय, यंदा कुठं जायचा विचार आहे?' कारण ते नेहमी प्रवासाला जातात. यावर ते म्हणाले, 'मी तीन वर्षांनी एकदाच प्रवासाला जातो.' 'मग उरलेली दोन वर्षं काय करता?' मी विचारलं. ते उत्तरले, 'एक वर्ष आदल्या वर्षी केलेल्या प्रवासावर विचार करण्यात, त्याच्या आठवणीत रमून जाण्यात घालवतो आणि एक वर्ष पुढल्या वर्षीच्या प्रवासाची आखणी करण्यात घालवतो.'

मुल्ला नसरुद्दिन, निदान तीन वर्षांतून एकदा प्रवासाला जातात तरी, तुम्ही तर एकदाही गेला नाहीत. तुमचं निम्मं आयुष्य भूतकाळावर विचार करताना उडून जातं आणि निम्मं भविष्याचा विचार करताना निघून जातं. प्रवासाला तर कधी सुरुवातच होत नाही. एकतर तुम्ही आठवणीत हरवून जाता, अशा स्वप्नात रमता जी आता साकार होणार नाहीत. नाहीतर तुम्ही कल्पनेच्या जगात भरकटत राहता, भविष्याची स्वप्नं जे अजून जन्माला आलेलं नाही, असं भविष्य! तुमची दोघांत ओढाताण होते आहे आणि या दोन्हीच्या मध्यावर वर्तमानकाळ आहे, तिथं त्यातच आयुष्य आहे आणि तुम्ही त्याच्यापासून वंचित राहता.

ज्ञान तुम्हाला जागं करेल आत्ता आणि इथंच, या क्षणाबद्दल! ज्ञान तुम्हाला वर्तमानाचं भान देईल. भूतकाळ तर जाणार आहे, गेलाच आहे. तुम्ही उगाचच

त्याच्या राखेचं ओझं खांद्यावर वागवताय. भविष्यकाळ अजून आलेला नाही, तुम्ही तो आणूही शकत नाही. तो जेव्हा येईल तेव्हा येईल. वर्तमान आत्ता अस्तित्वात आहे, हजर आहे. जे अस्तित्वात आहे, तेच सत्य आहे. स्वप्न म्हणजे जे अस्तित्वात नाही, त्यात भरकटणं.

हे सूत्र लक्षात ठेवा, 'विद्या नष्ट झाली की स्वप्नं निर्माण होतात.'

जेव्हा तुमच्याकडं ज्ञान नसतं, आत्मा जागृत नसतो, तेव्हा तुम्ही स्वप्नात रमता. भूतकाळ-भविष्यकाळ तुमच्या लेखी सर्वांत महत्त्वाचे, जणू सर्वस्व ठरतात आणि वर्तमान कस्पटासमान. वर्तमान मात्र सगळं काही आहे. जसजसे तुम्ही जागे व्हाल; जागृत व्हाल, तसतसा भूतकाळ कमी, भविष्यकाळ कमी आणि वर्तमान 'खूप काही' वाटू लागतो. ज्या दिवशी तुम्ही पूर्णत्वाला पोहोचाल, त्या दिवशी फक्त वर्तमानच उरतो. त्या दिवशी 'ना भविष्य असतं, ना भूतकाळ उरतो.' जेव्हा भूतकाळ पूर्ण पुसला जातो, भविष्यकाळ राहत नाही, त्यावेळी चित्ताच्या सगळ्या व्याधी, सगळ्या पुनरावृत्त्या, सगळी वर्तुळं नष्ट होऊन जातात. तेव्हा तुम्ही उरता, शुद्ध, निर्मळ, निर्दोष, ताजेतवाने. जणू पहाटेचं दव! तेव्हा तुम्ही इथे असता, जणू कमलपुष्पच! या क्षणी जर तुम्ही सर्वस्वानं उपस्थित असाल, तर तुम्ही परमेश्वर असाल.

या क्षणात तुमचं मुळीच अस्तित्व नाही, तुम्ही उपस्थित नाही. म्हणून तुम्ही शरीर आहात, मन आहात, पण आत्मा नाही. 'ध्यान,' हा केवळ एक प्रयत्न आहे. जो तुम्हाला भूतकाळातून खेचून इथे आणतो, भविष्यातून ओढून इथं घेऊन येतो. तुम्ही आता पुढंही जाऊ शकत नाही आणि मागंही फिरू शकत नाही. तुम्ही इथंच उभे राहा. इथंच, आत्ता याच क्षणी शांत, पूर्ण जागं होऊन उभं राहणं, म्हणजे 'ध्यान.' त्यापासूनच विद्येचा जन्म होतो. त्यातूनच विद्या, ज्ञान जन्माला येतं. त्यातूनच तुम्हाला जीवनाच्या सर्वोत्तम उत्कर्षाचा, आयुष्याच्या सर्वश्रेष्ठ समाधीचा आनंद मिळेल. ज्यानं हा ठेवा गमावला, त्यानं सगळं काही हातचं घालवलं. ज्याला हे मिळतं, त्याला सगळं काही मिळतं.

आज इतकंच !

'आकर्षण' आणि 'सत्य' यांचे अवलोकन

■

प्रवचन पाचवे

आत्मा चित्तम्।
कलादीनां तत्त्वानामविवेको माया।
मोहावरणात् सिद्धिः।
मोहजयादनत्ताभोगात्सहज विद्याजयः।
जाग्रद् द्वितीय करः।

आत्मा, 'चित्त' आहे.
कला... इत्यादी तत्त्वांबद्दल अविवेक म्हणजेच माया.
मोहाच्या आवरणातील योगीजनांना सिद्धी तर प्राप्त होतात, पण आत्मज्ञान होत नाही.
मोहावर, चिरंतन विजय मिळवल्यास विद्या सहज प्राप्त होते.
अशा जागृत योग्याला, 'सगळं जग आपल्याच प्रकाश किरणांनी प्रकाशमान आहे,' अशी जाणीव होते.

‘आत्मा चित्तम्’. आत्मा म्हणजेच चित्त! हे अतिशय महत्त्वाचं सूत्र आहे. समुद्रात लाटा दिसतात, लाट ही समुद्र आहे. लाट कितीही उंचबळून आलेली असो, लाट कितीही उंचीवर असो, तिच्यातही असीम समुद्र आहे. क्षुद्राच्या उदरातही विशालता लपलेली आहे. कणातसुद्धा परमेश्वर लपलेला आहे. भले! तुम्ही कितीही वेडे असा, तुमचं मन कितीही उद्विग्न, उदास असो, तुम्हाला कितीही रोगांनी-व्याधींनी पोखरलेलं असो! तरीही तुम्ही परमेश्वर आहात. तुम्ही झोपला आहात की भानावर आहात, यामुळे काही फरक पडत नाही. तुम्हाला शुद्ध नसतानाही, परमेश्वरच तुमच्यामध्ये बेशुद्ध असतो. झोपता तेव्हाही परमेश्वरच तुमच्यात झोपलेला असतो. तुम्ही खूप पापं केली आहेत, अनेक वाईट, पापी विचार केले आहेत, म्हणून काही बिघडत नाही. ते विचारही परमेश्वरच तुमच्या आत करत आहे. ती पापंसुद्धा परमेश्वराच्याच माध्यमातून झाली आहेत.

‘आत्मा चित्तम्’ म्हणजे तुमचं ‘चित्त’ हे एका परीनं तुमच्या आत्म्याचाच परिणाम वा परिणती आहे.

हे समजून घेणं, अतिशय महत्त्वाचं आहे. नाहीतर तुम्ही आपल्या चित्ताशी, मनाशी संघर्ष सुरू कराल आणि जो चित्ताशी दावा मांडेल, तो पराभूत होईल. ते जिंकण्याचा मार्ग आहे, आपलं चित्त-मनही परमेश्वराचं आहे, असं म्हणून चित्ताचा स्वीकार करणं हा संघर्ष नाही, व्यर्थ द्वंद्वात्मक द्वैताची अवस्था नाही. लाट सुद्धा समुद्र आहे, अशी प्रचिती आली की मनाच्या विकृती, मनाचे खेळ कमी होऊ लागतात. क्षुद्रामध्ये विराट रूप अनुस्यूत आहे, हे ज्या दिवशी तुमच्या लक्षात येईल, त्या दिवसापासून तुमचा क्षुद्रातील क्षुद्राचा, छोट्यातील छोटेपणाचा शोध

सुरू होईल. त्याची मर्यादा तुम्ही घालून घेतली आहेत. छोट्याशा कणाला कसली आली आहे मर्यादा, सीमा? तो सुद्धा त्या असीमाचाच, एक अंश आहे. तुमच्या नजरेमुळं तुम्हाला ही मर्यादा दिसते. त्या सीमेमध्येही; असीम लपलेला आहे, असं तुम्हाला समजायला लागलं की ही सीमा लोप पावेल.

जेव्हा माणूस आपल्या अंतरंगातही परमेश्वर पाहू लागतो, आपल्या वाईट गोष्टींमध्येही त्याला बघू लागतो, आपल्या निरुद्देश भटकण्यातही त्याच्या पाऊलखुणा त्याला दिसतात, त्या दिवसापासून भरकटणं थांबतं. भरकटणं... याचा अर्थ तुम्ही स्वत:ला परमेश्वरापासून वेगळं मानलं आहे. या वेगळेपणात, द्वैतभावातच तुमचं सगळं पाप आहे, तुमची विकृती आहे. तुम्ही स्वत:ला वेगळं मानलं आहेत, हाच तुमचा अहंकार आहे.

आणि आश्चर्याची गोष्ट अशी की, अहंकाराबाबत पापी माणूस आणि पुण्यात्म्यात किंचितही फरक नसतो. पापी माणसात जेवढा अहंकार असतो, तेवढाच अहंकार ज्याला आपण पुण्यात्मा म्हणतो, त्याच्यात असलेला दिसतो. त्यांच्या कृती वेगवेगळ्या असतील, पण परिणाम मात्र एकच असतो. दोघंही स्वत:ला वेगळं मानत असतात. एकजण स्वत:ला वाईट म्हणवून घेतोय, तर दुसरा स्वत:ला 'आपण चांगले आहोत' असं मानतो आहे. काहीही असो! पण दोघं स्वत:ला वेगळं मानत आहेत आणि जोपर्यंत तुम्ही असं वेगळेपण मानत राहाल; तोपर्यंत तुम्ही वेगळेच राहाल. खरं तर तुम्ही वेगळे नाहीत. तुमच्या समजुतीनं तुम्हाला संकुचित करून टाकलं आहे. तुमच्या कल्पनेनंच, तुम्हाला जखडून टाकलं आहे. तुम्ही आपल्या स्वत:च्या कल्पनेतच, स्वत:च्या कल्पनांच्या तुरुंगात बंदिवान आहात. अन्यथा, चोहीकडं मोकळं आकाश आहे. कुठंही कसलाही अडसर नाही. कोणीही तुम्हाला अडवलेलं नाही, कोणी कसलीही आडकाठी घातलेली नाही. मग तुमची अस्मिता नष्ट कशी होईल?

'आत्मा चित्तम्' म्हणजे तुम्ही 'तुम्ही' नाही, तुम्ही 'परमेश्वर' आहात. एका मोठ्या विराटाशी तुमचं नातं आहे. तुम्ही लहानशी लाट, तरंग नाही, अथांग सागर आहात. या विराटाचा अनुभव आला की, तुमचा अहंकार गळून पडेल आणि जिथे अहंकार नाही, तिथे पापाचा शिरकावच नाही. पाप एकच 'मी वेगळा आहे' आणि ही वेगळेपणाची भावना, आपण ज्यांना साधू म्हणतो; त्यांच्यातही दिसून येते.

मी ऐकलेली एक गोष्ट सांगतो — एका हठयोग्याचा मृत्यू झाला. तो स्वर्गात गेला. त्यानं दरवाजा ठोठावला. दरवाजा उघडला आणि पहारेकरी म्हणाला, 'आपलं स्वागत आहे. आत यावं!' हठयोगी तिथंच थांबला. म्हणाला, 'स्वर्गात असं सगळ्यांचं स्वागत होतं का? कारण तू मला माझा ठाव-ठिकाणा विचारला नाहीस, मी काय केलं हे विचारलं नाहीस. मी कोण? कुठला? मी पुण्य केलं की

पाप? काहीसुद्धा विचारलं नाहीस आणि कोणीही येईल-जाईल त्या ऐऱ्या-गैऱ्याचं सरळ असं स्वागत करतोस, असला स्वर्ग माझ्यासाठी नाही. ना आगाऊ जागा धरणं, ना काही रिझर्वेशन की विचारपूस, सरळ स्वागतच! हा माझ्या ठोकताळ्यातला स्वर्ग नाही!'

हा अहंकार पुण्यानं भरलेला आहे, पापानं नाही. ह्यानं साधना करून मोठ्या सिद्धीही मिळवल्या असतील, पण सगळ्या सिद्धी फोल ठरल्या. सगळ्या सिद्धींनी ह्याच्यात अहंभावच भरला आहे. ही 'अ-सिद्धी' झाली.

'बर्नार्ड शॉ,' यांना नोबेल पुरस्कार मिळाला. युरोपमध्ये, एक छोटासा पण अतिशय प्रतिष्ठेचा क्लब आहे. अख्ख्या जगातून, त्यात फक्त शंभरच लोकांना सभासद करून घेतात. अगदी निवडक व्यक्ती म्हणजे ज्या खूप महान आहेत, ज्यांना नोबेल किंवा तत्सम पुरस्कार मिळाले आहेत. ज्यांनी फार मोठं नाव कमावलं आहे म्हणजे – विख्यात चित्रकार, मूर्तिकार, साहित्यिक... पण फक्त शंभर जणच, शंभरापेक्षा त्यांची जास्त संख्या नसते. एखाद्या सभासदाचा मृत्यू झाला, की मगच नवीन एकाला प्रवेश मिळतो. त्या क्लबचं सभासद व्हावं, म्हणून लोक आयुष्यभर वाट पाहतात.

'बर्नाड शॉ,' यांना नोबेल पुरस्कार मिळाला, तेव्हा ह्या क्लबचा सभासद होण्यासाठी त्यांना आमंत्रण आलं. 'आपल्याला आमच्या क्लबचे सदस्य करून घेण्यात आमचा गौरव आहे,' असं त्यात म्हटलं होतं. बर्नार्ड शॉ यांनी उत्तर पाठवलं, 'जो क्लब मला सभासद करून घेण्यात स्वत:चा गौरव समजतो, असा क्लब माझ्या योग्य नाही. तो माझ्याहून, काहीसा दर्जानं उणा आहे. जो क्लब मला सभासद करून घ्यायला तयार नसेल, अशा क्लबचं सभासद व्हायला मला आवडेल.'

अहंकार नेहमी अवघड गोष्टींच्या – कठिणाच्या मागे लागतो, त्याचाच शोध घेतो आणि जीवन मात्र अतिशय सरळ आहे. अहंकार जीवनाला पारखा होतो आणि परमेश्वराहून सरळ सोपं दुसरं काही नाही, म्हणून अहंकार त्या दारात जातच नाही. ते दार उघडंच आहे. तुम्ही कोण आहात, हे न विचारताच तिथं तुमचं स्वागत आहे. देवाच्या दारातही जर 'तुम्ही कोण आहात,' हे विचारूनच स्वागत झालं, तर ते दारही ऐहिक – सांसारिक विश्वातलंच होईल. तुम्ही त्या दारातच उभे आहात. तुम्ही पाठ केली असेल, तर ती तुमच्यामुळंच. दारानं तुम्हाला अव्हेरलेलं नाही. तुम्ही डोळे बंद केले आहेत आणि दार तुम्हाला दिसलंच नाही, तर त्याला तुम्हीच जबाबदार आहात. नाहीतर दार सदैव उघडं आहे आणि तुम्हाला कायमचं निमंत्रण आहे. 'स्वागतम्' अशी पाटी तिथं नेहमीच लावलेली आहे.

'आत्मा चित्तम्' याचा अर्थ तुम्ही स्वत:ला वेगळे मानू नका. भले! तुम्ही

कितीही वाईट असा, असं वेगळं समजू नका.

पण म्हणजे, तुम्ही वाईट वागतच राहा असा याचा अर्थ नाही. तुम्ही वाईटच राहा असाही याचा अर्थ नाही. तुम्ही तसे राहूच शकणार नाही.

मानसशास्त्रज्ञ म्हणतात की, माणूस आपल्याला जसं समजतो-मानतो, तसाच तो होतो. हा समजच, हळूहळू आयुष्य होऊन जातो. माणूस जरी वाईट असेल, तरीही त्याला वाईट म्हणू नका, असं मानसशास्त्रज्ञ सांगतात. कारण वाईट म्हणण्यानं, 'तू वाईट आहेस, तू वाईट आहेस,' असं सारखं-सारखं म्हटल्यानं तो मंत्रच होऊन जातो. जर सगळीकडं सगळेजण 'तू वाईट आहेस,' असं म्हणायला लाागले, तर तो माणूसही आतल्या आत 'मी वाईट आहे,' असंच सारखं म्हणायला लागतो. फक्त म्हणतोच असं नाही, तर सगळ्यांचं म्हणणं खरं ठरवण्याचा प्रयत्नही करतो. हळूहळू वाईटच्या विळख्यात पुरता सापडतो.

धर्माच्या क्षेत्रात शोध करणाऱ्यांनी, बहुधा हे सत्य खूप आधी ओळखलं असावं. त्यांनी जीवनाची 'सर्वोच्च सत्ता' मंत्र बनवा असं सांगितलं, 'आत्मा म्हणजे चित्त!' तुम्ही परमेश्वर आहात. तुमचा आत्मा, म्हणजेच तुमचं मन आहे. तुमच्याबाबत सांगता येईल, अशी ही सर्वांत मोठ्यात मोठी गोष्ट आहे. जर हा भाव 'मंत्र' बनून तुमच्या जीवनात भरून राहिला, तुमच्या रोमारोमात झंकारू लागला तर तुम्हाला जसे तुम्ही अपेक्षित होतात, तसे होऊ लागाल! जे तुमच्या सर्वांगात भिनवलं होतंत, ते आयुष्यात उतरू लागलं आहे, असं हळूहळू तुम्हाला जाणवेल.

धर्माची सुरुवात 'तुम्ही' नाही आहात, परमेश्वर आहे,' या सूत्रानं होते. क्षणभर गृहीत धरू की, तुम्ही झोपलेले आहात, अनेक अर्थांनी तुम्ही वाईट आहात. धरून चालू की, तुम्ही खूप चुका केल्या आहेत पण त्यानं तुमच्या स्वभावात काहीही फरक पडत नाही. निर्मळपणा तुमचा स्वभाव – स्थायीभाव आहे. तुम्ही कितीही वाईट गोष्टी केल्या असतील, पण 'मी परमेश्वर आहे,' याचं तुम्हाला स्मरण झालं की सगळ्या वाईट गोष्टी नष्ट होऊन जातील.

तुम्ही एकेक करून वाईट गोष्टी संपवू बघाल, तर तसंही तुम्ही करू शकता, तरीसुद्धा जन्मजन्मांतरांत वाईटपणा संपणार नाही. कारण वाईटपणाला अंत नाही, तो अनंत आहे आणि एकेक करून तो नष्ट करायला जाल, तर तो कधीही नष्ट होणार नाही. कारण तुम्ही एक वाईट गोष्ट नष्ट करता आणि तेव्हा दहा वाईट गोष्टींना जन्मही देता. एक वाईट संपवता, पण नव्याण्णव वाईट गोष्टी तर तुमच्यातच आहेत! त्या तुमच्या एका चांगूलपणालाही काळीमा फासतील.

म्हणून तुम्ही पुण्य जरी केलंत, तरी ते सुद्धा पापासारखं होऊन जातं. तुम्ही अमृतालाही स्पर्श केलात, तर ते विष होतं. कारण त्यात बाकीच्या सगळ्या वाईट गोष्टी मिसळतात. तुम्ही अगदी देऊळ जरी बांधलंत तरी त्यामुळं तुमच्यात नम्रपणा

येत नाही, उलट अहंभाव निर्माण होतो. या अहंकाराचे अगदी लहान-लहान मार्ग आहेत. उगाच घडणाऱ्या गोष्टींनीही अहंकार होऊ शकतो.

मुल्ला नसरुद्दिन यांच्याकडं एक कुत्रं होतं. त्या कुत्र्याची जात काही माहीत नव्हती. कुत्रासुद्धा दिसायला कुरूप, अंगानं मरतुकडा, सतत घाबरलेला, भेदरलेला, पाय वाकलेला पण नसरुद्दिन त्याचं सुद्धा तोंडभरून कौतुक करत असत. मी त्यांना म्हटलं, 'या कुत्र्याबद्दल काहीतरी सांगा ना....'

नसरुद्दिननी त्याचं नाव ठेवलं होतं, ॲडॉल्फ हिटलर! ते म्हणाले, 'हिटलरची जात काही नीटशी माहीत नाही, पण अतिशय हुशार जनावर आहे. अहो, कोणीही अनोळखी माणूस, आमच्या माहितीशिवाय घराच्या आसपास फिरकू शकत नाही. हिटलर लगेच वर्दी देतो.'

मी विचारलं, 'म्हणजे करतो तरी काय तुमचा हा हिटलर? नाही म्हणजे – त्याला बघून, तो काही करू शकेल असं काही वाटत नाही. करतो म्हणजे काय – भुंकतो, ओरडतो, किंचाळतो, चावतो काय करतो?' नसरुद्दिन म्हणाले, 'असं नाही करत, कोणी अनोळखी माणूस आला की हिटलर लगेच आमच्या पलंगाखाली लपतो. त्यामुळं कोणी अनोळखी आलाय आणि आम्हाला पत्ता नाही, असं कधी होत नाही.'

तुमचा अहंकार, मुल्ला नसरुद्दिन यांच्या या 'हिटलर'सारखा आहे. जातीचा पत्ता नाही. 'तुम्हाला तरी माहितेय का तुमचा अहंकार कुठून निर्माण झालाय तो.' जो नाहीच, तो निर्माण कसा होणार? तो भ्रम आहे, आभास आहे. त्याच्या जातीबद्दल काही माहिती असूच शकणार नाही.

तुम्ही तर परमेश्वरापासून जन्माला आलात, तुमचा हा अहंकार कुठून निपजला? तुम्हीच तो निर्माण केला आहे. कधीतरी तुम्ही स्वत:च्या अहंकाराकडे नीट बघा, भले! तुम्ही त्याला अगदी ॲडॉल्फ हिटलर म्हणा. सगळ्यांना तसं वाटतही असेल, पण त्याचे पाय एकदम वाकलेले, झुकलेले आहेत, दीनवाणी आणि लाचार.

अगदी मोठ्यातला मोठा अहंकार सुद्धा हीन-दीन असतो. का? कारण मोठ्यातला मोठा अहंकारसुद्धा नपुंसक असतो. त्याच्यात काहीच जोश नसतो, जोश तर असतो आत्म्याचा. जोशाचा – ऊर्जेचा स्रोत वेगळाच असतो. म्हणून अहंकाराला चोवीस तास सांभाळावं लागतं. तो आपल्या पायांवर उभाच राहू शकत नाही. उभं राहण्यासाठी, त्याच्या पायांना आपल्यालाच टेकू द्यावा लागतो. आपण कधी पदाचा – सत्तेचा आधार देतो, कधी पैशाचा टेकू देतो तर कधी पुण्याचा! अगदी काहीच नाही तर, 'गेला बाजार पापानं टेकू देतो.'

तुरुंगात जाऊन बघा, तिथली माणसं आपण कधीही न केलेल्या पापांचीही

खोट्या फुशारकीनं कशी चर्चा करत असतात. ज्यानं एखाद्याला मारलं असेल तो म्हणणार 'मी शेकडोंना वर धाडलंय!' कारण तुरुंगात अहंकार फुगवण्याचा तोच एक मार्ग आहे. ज्यांनी बराच उपद्रव दिला आहे, अशी छोटी-मोठी माणसं तिथं छोटे-मोठे कैदी आहेत. ज्यांच्यावर कायद्याच्या एखाद्या कलमाखाली खटला भरला आहे, त्यांचा काहीतरी वट आहे. ज्यांच्यावर दहा-वीस कलमं लागली आहेत, ज्यांच्यावर शंभर-दोनशे खटले भरलेले आहेत, जे रोज कोर्टात हजेरी लावतात. आज या खटल्यासाठी तर उद्या त्या खटल्यासाठी रोज कोर्टात जातात, तुरुंगात तेच तर मोठे 'दादा' असतात. तिथं माणूस, आपण कधी न केलेल्या पापांच्या बाता मारत असतो.

तुम्ही पुण्यानं म्हणा की पापानं, पैशानं, पदानं प्रत्येक गोष्टीनं अहंकाराला आधार देता, पुष्टी देता. तरीही तो उभा राहू शकत नाही. मृत्यू त्याला कोसळवतो. कारण जे नाही त्यालाच मृत्यू नष्ट करेल, जे आहे ते नष्ट होण्याचा काही प्रश्नच नाही. तुम्ही तर वाचाल, पण जेव्हा 'तुम्ही' वाचाल असं मी म्हणतो, तेव्हा लक्षात ठेवा, मी अशा 'तुमच्या'बद्दल बोलतो आहे. ज्याची तुम्हाला कल्पनाच नाही. तुम्हाला जे तुमचं 'असणं' वाटतंय ते तर वाचणार नाही. ते म्हणजे तुमचा फक्त अहंकार आहे. तुमचं नाव, तुमचं रंग रूप, तुमचा पैसा, तुमची प्रतिष्ठा, तुमची योग्यता, तुम्ही जे काही कमावलं आहे, ते काहीही उरणार नाही. ते सोडूनही तुम्ही जर कोणी असाल, तुम्हाला आपल्या योग्यतेच्या पलीकडचं काही मिळण्याची निसटती संधी जरी मिळाली, जे तुम्ही कमावलेलं नाही, जे घेऊनच तुम्ही जन्माला आला आहात, जन्माला यायच्या आधीही जे तुमच्या बरोबरच होतं, फक्त तेच मृत्यूनंतरही तुमच्याबरोबर असेल.

'आत्मा म्हणजे चित्त.'

चित्त म्हणजे आत्मशोध घेण्यासारखं आहे. तुमच्या चित्तातही त्याचा अंश आहे, नाहीतर चित्तही काम करू शकणार नाही. पापही करायचं म्हणाल तर कोण करणार? करण्यासाठी ऊर्जा – शक्ती हवी. ती ऊर्जा त्याच्यापासूनच मिळते. तुम्ही त्या ऊर्जेचा दुरूपयोग करत आहात, पण दुरुपयोगाचं रूपांतर तुम्ही सदुपयोगात करू शकणार नाही. कारण दुरूपयोगाचं मूळ कारण आणि मूळ अहंकारात आहे.

पाप एकच आणि ते म्हणजे स्वत:ला अस्तित्वाहून वेगळं समजणं, मग इतर सगळी पापं सावलीसारखी त्याच्या मागोमाग येतात, पुण्य एकच आहे, स्वत:ला अस्तित्वाशी एकरूप मानणं. लाट समुद्राशी एकरूप झाली की, कशी सगळी पुण्यं तिच्या पावलावर पाऊल टाकून आपोआप मागे येतात!

'आत्मा चित्त आहे.' कला आदी गोष्टींबाबत अविवेक म्हणजेच माया आहे.

ही माया म्हणजे काय? जर आत्मा म्हणजेच चित्त असेल, तर या चित्तावर

हे झाकोळ कसलं? आपल्या आतला कर्ता कोण आहे! आपल्या आतला कोण आहे हा खरा कलाकार! कोणतं मूळ तत्त्व आहे हे तुम्हाला ठाऊक नाही आणि तुम्हाला 'हाच हे करतो आहे,' असं ज्याच्याबद्दल वाटतंय, तो तर नाहीच. ह्या 'काही नसलेल्यांचा आधार घेऊन तुम्ही जगत आहात, म्हणून त्रासलेले आहात. उभं आयुष्य धावपळ करूनही त्रास संपत नाही. उलट वाढतच जातो आणि आयुष्यभर कष्ट करूनही आनंदाचा एखादा क्षण, कणही वाट्याला येत नाही, दुःखाचे डोंगर मात्र उंच-उंच होत जातात. तरीही माणूस शेवटच्या श्वासापर्यंत निरर्थक गोष्टींच्या मागं धावत राहतो. खरंच या निरर्थक वायफळ गोष्टींत एवढा रस का आहे? समजून घ्यायचा प्रयत्न करा. निरर्थकाचीही एक खुबी आहे, मेख आहे!

एका माणसानं नवीन बंगला विकत घेतला. बाग लावली. फुलझाडं लावली. झाडं यायलाही लागली, पण बरोबरीनं तण-गवतही उगवलं. त्या माणसाला थोडी काळजी वाटली. त्यानं आपले शेजारी मुल्ला नसरुद्दिनना विचारलं की, 'यातलं तण-गवत कुठलं आणि खरं फुलझाड कुठलं हे कसं ओळखायचं?' नसरुद्दिन म्हणाले, 'सोपी युक्ती आहे. दोन्ही उपटून टाक, जे परत उगवेल ते तण-गवत!'

निरर्थकाची मेख आहे. समूळ उपटा! उपटल्यानं काही नष्ट होत नाही. उपटण्याच्या उद्योगात सार्थक म्हणजे जे हवं ते तर नष्ट होईलच, पण निरर्थक म्हणजे जे नको ते पुन्हा तरारून वर येईल. सार्थकाचंच बी पेरा, तरीही फक्त तेच उगवेल याची खात्री देता येत नाही. कारण त्यातही हजार अडचणी आहेत. निरर्थक पेरूच नका, तरीही त्याचं पीक येणार, जसं उपटत जाल तसं-तसं आणखीन तरारून उगवून येणार. निरर्थक गोष्टी करण्यात कष्ट पडत नाही, सार्थक घडवण्यासाठी अतिशय कष्ट घ्यावे लागतात. म्हणून तर तुम्ही निरर्थकाची निवड केली आहेत. ते आपलं आपण उगवत राहिलं आहे. एखाद्याला चोर व्हायला त्रास घ्यावा लागत नाही, चोरी तर तणासारखी उगवते. एखाद्याला कामवासनेसाठी काही त्रास घ्यावा लागतो का? त्यासाठी त्याला काही प्रार्थना, योग करावा लागतो का? साधना करावी लागते का? ती तर तणासारखी निर्माण होते. संतापण्यासाठी तो कसा करावा? हे काय विद्यापीठात जाऊन शिकावं लागतं? नाही! तो गवतासारखा असतो.

'ध्यान,' शिकायचं म्हटलं की त्रासाला सुरुवात होते. 'प्रेम,' आत्मसात करायचं असेल तर खूप त्रास पडतो. 'मोह' मात्र तणासारखा, गवतासारखा आपोआपच वाढत जातो. प्रेमासाठी श्रम हवेत आणि प्रेम निर्माण करायचं तर हे तण हरघडी उपटून टाकावे लागतील, नाहीतर तेच सगळं पीक खाऊन जातील. जे सार्थक आहे त्याला वेढून टाकतील, झाकून टाकतील.

या व्यर्थ, निरुपयोगी गोष्टींची एक खूबी आहे, ती म्हणजे त्या तुमच्याकडून

कष्टाची अपेक्षा ठेवत नाहीत. तुम्ही खुशाल आळस करा, त्या आपोआप वाढतील, त्या तुमच्या मरणाच्या शेवटच्या क्षणापर्यंत तुम्हाला चिकटून राहतील.

'साधक,' म्हणजे ज्यानं सार्थकाचा शोध सुरू केला आहे. 'सार्थक' मिळवणं म्हणजे पर्वताकडं – शिखराकडं, उंची गाठण्यासाठी केलेली यात्रा, प्रवास आहे. व्यर्थ गोष्टी साधणं, म्हणजे लोळण घेण्यासारखं आहे. एखादा दगड डोंगरावरून घरंगळत आपोआप खाली येतो, गुरुत्वाकर्षण त्याला खाली घेऊन येतं, त्याला काही करावं लागत नाही.

तुम्ही आयुष्यात आत्तापर्यंत काही केलं नाहीत, म्हणून तुम्ही व्यर्थ आहात. तुम्ही म्हणाल, 'छे! असं नाही काही. मी पैसा कमावला, मी पद मिळवलं, प्रतिष्ठा मिळवली, मी मोठ्या पदव्या मिळवल्या.'

यावर मी म्हणेन की, हे सगळं तुम्ही 'केलं' नाहीत, ते तणासारखं – गवतासारखं आपसूकच वाढलं आहे. 'तुम्हीही जर आत डोकावून पाहिलंत तर पैसा कमावण्यासाठी तुम्ही काही 'केलं' नाही, असंच तुम्हाला दिसेल. पैशाची हाव गवतासारखी तुमच्यात होतीच, ती वाढली आहे. तुम्ही ती काढून टाकलीत, तरीही ती वाढतेच. घर बांधण्यासाठी तुम्ही 'केलं' काहीच नाही, ती इच्छा तुमच्या मनात गवतासारखी वाढली, ती आयुष्याच्या शेवटच्या क्षणापर्यंत तुमच्या मनात घर करून बसणार!

'जे आपलं आपण तरारून वर येतंय ते व्यर्थच असणार. मला स्वत:ला काहीतरी पेरायला हवं,' हे सत्य ज्याला समजेल तो साधक!

माझ्या ऐकण्यातली एक गोष्ट सांगतो — एक बाई मानसोपचारतज्ज्ञाकडे गेली. म्हणाली, 'आता मला मदतीची गरज आहे. खूप दिवस मी टाळलं, पण आता 'तुम्ही मला मदत करा,' असं मला म्हणायलाच हवं.' 'काय, अडचण काय आहे?' त्यानं विचारलं. ती म्हणाली, 'अडचण माझी नाही, माझ्या नवऱ्याची आहे. ती अशी की, त्यांनी आधी जे प्रेम दाखवलं होतं, ते आता हळूहळू कमी होत चाललं आहे. आधी जशी त्यांच्यात वासना तुडुंब भरलेली असायची, ती हळूहळू ओसरत चालली आहे. आधी ते पुराच्या लोंढ्यासारखे असायचे ते आता आटलेल्या नदीसारखे व्हायला लागले आहेत.' मानसोपचारतज्ज्ञाला खरं तर मनातून खूप हसू येत होतं, पण वरकरणी गांभीर्य राखत होता. व्यावसायिकांचं 'धंदेवाईक' गांभीर्य राखत त्यानं विचारलं, 'पण बाई, तुमचं वय काय आहे?' बाई उत्तरली, 'फक्त बहात्तर वर्षं!'

'आणि तुमच्या नवऱ्याचं?'

'फक्त शहाऐंशी वर्षं!' ती म्हणाली.

सगळेजण असा विचार करतात, 'फक्त! फक्त, ऐंशी-नव्वद!' 'फक्त' शब्द

मृत्यूच्या विरोधात वापरला आहे. 'अरे, हे काय वय आहे! आत्ता तर जशी काही सुरुवात आहे.'

मानसोपचारतज्ज्ञानं विचारलं, 'बाई, नवऱ्यातली शक्ती कमी होतेय, उत्साह ओसरतोय, प्रेमवासना आटत चाललीय हे तुम्हाला कधी जाणवलं, ही लक्षणं तुम्हाला कधीपासून दिसली?' 'काल रात्री आणि आज सकाळी पुन्हा,' ती म्हणाली.

अगदी मरेपर्यंत, शेवटच्या क्षणापर्यंत असा कचराच धरून ठेवता. कारण त्याच्यासाठी वेगळं काही 'करायची' गरज नसते, ते आपोआपच निर्माण होतं.

लोक माझ्याकडं येतात. म्हणतात, 'ध्यान करतो, पण खंड पडत जातो. दोन दिवस करतो की पुन्हा बंद पडतं,' असं वासनेच्या बाबतीत होत नाही; असं रागाच्याबाबतीत होत नाही. चुकूनही तुम्ही ते सोडू शकत नाही. ते घट्ट धरूनच ठेवता. आहे तरी काय हा मामला? ध्यान करून-करून सोडून देता, दोन दिवस करता, पुन्हा विसरता. परत चार-सहा महिने गेले की आठवतं, प्रार्थना करायला लागता. सोडून देता – आणि राग? आणि लोभ? आणि कामवासना? आणि मोह....?

एक वास्तव समजून घेण्याचा प्रयत्न करा. कारण ध्यान हे तुम्हाला स्वत:ला करावं लागतं. म्हणून ते पुन्हा-पुन्हा सोडून दिलं जातं. जे बीज पेरावं लागतं, त्याची काळजी घ्यावी लागते, जोपासना करावी लागते आणि हा इतर कचरा गवत आपोआपच उगवतं. जे असं आपलं आपण घडत जातं, ते निरर्थक – व्यर्थ आहे असं समजा आणि जोवर तुम्ही त्याच्यातच आयुष्य घालवाल, तोवर तुमच्या हाती काहीच लागणार नाही. अखेरच्या क्षणी तुम्हाला कळून चुकेल की, 'आपण रिकाम्या हातानं आलो आणि रिकाम्याच हातानं चाललो आहोत!' हा अविवेकच माया आहे. ही झापडं लावणं, सार्थक काय, निरर्थक काय यात फरक न करता येणं, म्हणजे माया!

सार्थक आणि निरर्थकातील विवेकालाच शिवानं, ज्ञान म्हटलं आहे. हे सार्थक – ते निरर्थक हे आयुष्यात कळायला हवं. आयुष्यात हे दोन्ही आहे. तण-गवतही आहे आणि फुलझाडंही. आयुष्यातल्या अनुभवांवरून काय योग्य – सार्थक आहे, हे तुमचं तुम्हालाच ठरवावं लागेल. सार्थक गोष्टींकडं तुमचं लक्ष जाणं म्हणजे परब्रह्माकडं लक्ष जाणं आणि निरर्थक गोष्टींमध्ये लक्ष गुंतून राहणं म्हणजे मायेच्या जगात भरकटत राहणं! आपण कोण आहोत? तुम्हाला ठाऊक नाही, तुम्ही कुठल्या दिशेनं चालला आहात याचं तुम्हाला भान नाही, तुम्ही कुठून आला आहात याची तुम्हाला कल्पना नाही. तुम्ही रस्त्याच्या कडेला पडलेला केरकचरा उपसण्यातच गुंग आहात. रस्त्याच्या कडेलाच तुम्ही आपलं घर करून टाकलं आहे आणि त्या निरर्थकाच्या कचऱ्यामुळं तुम्ही चिंताग्रस्त आहात, तो कचरा तुमच्या शिवायही

निर्माण होत राहिलाच असता. त्याच्यासाठी तुम्हाला चिंताक्रांत होण्याचं काहीच कारण नाही.

'अविवेकच माया आहे.'

'अविवेक' याचा अर्थ भेद न करता येणं, डिस्क्रिमिनेशनचा अभाव! हिरा कोणता आणि दगड कोणता हे ठरवता न येणं. आयुष्यात रत्नपारखी व्हायला हवं. आयुष्याचे रत्नपारखी होण्यानंच विवेकभाव निर्माण होतो. तुमच्याकडं जीवन आहे आणि तुम्ही शोध घ्या. जे आपोआप चाललं आहे, ते निरर्थक आहे आणि जे तुम्ही प्रयत्न करूनही घडून येत नाही, ते सार्थक आहे असं समजणं ही माझ्या मते शोधाची कसोटी आहे. हे परिमाण आहे आणि ज्या दिवशी आयुष्यात अपेक्षित पण अवघड वाटणाऱ्या गोष्टी घडायला लागतील, त्या दिवशी आसपास फुलांचे ताटवे फुलतील असं समजा. आपोआप घडणाऱ्या अथवा उगवणाऱ्या गोष्टी घडायच्या थांबतील, त्या दिवशी मायेचा शेवट झाला असं समजा.

'मोहाच्या आवरणात असणाऱ्या योग्याला सिद्धी तर प्राप्त होतात, पण आत्मज्ञान होत नाही.' आयुष्यात हे व्यर्थ आणि निरर्थकच इतकं महत्त्वाचं होऊन गेलं आहे की, तुम्ही सार्थक मिळवण्याचा प्रयत्न करता, तेव्हाही ते न साधता व्यर्थच हाती लागतं.

लोक ध्यान करायला येतात खरे, पण त्यामागची त्यांची इच्छा समजून घ्याल तर चक्रावून जायला होईल. ध्यानातून सुद्धा ते व्यर्थच मागून घेतात. ते माझ्याकडं येतात म्हणतात, 'आम्हाला ध्यान करायचं आहे, कारण आम्हाला शारीरिक व्याधी आहेत. ध्यानानं त्या नाहीशा होतील असं आश्वासन तुम्ही देता का?'

ते एखाद्या डॉक्टरकडे गेले असते, तर बरं झालं असतं. शारीरिक आजारांची परीक्षा करण्याचा त्यांनी शोध घेतला असता तर बरं झालं असतं. ते आत्म्याच्या वैद्याकडं येतात, ते सुद्धा शरीरावर उपाय करण्यासाठीच. ते ध्यानही करायला तयार आहेत, पण ध्यान म्हणजे त्यांच्या दृष्टीनं फक्त औषध आहे. त्याहून विशेष वेगळं काही नाही आणि ते औषधही शरीरा करताच.

माझ्याकडं लोक येतात म्हणतात की, 'आयुष्यात फार कठीण अवस्था आहे. पैशाची चणचण आहे. ध्यान करून हे सगळं सुरळीत होईल का?'

हा मोहाचा कोष इतका घट्ट आहे की, तुम्ही अमृताचा शोध घेता तो सुद्धा विषासाठी. हे फार अस्वस्थ करणारं आहे. तुम्हाला अमृत हवं आहे, पण त्यानं तुम्हाला आत्महत्या करायची आहे आणि अमृत पिऊन आत्महत्या होत नसते. अमृत प्राशन केलंत की तुम्ही अमर व्हाल. अमृताच्या अपेक्षेनं तुम्ही येता पण आत्महत्या करणं हा तुमचा उद्देश असतो. पैसा असो की शरीर! जगात सगळ्या-सगळ्या गोष्टी तुम्ही धर्मानं पूर्ण करायला बघता.

देवळात जाऊन लोक काय मागतायत, ते जाऊन ऐका. लोक देवळातसुद्धा घर-संसार आणि हेच जग मागताना तुम्हाला दिसतील. कोणाच्या मुलाचं लग्न झालेलं नाही, तर कोणाच्या मुलाला नोकरी नाही तर कोणाच्या घरात भांडणं आहेत. देवळात सुद्धा तुम्ही सांसारिक गोष्टीच मागायला जाता? तुमचं देऊळ म्हणजे मोठं सुपर मार्केट आहे तिथं या गोष्टीही विकायला आहेत. सगळं काही तिथं विकत मिळतं! पण तुम्हाला अजून मंदिराची खरी ओळख झालेली नाही. म्हणून तर तुमच्या मंदिरात असणारे पुजारी दुकानदार आहेत. कारण तिथं येणारी माणसं सांसारिक जगाचेच ग्राहक असतात. खऱ्या मंदिरापासून तर तुम्ही वंचित राहता.

माझे एक मित्र आहेत, ते दाताचे डॉक्टर आहेत. त्यांच्या घरी मी एकदा पाहुणा म्हणून गेलो होतो. एक दिवस त्यांच्या इथं सकाळी मी दिवाणखान्यात बसलो होतो, तेव्हा एक छोटा मुलगा घाबरत-घाबरत तिथं आला. चकित होऊन त्यानं चोहीकडे बघितलं. मग अगदी दबक्या आवाजात विचारलं, 'डॉक्टरसाहेब घरात आहेत का नाहीत?' मी म्हटलं, 'ते आत्ता बाहेर गेलेत.' हे ऐकून तो मुलगा खूश झाला म्हणाला, 'माझ्या आईनं मला त्यांना दात दाखवायला पाठवलं होतं. ते पुन्हा कधी बाहेर जातील, हे मला सांगू शकाल?'

तुमची अवस्था ही अशीच आहे. जर देऊळ तुम्हाला दिसलं, तर तुम्ही ते टाळाल. दातदुखी तुम्ही सहन करू शकता, पण दातांच्या डॉक्टरकडं जाऊन होणारा त्रास सहन करायची तुमची तयारी नाही. तुम्ही लहान मुलांसारखे आहात. सांसारिक त्रास सहन करू शकता, पण धर्माचा त्रास सहन करायला तुम्ही तयार नाही आणि नक्कीच धर्मसुद्धा त्रास देणार. धर्म तसा त्रास देत नाही, पण तुमचे हे सांसारिक दातच इतके किडले आहेत की, ते काढताना त्रास होणार. धर्म त्रास देत नाही. धर्म तर परमानंद आहे, पण दुःखातच तुमचं आयुष्य गेलं आहे आणि तुम्ही दुःखच भोगलं आहे. तुमचे सगळे दात किडून गेले आहेत, ते उपटताना त्रास तर होणारच! पण त्या वेदनेला तुम्ही इतके घाबरता की त्या दातांचा त्रास, वेदना आणि विष पचवणं तुम्हाला मान्य आहे. त्या विषानं तुमचं आयुष्य नासून जात चाललं आहे. तुमचं सगळं आयुष्य गलितगात्र होऊ लागलं आहे. झिजून चाललं आहे.

पण दुःख तुमच्या ओळखीचं आहे. माणूस ओळखीचं, माहीत असलेलं दुःख भोगायला तयार असतो. पण अनोळखी असलेल्या सुखाचीही त्याला भीती वाटते. हे दातही तुमचे आहेत, ही वेदनाही तुमची आहे. जन्मजन्मांतरांपासून तुम्ही ते ओळखता, पण जर हे दात उपटून टाकले, ही वेदना नाहीशी झाली तर ह्या आयुष्यात प्रथमच आनंदाचं दार उघडेल, मार्ग खुला होईल; हे तुम्हाला माहीत नाही.

तुम्ही देवळात जाता तेव्हा पुजाऱ्याला सांगता, 'देव परत बाहेर कधी जाईल? म्हणजे मी तेव्हा येईन.' तुम्हाला जायचं असतंही, तुम्हाला जायचं नसतंही. तुम्ही

स्वत:शीच कोणती खेळी करणार आहात, याचा अंदाज बांधणं फार अवघड आहे.

सतत तुम्हाला, तुमच्या समस्यांना पाहून मला ठामपणे वाटतं की, 'आपल्याला काय करायचं आहे हे नेमकं न कळणं,' हीच तुमची एकमेव अडचण आहे. ध्यान करायचंय का? हे ही नक्की नाही आणि मग ध्यान होत नाही म्हणून मग तुम्हाला कटकट होते. पण जे करायचं तुम्ही निश्चयानं ठरवतच नाही, ते तुम्ही अगदी मनापासून करणार नाही, अर्धवट भावनेनं कराल आणि अशा अर्धवट भावनेनं आयुष्यात काहीही होत नाही. व्यर्थ म्हणजे निरर्थक गोष्टी काय? भावना नसल्या तरी घडतातच. त्याच्यात तुम्हाला काही आपणहून करायची गरज नसते, त्यांची स्वत:चीच गती असते, पण सार्थक गोष्टींसाठी मात्र आयुष्य वेचावं लागतं, खर्ची घालावं लागतं.

हे सूत्र सांगतं, 'मोहात अडकलेल्या योगीजनांना सिद्धी तर प्राप्त होतात, पण आत्मज्ञान होत नाही.'

मोहाचं, हे आकर्षण इतकं जबरदस्त आहे की जरी तुम्ही धर्माकडं वळलात तरी तिथंही तुम्ही चमत्कारांचा शोध घेता. तिथं साक्षात बुद्ध जरी उभे राहिले, तरी तुम्ही त्यांना ओळखू शकणार नाही, पण तुम्ही सत्य-साईबाबांना ओळखाल. जर बुद्ध आणि सत्य-साईबाबा दोघं तुमच्या समोर येऊन उभे राहिले, तर तुम्ही सत्य-साईबाबांकडं जाल, बुद्धाकडं नाही. कारण बुद्ध तुम्हाला ताईत देण्याचा, हातातून विभूती काढण्याचा, अविचार अथवा मूर्खपणा करणार नाहीत. बुद्ध काही असले खेळ करणारे डोंबारी वा मदारी नाहीत.

पण तुम्ही डोंबाऱ्यांच्याच शोधात असता. चमत्कारांनी तुम्ही भारावून जाता. कारण परमेश्वर मिळावा ही तुमची मनापासूनची इच्छा नाही. तुम्हाला ओढ आहे या जगाची, संसाराची. जिथं कुठं तुम्हाला चमत्कार दिसतो तिथं तुम्हाला 'हा इथं गुरू आहे,' असं वाटतं. आता आपल्या इच्छा वासना पूर्ण होतील अशी आशा पल्लवित होते. जो गुरू आपल्या हातातून ताईत काढू शकतो, तो मनात आणलं तर कोहिनूर हिरासुद्धा काढू शकेल. त्यामुळे बाकी काहीनाही, गुरूच्या पायाशी सेवालीन व्हायचं. आज ना उद्या कोहिनूरही निघेल! गुरूला काय फरक पडतो? ताईत काढला, तर कोहिनूरही काढू शकतो.

कोहिनूर मिळवण्याची तुमची इच्छा आहे. या कोहिनूरसाठी लहान-सहान माणसंच नाही, तर अगदी बडी-बडी मंडळीसुद्धा चोरी करायला तयार आहेत. ज्या माणसाच्या हातातून हवेतून विभूती निघू शकते, त्यानं मनात आणलं तर तो तुम्हाला अमरत्वही देऊ शकतो. फक्त गुरूसेवा करायचा अवकाश आहे!

नाही! बुद्धापासून तुम्ही लांब राहाल. कारण त्यांच्या इथं कुठला चमत्कार घडत नाही. ज्या माणसाच्या सगळ्या इच्छा-वासना पार नष्ट झाल्या आहेत,

त्याच्याकडून तुमची एखादी इच्छा पूर्ण होण्याचा प्रश्नच येत नाही. बुद्धापाशी तर सर्वांत मोठा चमत्कार, अगदी टोकाचा शेवटचा चमत्कार घडून येतो, त्यांच्यापाशी आहे निर्वासनेचं तेज! पण वासनांनी वखवखलेल्या तुमच्या दृष्टीला ते दिसणार नाही. जेव्हा खरोखरीच ऐहिकाचा फोलपणा तुम्हाला कळून येईल, मोहाचं धुकं जेव्हा नाहीसं होईल, तेव्हाच तुम्ही बुद्धाला पाहू शकाल, तेव्हाच त्याला समजू शकाल, तेव्हाच त्यांच्या पायाशी नतमस्तक होऊ शकाल.

'मोह' ही एक धुंदी आहे, नशा आहे. नशा चढलेला माणूस कसा अडखळत चालतो, आपण कुठं? का? चाललो आहोत हे त्याला अजिबात कळत नसतं, धुंदीत चाललेला असतो, तुम्ही तसेच चालता. आपल्या अडखळत्या, लटपटत्या पावलांना कितीही आवर घाला, काही होणार नाही. सगळे दारुडे सावरून चालायला बघतात. तुम्ही स्वतःला फसवू शकता पण दुसरा फसत नाही. 'आपण धुंदीत नाही' हे दाखवण्याचा प्रयत्न सगळे दारुडे करत असतात, पण तेवढेच ते उघडे पडतात. त्यांचा प्रयत्न फोल ठरतो आणि मोह ही एक नशा आहे, धुंदी आहे.

आणि मी 'मोह नशा आहे,' हे जे विधान करतोय, ते अगदी पूर्णपणे रासायनिक अर्थानं करत आहे. मोहाच्या अवस्थेत तुमचं संपूर्ण शरीर नशिल्या मादक द्रवांनी भरलेलं असतं, शास्त्रीय दृष्ट्यासुद्धा! जेव्हा तुम्ही एखाद्या स्त्रीच्या प्रेमात पडता, तेव्हा तुमच्या शरीरातल्या रक्तात विशिष्ट रासायनिक घटक निर्माण होतात. जे घटक भांगेत, गांजात, एल.एस.डी. मध्ये असतात, तेच हे घटक असतात. म्हणून तर तुम्ही जिच्या प्रेमात पडला आहात, ती स्त्री तुम्हाला अलौकिक वाटू लागते. ती या पृथ्वीतलावरची वाटतच नाही. ज्या पुरुषाच्या तुम्ही प्रेमात पडाल, तो तुम्हाला या इहलोकीचा वाटतच नाही. जेव्हा प्रेमाची धुंदी उतरेल, तेव्हा तो कवडीमोलाचा वाटेल. जोवर धुंदी आहे, तोवर ते आहे.

म्हणून तुमचं कोणतंही प्रेम स्थायी असू शकत नाही. कारण ते धुंदीत केलेलं असतं. ते मोहाचंच एक रूप आहे. ते शुद्धीत झालेलं नाही तर बेशुद्धीत म्हणजेच भानावर नसताना झालं आहे. म्हणून तर आपण 'प्रेम आंधळं असतं,' असं म्हणतो. प्रेम आंधळं नसतं, आंधळा असतो मोह. आपण चुकून मोहालाच प्रेम समजतो. प्रेम तर दृष्टी आहे. त्याच्याहून मोठी विशाल दृष्टी दुसरी कुठली नाही. प्रेमाच्या दृष्टीनं, तर या जगात लपलेला परमेश्वर दिसतो. मोह आंधळा आहे; जिथे काहीही नाही, तिथे त्याला सगळं दिसतं. मोह, म्हणजे एक स्वप्न आहे.

आणि ज्यांना आपण योगी पुरुष म्हणतो, ते सुद्धा या मोहात फसलेले, अडकलेले असतात. सिद्धी तर मिळून जातात. त्यांना काही शक्ती तर प्राप्त होतात. शक्ती प्राप्त करणं काही अवघड नाही. थोडासा प्रयत्न केला, तर दुसऱ्याच्या मनातले विचार वाचता येतात. थोडासा प्रयत्न केला तर दुसऱ्याच्या

विचारांवर आपला प्रभाव टाकता येतो. माणसं समोर आली की, त्यांच्या मनात काय आहे हे थोड्याशा प्रयत्नांनी तुम्ही सांगू शकता. हे शास्त्र आहे. धर्माचा याच्याशी सुतराम संबंध नाही. पुस्तक वाचण्याचं जसं शास्त्र आहे, तसं मन वाचण्याचं एक शास्त्र आहे. निरक्षर माणूस तुम्हाला पुस्तक वाचताना बघतो, तेव्हा त्यालाही 'काय हा चमत्कार,' असं वाटतं. ज्या कागदावर काही-काही तरी पांढऱ्यावर काळं केलेलं दिसतंय आणि त्यातून ते वाचून तुम्ही कवितेचा, उपनिषदांचा, वेदांचा आनंद घेताय, मंत्रमुग्ध होऊन जाताय; हे पाहून निरक्षर माणूस अगदी चकित होऊन जातो.

मुल्ला नसरुद्दिन हे त्यांच्या गावातले एकटेच शिकले–सवरलेले होते आणि जेव्हा असा एखादाच लिहिणारा-वाचणारा असतो, तेव्हा तोही खरंच शिकलेला आहे की, नाही हे नक्की कळत नाही. कारण, कोणाला कळणार? गावात ज्याला कुणाला पत्र-चिठ्ठी-चपाटी लिहून घ्यायची असे तो नसरुद्दिनकडे येई. ते त्याची चिठ्ठी लिहून देत. एक दिवस एक म्हातारी बाई आली म्हणाली, 'नसरुद्दिन एवढं पत्र लिहून दे बाबा.' नसरुद्दिन म्हणाले, 'आत्ता नाही लिहू शकणार. कारण माझे पाय खूप दुखतायत.' म्हातारी म्हणाली, 'कमाल झाली! पाय दुखण्याचा आणि पत्र लिहिण्याचा काय संबंध?' नसरुद्दिन तिला म्हणाले, 'बाई ग, आणखी खोलात शिरू नकोस. मी सांगतोय ना, माझे पाय दुखतायत आणि मी पत्र लिहिणार नाही.' म्हातारीपण हट्टाला पेटली म्हणाली, 'कारण कळल्याशिवाय मी इथून हलणार नाही. मी अडाणी आहे. मला लिहिता-वाचता येत नाही. मान्य आहे, पण पाय दुखण्याचा आणि हातानं पत्र लिहिण्याचा काही संबंध आहे असं मी कधी ऐकलं नाहीये.' 'ठीक आहे, तुझा हट्टच आहे, तर तुला सांगतो.' असं म्हणून नसरुद्दिन म्हणाले, 'अगं बाई, लिहिल्यावर वाचून घ्यायला शेजारच्या गावात कोण जाणार? ते तर मलाच जावं लागतं. माझ्या अक्षरातलं पत्र मलाच वाचता येत नाही. आता माझे पाय दुखतायत, मी लिहिणार नाही.'

लिहायला-वाचायला न येणारा माणूस, पुस्तकात गुंग झालेल्या माणसाला पाहून चक्रावून जातो, पण वाचायला शिकता येतं. ती कला आहे. तुमच्या मनात विचारचक्र चालू असतं. तुम्ही विचार पाहू शकता, इतरही ते पाहू शकतात त्याचीही कला आहे, पण त्या विचार पाहण्याच्या कलेचा धर्माशी काहीही संबंध नाही. ना पुस्तक वाचण्याच्या कलेशी धर्माचा काही संबंध आहे, ना दुसऱ्याचं मन वाचण्याच्या कलेशी धर्माचा काही संबंध आहे. जादूगारही शिकतात, पण ते काही सिद्ध पुरुष नसतात.

पण तुम्ही खूप चक्रावून जाल. तुम्ही एखाद्या साधूकडे गेलात आणि तो म्हणाला, 'ये' आणि तुमचं नाव, तुमचं गाव सांगितलं आणि म्हटलं की, 'तुमच्या घराच्या

बाजूला लिंबाचं झाड आहे.' तुम्ही वेडेच होता! पण साधूला लिंबाच्या झाडाशी काय घेणं, तुमच्या गावाशी काय संबंध, तुमच्या नावाशी काय करायचंय! कोणाचं काही नाव नसतं, रूप नसतं, कुठलं गाव नसतं हे ज्याला कळलं आहे, तो खरा साधू! हे गाव-नाव-रूप सगळ्या ऐहिक जगातल्या गोष्टी आहेत. तुम्ही संसारी आहात! तो साधूही तुम्हाला प्रभावित करतोय, कारण तो तुमच्यापेक्षा संसारात जास्त बुडालेला आहे. त्यानं आणखीही कला शिकून घेतली आहे. तुम्ही काही न सांगता तो बोलतो, सांगतो. त्याला तुम्हाला प्रभावित करायचं आहे.

लक्षात ठेवा, जोवर तुम्ही दुसऱ्यावर छाप पाडू पाहता, तोवर तुमच्यात अहंभाव आहे. आत्म्याला दुसऱ्यावर प्रभाव पाडायचा नसतो. दुसऱ्यावर छाप पाडण्यात काय हशील आहे? काय अर्थ आहे? पाण्यावर रेघा ओढण्यासारखं आहे. मला काय होणार? दहा हजार लोकांवर छाप पडो, की दहा कोटी लोकांवर छाप पडो! त्यानं काय होणार आहे? त्यांच्यावर छाप पाडून मी काय मिळवणार आहे?

अज्ञानी लोकांच्या झुंडीवर छाप टाकण्याचा इतका अधीरपणा म्हणजे अज्ञानाची नांदी आहे. एखादा राजकीय नेता इतरांवर छाप टाकायला आतुर असतो, हे समजू शकतो, पण धार्मिक व्यक्ती कशाला इतरांना प्रभावित करू पाहील? आणि जेव्हा-केव्हा तुम्ही इतरांवर प्रभाव टाकू इच्छिता, तेव्हा 'तुम्ही आत्मस्थ नाही,' हे लक्षात घ्या. इतरांना प्रभावित करणं, याचाच अर्थ तुमच्यात अहंकार जागा आहे, तुम्ही त्यात गुरफटलेले आहात.

अहंकार हा इतरांवरच्या प्रभावाचं जणू खाद्य आहे. त्याच्यावरच तो पोसला जातो. जितक्या नजरा मला ओळखतील, माझ्यावर खिळतील, तितका माझा अहंकार फुगत जातो. सगळं जगच जर मला ओळखू लागेल, तर माझा अहंकार शिगेला पोहोचेल. मला कोणी ओळखलं नाही, गावात फिरलो, रस्त्यानं हिंडलो, कोणी पाहिलंच नाही, ओळखलं नाही, लक्ष दिलं नाही, कोणाच्याच नजरेत ओळखीचा भाव दिसला नाही, लोकांच्या लेखी माझं अस्तित्वच नाही, तर अहंकाराला धक्का बसेल! इतरांनी आपल्याकडं लक्ष द्यावं, असं अहंकाराला वाटत असतं. मोठं गमतशीर आहे हे! अहंभावाला दुसऱ्याकडं लक्ष द्यायचं नसतं, त्याला वाटतं इतरांनी त्याच्याकडं लक्ष द्यावं, सगळ्या जगाच्या नजरा त्याच्याकडं लागलेल्या असाव्यात, तोच केंद्रबिंदू असावा.

इतर लोक माझ्याकडं बघताहेत की नाही याची चिंता धार्मिक माणूस करत नाही. तो स्वतःकडेच बघतो. कारण तोच त्याला शेवटपर्यंत साथ देणार असतो. हे तर लहान मुलांसारखं झालं, इतरांनी आपल्याला चांगलं म्हणावं, शाबासकी द्यावी असं मुलांना वाटतं, मग ती खूश होतात. प्रशस्तिपत्रक अगदी नाचत-नाचत घरी घेऊन येतात, पण म्हातारपणीसुद्धा तुम्हाला प्रशस्तिपत्रक हवंय? तसं असेल

तर मग तुमचं आयुष्य व्यर्थच ठरलं म्हणायचं!

'सिद्धी'चा हेतू, इतरांवर प्रभाव टाकणं हा असतो. धार्मिक माणसाची तशी इच्छा नसते. ही संसारी माणसांची वृत्ती आहे.

हे सूत्र सांगतं, 'मोहाच्या आवरणात अडकलेल्या योगीजनांना सिद्धी तर प्राप्त होतात, पण त्यांना आत्मज्ञान होत नाही.'

त्यांना भले कितीही मोठ्या सिध्दी प्राप्त होवोत, त्यांच्या स्पर्शानं मेलेला माणूस जिवंत होवो त्यांच्या स्वत:च्या स्पर्शानं रोग-व्याधी दूर पळाव्या, त्यांनी पाण्याला स्पर्श करावा आणि त्याची औषधं व्हावी, पण ह्याचा आत्मज्ञानाशी काहीही संबंध नाही. सत्य परिस्थिती अगदी उलट आहे. माणूस जितका सिद्धी मिळवत जातो, तितका तो आत्मज्ञानापासून दूर जाऊ लागतो. कारण जसजसा अहंकार अंगात मुरु लागतो, तसतसा आत्मा आक्रसून जायला लागतो आणि जसजसा अहंकार नाहीसा होऊ लागतो, तसतशी आत्म्यात शक्ती येऊ लागते. आत्मा फुलू लागतो. तुम्ही एका वेळी दोन्हींचा समतोल राखू शकत नाही.

दुसऱ्यावर छाप पाडण्याची महत्त्वाकांक्षा सोडून द्या, नाहीतर योग सुद्धा भ्रष्ट होऊन जाईल. अशा वेळी तुमची योगसाधना म्हणजे 'राजकारण' ठरेल, धर्म आणि राजकारण हे एक मोहजाल आहे. त्यात अडकला की मग माणूस काहीही करून, या, ना! त्या प्रकारानं इतरांवर प्रभाव टाकायला पाहतो. त्यासाठी सरळ आणि वाममार्गाचा सुद्धा वापर केला जातो, पण मुळात दुसऱ्यांचं शोषण करण्याच्या हेतूनंच तुम्हाला त्यांच्यावर प्रभाव पाडायचा असतो.

माझ्या ऐकण्यात आलेला एक प्रसंग – निवडणुकीचे दिवस होते आणि एकदा एका संध्याकाळी तीन जणांना तुरुंगात टाकण्यात आलं, अंधार होता. तिघांनी अंधारात एकमेकांशी ओळख करून घेतली. पहिला म्हणाला, 'मी सरदार संतसिंह. सरदार सिरफोडसिंहांसाठी मी काम करत होतो.' 'अरे! आश्चर्य आहे,' दुसरा म्हणाला, 'मी सरदार शैतानसिंह. मी सरदार सिरफोडसिंहच्या विरोधात काम करत होतो.' तिसरा म्हणाला, 'वाहे गुरुजी की फतह! वाहे गुरुजी का खालसा!' कमाल झाली. मीच तो सरदार सिरफोडसिंह!

नेता, अनुयायी, त्याच्या पक्षातले, विरोधी पक्षातले सगळेच तुरुंगात टाकण्याच्या लायकीचे आहेत. जिथं ते असायला हवेत अशी तीच त्यांच्या योग्य जागा आहे. कारण जिथून आपण दुसऱ्यावर प्रभाव टाकायला सुरुवात करतो, तिथूनच पापाला सुरुवात होते. कारण अहंकाराला शुभ-अशुभाशी घेणं-देणं नसतं, त्याला फक्त स्वत:ची इच्छा पूर्ती हवी असते. ती तो कशी करतो, हे फारसं महत्त्वाचं नसतं. स्वत:ची इच्छा पूर्ण करून परिपुष्ट होणं एवढीच अहंकाराची आकांक्षा असते आणि अहंकार हे एक प्रकारचं रितेपण – अपुरेपण आहे, सगळे उपाय केले तरी ते भरून

निघत नाही. अपुरं – रितं ते रितंच राहतं. शिवाय जसंजसं वय वाढत जातं, आयुष्य हातून निसटू लागतं, तसतसा अहंकार बेभान होऊ लागतो. कारण 'काय हे अजून त्याची पूर्ती झाली नाही. अजून सगळं अर्धवटच आहे आणि आयुष्यातला काळ तर पुढं पुढं सरकत चालला आहे,' असं वाटतं.

म्हणून म्हातारी माणसं चिडचिडी होतात. त्यांची ही चिडचिड इतरांवर नसते, ती त्यांच्या स्वतःच्या आयुष्यातल्या अपयशाबद्दल असते. जे त्यांना पूर्ण करायचं होतं; ते करता आलेलं नसतं.

आणि म्हाताऱ्या माणसांची चिडचिड आणखीनच वाढते. कारण त्यांना वाटतं, जसजसे ते म्हातारे व्हायला लागलेत, तसतसे लोक त्यांच्याकडे लक्ष देईनासे झालेत. इतकंच नाही, तर लोक 'ते कधी मरणार' याचीच वाट बघताहेत.

मुल्ला नसरुद्दिननी, आयुष्याची शंभरी गाठली. मी त्यांना विचारलं, 'देवानं तुम्हाला एवढं दीर्घायुष्य देण्याचं, काही कारण तुम्हाला सांगता येईल?'

'नातेवाईकांच्या धैर्याची परीक्षा घेण्यासाठी,' त्यांनी तत्क्षणी उत्तर दिलं.

सगळी वृद्धमंडळी, आपल्या नातेवाईकांच्या धैर्याची कसोटीच पाहात आहेत, आपल्यावरचं लक्ष उडत चाललं आहे, हे ते चोवीस तास बघत असतात. मरण तर त्यांना नंतर मारेल, लोकांचं हे पाठ फिरवून दुर्लक्ष करणं, त्यांना आधीच मारतं. त्यातूनच ही चिडचिड निर्माण होते. 'निक्सन' आता कशी चिडचिड करत असतील, याची तुम्ही कल्पनाही करू शकणार नाही. ज्यांचे चेहरे समोर होते. त्यांनी पाठ फिरवली आहे. जे सामोरे होते, ते पाठमोरे झाले. जे आप्त होते, ते परके झाले. जे मित्र होते, ते शत्रू झाले. ज्यांनी आधार दिला होता, त्यांनी आधारच काढून घेतला. सगळं लक्षच देणं थांबलं. निक्सन अस्वस्थ आहेत, बेचैन आहेत, त्रासून गेले आहेत. निक्सनना भेटायला जे कोणी जातात, त्यांना ते पहिला प्रश्न हाच विचारतात, 'काय हो, मी जे केलं, जसा वागलो ते बरोबर होतं ना? लोक माझ्याबद्दल काय म्हणताहेत?'

आत्ता आत्ता हा माणूस शिखरावर होता आणि आता पार दरीत कोसळला आहे. भुईसपाट झाला आहे. हे शिखर आणि दरी कसली होती? हा माणूस जो काल, सत्तेवर – खुर्चीवर होता, तोच माणूस आजही आहे. फक्त अहंकार शिखरावर होता. आता दरीत, खड्ड्यात गेला आहे. आत्मा मात्र जिथं होता तिथंच आहे. ज्याला ना शेंडा असतो, ना बुडखा, जिंकणं नसतं की हरणं, ज्याला लोकांनी पाहिलं तरी ठीक, नाही पाहिलं तरी बिघडत नाही. जो एक रस आहे, त्याची जर आठवण या माणसाला आली तर किती बरं होईल!

जेव्हा तुम्ही इतरांकडून स्वतःसाठी हे लक्ष बंद कराल, तेव्हा तुम्हाला ही एकरसता अनुभवता येईल. भीक मागायचं बंद करा. सिद्धी मिळवून काय होईल?

लोक तुम्हाला चमत्कारी म्हणतील. लाखोंची गर्दी जमा होईल, पण लाखो मूर्खांना गोळा करून सिद्ध काय होतं, तर या लाखो मूर्खांचं लक्ष फक्त तुमच्यावर केंद्रित झालेलं आहे, तुम्ही महामूर्ख आहात. अडाण्यांकडून कौतुक करून घेऊन तरी काय मिळणार आहे? ज्याला स्वत:ला ज्ञान मिळू शकलं नाही, त्याच्याकडून प्रशंसेची अपेक्षा करून, कौतुक मागून घेऊन तुम्ही काय करणार? जो स्वत:च पथभ्रष्ट झाला आहे, भरकटलेला आहे, त्याचा तुम्ही नेता होणार? त्याच्याकडून मिळणाऱ्या मान-सन्मानाची किंमत ती काय?

मी ऐकलंय की एक सूफी फकीर होऊन गेला – फरीद नावाचा. तो जेव्हा बोलत असे, तेव्हा लोक कधी टाळ्या वाजवत अशा वेळी तो रडायला लागे. एक दिवस त्याच्या शिष्यांनी विचारलं, 'कमाल झाली! लोक चांगले टाळ्या वाजवतात आणि तुम्ही रडता काय?' यावर फरीद म्हणाला, 'लोक टाळ्या वाजवतात, तेव्हा मला आपल्या हातून काही चूक तर नाही घडली ना' असं वाटतं. नाहीतर त्यांनी कधी टाळ्या वाजवल्या नसत्या. ही चुकलेली माणसं! जेव्हा ते टाळ्या वाजवत नाहीत, त्यांच्या लक्षात येत नाही, तेव्हाच 'आपण काहीतरी बरं बोलतोय, योग्य बोलतोय,' असं वाटतं.

शेवटी अयोग्य माणसाच्या टाळीचं, त्याच्याकडून होणाऱ्या स्तुतीचं काय मोल? तुम्हाला कोणासमोर स्वत:ला 'सिद्ध' असल्याचं दर्शवायचं आहे? जर तुम्हाला या जगासमोर स्वत: 'सिद्ध' असल्याचं दाखवून द्यावंसं वाटत असेल, तर याचा अर्थ तुम्ही मूर्खांकडून स्तुती करून घ्यायला, उत्सुक आहात. तुम्हाला अजून समज आलेली नाही आणि देवासमोर स्वत:ला सिद्ध करण्याची आपली इच्छा आहे, असं तुम्हाला वाटत असेल तर तुम्ही आणखीनच अविचारी, समज नसलेले आहात. कारण त्याच्या समोर तरी नम्रपणा हवा. तिथं तर अहंकार कामाचा नाही. आपलं सगळं सोडून पूर्ण अर्पण कराल, तरंच देव तुम्हाला जवळ घेईल. तिथं जर तुम्ही अहंकारानं आखडून गेलात, तर तुमची ती ऐट-गुर्मीच मोठा अडथळा ठरेल.

म्हणून तथाकथित 'सिद्ध' लोक परमेश्वरापर्यंत पोहोचू शकत नाहीत. मोठमोठ्या सर्वोच्च सिद्धी त्यांना वश होतात, पण खऱ्या सिद्धी निसटून जातात. ती खरी सिद्धी म्हणजे 'आत्मज्ञान.' आत्मज्ञान का बरं हाती येत नाही? कारण सिद्धीचं सुद्धा स्वत:कडं लक्ष नसतं; तिची नजर दुसरीकडंच असते. या जगात जर कोणीच नाही, तुम्ही एकटेच आहात, अशावेळी तुम्हाला 'सिद्धी' हव्याशा वाटतील का? पाण्याला स्पर्श करावा आणि ते औषध व्हावं असं तुम्हाला वाटेल? रोग्याला हात लावावा आणि त्याचा आजार पळून जावा, प्रेताला हात लावून ते जिवंत करावं असं वाटेल का? अवघ्या पृथ्वीवर कोणीच नाही, तुम्ही एकटेच आहात! तर मग या सिद्धी असाव्यात असं वाटेल तुम्हाला? तुम्ही म्हणाल 'काय करायचंय? बघणारेच जर

नसतील, तर ते कशाला हवं? ‘सिद्धी’ या बघणाऱ्यांसाठी आहेत. तुमचं लक्ष दुसऱ्याकडंच आहे, तोवर तुमचं लक्ष स्वत:कडं वळू शकत नाही. जो दुसऱ्यावरची नजर वळवून, स्वत:कडं वळवतो त्यालाच ‘आत्मज्ञान’ प्राप्त होतं.

‘मोहावर कायम स्वरूपी विजय मिळवल्यावर सहजविद्या प्राप्त होते.’

मोहाला कायमचं जिंकून घेतलं की, सहज विद्या फळाला येते. मोहाला जिंकायचं आहे. त्याच्यावर मात करायची आहे. मोह म्हणजे काय? मोह म्हणजे त्या दुसऱ्याशिवाय मी जगू शकणार नाही, दुसरा माझा केंद्रबिंदू आहे.

तुम्ही लहान मुलांच्या गोष्टी वाचल्या असतील – त्यात एक राजा असतो आणि त्याचे प्राण एखाद्या पक्ष्यात, पोपटात-मैनेत ठेवलेले असतात. तुम्ही त्या राजाला कितीही मारा, मारू शकणार नाही. गोळी आरपार जाईल; पण राजा मात्र जिवंत राहील. बाण अगदी हृदयाला भेदेल पण राजा मरणार नाही. त्याला विष पाजा, काही परिणाम होणार नाही. राजा जिवंत राहणार. त्याचे प्राण कोणत्या पोपटात-मैनेत आहेत, त्याचा तुम्हाला शोध घ्यावा लागेल. तुम्ही त्याला पकडा, तिकडे त्याची मुंडी पिरगळा, इकडे राजा मरेल.

मुलांच्या या गोष्टी मोठ्या अर्थपूर्ण असतात. म्हाताऱ्यांनीही बोध घेण्याजोग्या असतात. मोह म्हणजे तुम्ही स्वत:च-स्वत:साठी जगत नाही. कोणा दुसऱ्याच गोष्टीसाठी जगता. समजा एखाद्याला तिजोरीतील संपत्तीचा, पैशाचा मोह आहे. तुम्ही त्याची मान मुरगळा, तो मरणार नाही. पण त्याची तिजोरी फोडा, संपत्ती लुटून न्या, पैसा लुबाडा, तो मरेल. त्याचा जीव त्या तिजोरीत होता. त्यांचा बँक बॅलन्स संपला, तो मेला. तुम्ही त्याला मारू बघाल, तो तसा मरणार नाही. विषप्रयोग करा, तो जिवंत राहील.

‘मोह’ याचा अर्थ तुम्ही स्वत:चा प्राण स्वत:तून काढून, दुसरीकडं कुठंतरी ठेवलेला आहे. कोणी आपल्या मुलात ठेवतो, तर कोणी आपल्या बायकोत. एखादा सत्तेत ठेवतो तर एखादा पैशा-अडक्यात, पण प्राण कुठंतरी दुसरीकडं ठेवलेले आहेत. जिथं असायला हवा तिथं प्राण नाही. तुमच्यात प्राणाची धडधड नाही. दुसरीकडं कुठंतरी हृदय धडधडतंय, असं असेल तर तुम्ही अडचणीत याल.

हेच मोहाचं जग आहे. कारण ज्या-ज्या ठिकाणी तुम्ही तुमचा प्राण ठेवता, त्यांचे तुम्ही गुलाम होता. ज्या राजाचे प्राण पोपटात ठेवलेले होते, तो त्या पोपटाचा गुलाम होता. कारण त्याचं सगळं त्या पोपटावर अवलंबून होतं. पोपट मेला की, आपले प्राण जाणार म्हणून तो त्या पोपटाला सांभाळणार.

मी ऐकलेली गोष्ट आहे. एक राजा, एकदा एका ज्योतिष्यावर फार नाराज झाला. कारण ज्योतिष्यानं भविष्य सांगितलं की, राजाचा प्रधान उद्या मरणार आहे. खरंच प्रधान दुसऱ्या दिवशी मेला. राजा काळजीत पडला. ‘आपला प्रधान या

ज्योतिष्याच्या म्हणण्यामुळेच मेला नसेल ना,' या शंकेनं राजाचं मन पोखरलं. या माणसाच्या भविष्यवाणीचा, एवढा परिणाम झाला की प्रधान मेलाच. हा माणूस त्रासदायक आहे. उद्या हा मला सांगेल, 'तुम्ही उद्या मरणार आहात, तर जीव वाचणं अवघड आहे. कारण त्याच्या बोलण्याचा माझ्यावर परिणाम होईल.'

आणि मग त्यानं त्या ज्योतिष्याला तुरुंगात डांबलं. ज्योतिष्यानं विचारलं 'का?' तर तो म्हणाला, 'तू फार भयंकर आहेस. प्रधान तुझ्या भविष्यवाणीनं मेला नाही, मरणारच होता म्हणूनही मेला नाही. मला वाटतं तू म्हटलंस ते त्याच्या मनात घर करून बसलं, त्यानं त्याच्या मनावर मोहिनी टाकली आणि तो मेला. तू फार भयंकर आहेस.'

ज्योतिषी म्हणाला, 'मला तुरुंगात डांबण्याआधी, मला तुम्हाला एक गोष्ट सांगायची आहे, तुमचंही भविष्य मी बघितलंय.' त्याचं हे भविष्य आपण मुळीच ऐकू नये, असं राजाला खूप वाटत होतं, पण ज्योतिषी बोललाच. 'गप्प बस!' राजा म्हणाला, पण ज्योतिषी म्हणाला, 'छे! गप्प बसून चालणार नाही. मी मरेन त्यानंतर तीन दिवसांनी तुम्ही मराल.'

आता आली का पंचाईत! त्या ज्योतिष्याला महालात ठेवावं लागलं. त्याची मोठी बडदास्त आणि काळजी! राजा त्याचे हात-पाय चेपत असे. कारण ज्या दिवशी तो मरेल, त्यानंतर तीन दिवसांनी....

जिथे तुम्ही आपला प्राण ठेवाल, तुम्ही त्याच्या सेवेत राहाल. तिजोरी जवळ माणसं कशी जातात बघा एकदा! जणू काही देवळात उभे आहेत असे अगदी हात जोडून! तिजोरीवर लिहितात, 'शुभ लाभ,' 'श्री गणेशाय नमः!' तिजोरीच देव आहे. ते तिची पूजा करतात. दिवाळीच्या दिवसात हे वेडे बघा! कशी आपापल्या तिजोऱ्यांची पूजा करतात! तिथं त्यांचा जीव आहे. ते ज्या भावनेनं तसं करतात, ती भावना विचारात घ्यायला हवी. दुकानदार दरवर्षी आपलं वही खातं उघडतो तेव्हा पहिल्यांदा स्वस्तिक काढतो, शुभ लाभ लिहितो, श्री गणेशाय नमः लिहितो. हा माणूस गणपतीचं एवढं गुणगान का करतो, ठाऊक आहे?

हा गणपती फार पूर्वीपासून उपद्रवी आहे. प्राचीन काळात गणपती, ही विघ्नाची देवता मानत. हा देव उपद्रवी असावा, असं वाटण्याजोगंच त्याचं रूप आहे. एकच मस्तक तेही स्वतःचं नाही. ज्याला स्वतःचं डोकं नाही तो माणूस वेडा ठरतो. तुम्ही त्याच्याकडून काहीही अपेक्षा करता... तो काहीही अतर्क्य गोष्टी करू शकतो. त्याचं चालणं-वागणं बघा! संदिग्ध वाटतं. उंदरावर बसलेत. तो उंदीर म्हणजे तर्क आहे. कात्रीसारखं कापून टाकतो. तर्क कधीच विश्वासार्ह नसतो. तर्क जिथं उपस्थित होईल, तिथं विघ्न आणेल. ज्याच्या आयुष्यात हा तर्क प्रवेश करेल, त्याच्या आयुष्यात उपद्रव निर्माण होतील, गडबड, गोंधळ, अनागोंदी माजेल,

सगळी शांतता नाहीशी होईल.

तर सांगत होतो की, गणपती विघ्नाची प्राचीन देवता आहे. जिथं कुठं काही शुभ-चांगलं होत असेल, तिथं हा देव नको असताना दाखल होई. लोक त्याला घाबरू लागले. भीतीमुळं आधीच त्याच्यापुढं हात जोडून प्रार्थना करत, 'देवा, कृपा करून तुमची कृपा असू द्या, बाकी आम्ही निभावून नेतो.' हळूहळू अशी वेळ आली की, जे विघ्नाचं दैवत होतं, लोक त्यालाच मांगल्याचं दैवत मानू लागले, पण ते ही कथा विसरलेत. त्याचं हात जोडणं बरोबरच आहे की बाबा रे, इकडे फिरकू ही नकोस. या दिशेला कृपादृष्टी असू देत.' तिजोरी जवळ जाऊन 'भक्त' धनाची कशी भावभक्तीनं पूजा करत असतो, ते एकदा बघा!

मोहाच्या वेष्टणाचा अर्थ आहे – तुमचा आत्मा कुठंतरी दुसरीकडं बंदिस्त आहे. तो बायकोत असेल, पैशात असेल, पद-प्रतिष्ठेत असेल, कुठंही असेल त्यानं काहीच फरक पडत नाही, पण तुमचा आत्मा तुमच्या आत नाही. ह्याला मोह म्हणतात आणि कायम स्वरूपी मोहावर विजय मिळवणं याचा अर्थ तुम्ही सगळं परावलंबित्व सोडून दिलं आहे. आता तुम्ही कोणा दुसऱ्यावर विसंबून जगत नाही, तुमचं आयुष्य तुमच्यावरच अवलंबून आहे. तुम्ही स्वकेंद्रित झाला आहात. तुम्ही आपल्या स्वत:च्याच अस्तित्वाला केंद्रस्थानी ठेवलं आहेत. आता बायको नसो! पैसा गाठीशी न राहो! काहीच बिघडणार नाही, हे सगळे वरवर उमटणारे तरंग आहेत. हे तरंग उठले तरीही तुम्ही उद्विग्न होणार नाही. यश मिळो की अपयश! सुख होवो की दु:ख वाट्याला येवो! काही फरक पडणार नाही. तुम्ही त्यांच्यावर विसंबून होतात म्हणून फरक पडत होता.

मोहावर मात करणं म्हणजे पूर्णपणे स्वतंत्र होणं, 'मी कोणावर अवलंबून नाही' अशी प्रचिती, 'मी एकटा पुरेसा आहे, पुरे पडणारा आहे,' असा तृप्तीचा भाव. 'माझं असणं मला पुरेसं आहे' हा भाव म्हणजे मोहावरचा विजय आहे. जोपर्यंत तुम्ही दुसऱ्या कोणावर विसंबून आहात, तोपर्यंत मोहाचा पाश राहणार, तो कुठं लांब जाऊ नये, आपल्या हातातून निसटून जाऊ नये, म्हणून त्याला धरून ठेवणार. कारण त्याच्याशिवाय तुम्ही कसे राहाल?

मुल्ला नसरुद्दिनची बायको गेली, तेव्हा औपचारिकपणे जनरीत म्हणून ते रडत होते, पण त्यांचा एक मित्र होता, तो मात्र जरा जास्तच ओरडून-ओरडून रडत होता. छाती बडवून घेत होता, अश्रू गाळत होता. मुल्ला नसरुद्दिनला पण शेवटी राहवलं नाही. ते म्हणाले, 'अरे बाबा, एवढा गोंधळ घालू नकोस. मी पुन्हा लग्न करेन. तू इतकं काही वाईट वाटून घेऊ नकोस.'

तो जो मित्र होता, तो मुल्ला नसरुद्दिनच्या बायकोचा प्रियकर होता. मुल्ला नसरुद्दिनचा जीव तिच्यात अडकलेला नव्हता, पण त्याचा जीव तिच्यात होता.

म्हणून तर ते म्हणाले, 'तू एवढा गोंधळ करू नकोस, मी पुन्हा लग्न करेन.'

ज्या गोष्टीसाठी तुम्हाला रडू येतं, जी तुम्हाला रडवते, तीच तुमचा 'मोह' आहे. जी गोष्ट हरवल्यानं तुम्हाला वंचित झाल्यासारखं वाटतं, ती मोह आहे. विचार करा! कुठली गोष्ट हरवली, सोडून गेली की तुम्ही एकदम दीनवाणे – बापुडवाणे व्हाल. तोच तुमचा मोहबिंदू आहे आणि ती गोष्ट हातून जाण्याआधीच तिच्यावरती पकड सोडून द्या. कारण ती गोष्ट हातून जाणार तर आहेच. या जगात कुठलीही गोष्ट चिरस्थायी नाही. ना मैत्री, ना प्रेम! कोणतीच गोष्ट चिरकाळ टिकणारी नाही. इथं सगळं बदलणारं आहे. हरघडी बदल हा या जगाचा स्वभाव आहे. हा एक प्रवाह आहे, एखाद्या नदीसारखा तो वाहातो आहे. इथं काहीच स्थिर, थांबलेलं नाही. भले, तुम्ही कितीही प्रयत्न करा. तरीही काही थांबू शकत नाही. तुमच्या या प्रयत्नांनीच तुम्हाला त्रास होतो. जे सतत चालू आहे ते तुम्ही थांबवू पाहता, जे वाहातं आहे ते तुम्ही एकाच ठिकाणी थांबवून – साठवून ठेवू बघता. ते असं थांबून साठणार नाही. तो त्याचा स्वभाव, स्थायीभाव नाही. हे जग म्हणजे परिवर्तन आहे. तुम्ही त्याच्याकडून शाश्वत आधाराची अपेक्षा करता. तो मिळत नाही, म्हणून तुम्ही हरघडी दुःखी होता. प्रत्येक क्षणाला तुमचे आधार निसटत असतात.

कोणत्या गोष्टी दूर गेल्या, निसटून गेल्या की, तुम्ही दुःखी व्हाल याचा एकदा शोध घ्यायचा प्रयत्न करा. त्या निसटून, दूर जाण्याआधी तुम्हीच त्यांच्यावरची आपली पकड सैल सोडा. हा मोहावर मात करण्याचा एक मार्ग आहे. त्रास होईल, पण तो सहन करण्याजोगा आहे. ही तपश्चर्या आहे. आपल्या बायकोला सोडून हिमालयात निघून जावं, असं काहीही सोडून वा टाकून लांब पळून जाण्याची गरज नाही. तुम्ही जिथं आहात तिथंच थांबा, तिथंच राहा. पण पत्नीवर अवलंबून राहणं, हळूहळू कमी करा. अर्थात पत्नीला वाईट वाटावं असं करू नका. तिच्या लक्षातही येणार नाही असं वागा. कोणालाच काही कळण्याचं कारण नाही.

येशू ख्रिस्तानं म्हटलं आहे की, तुमचा उजवा हात काय करतोय हे डाव्या हाताला कळू नये, तरच तुम्ही खरे-खरे साधक! कारण दुसऱ्याला कळावं अशी इच्छा सुद्धा अहंकारच आहे. तुम्हाला दुसऱ्यांना दाखवून द्यायचं असतं की, बघा! मी बायकोला सोडून, तिचा त्याग करून हिमालयात चाललोय. किती मोठं कार्य केलंय!

काही मोठं काम नाहीये. कोणत्याही नवऱ्याला विचारा, सगळ्यांना हिमालयात जाण्याची इच्छा असते, पण नाही जाऊ शकत ही गोष्ट वेगळी.

मुल्ला नसरुद्दिन, एकदा गावातल्या वेड्यांच्या इस्पितळात गेले. त्यांनी दार वाजवलं, 'काय हो? काय झालं?' सुपरिटेंडेंन्टनं दार उघडून विचारलं. 'कोणी या

इस्पितळातून पळून गेला आहे का?' ते म्हणाले. सुपरिटेंडेंन्टनं विचारलं, 'तुम्हाला काय करायचंय? तुम्ही कोणाला पळून जाताना बघितलंत का?' ते उत्तरले. 'नाही, माझ्या बायकोला घेऊन एक माणूस पळाला आहे. त्यामुळं मला वाटलं की तो नक्कीच एखाद्या वेड्यांच्या इस्पितळातून पळाला असणार. कारण आम्हालाच खरं तर तिच्या तावडीतून सुटायचं होतं आणि हा तर आपणहूनच सापळ्यात अडकला!'

नवऱ्यांना विचारा, जगात आत्ता असणाऱ्यांच्या दु:खाला पारावार नाही, पळूनही जाऊ शकत नाही. कारण त्यांना सुखाचं कोणतं ठिकाण कुठं दिसतही नाही. जाणार तरी कुठं? आणि जिथं कुठं जाईल, तिथं हे जग तर बरोबरच असणार आणि दुसरी गोष्ट म्हणजे किती अपेक्षांनी त्यांनी आजचं स्थान मिळवलंय, आता एवढं मिळवून, करून, उभं करून मग ते नष्ट करणं अथवा सोडणं अवघड आहे. अवघं आयुष्यच निरर्थक होऊन जातं.

मोहाचा शोध घ्या. ज्या गोष्टींशिवाय तुम्हाला जगता येणार नाही, त्या गोष्टींशिवाय जगण्याचा आतून हळूहळू प्रयत्न करा आणि जरी या सगळ्या गोष्टी दूर गेल्या, तरीही तुमचं मन विचलित होणार नाही अशी एक अवस्था निर्माण करा, तर मोहावर मात केलीत असं होईल आणि हे होऊ शकतं, हे झालेलं आहे. एकाला हे साध्य झालं आहे, सर्वांना हे होऊ शकतं. शिवाचं सूत्र सांगतं, 'मोहावर कायमस्वरूपी मात केल्यानं सहजविद्या प्राप्त होते.'

आणि ज्या दिवशी मोहावर असा विजय मिळतो, त्या दिवसापासून या विद्येची प्रचिती येऊ लागते, असं ज्ञान होऊ लागतं जे सहज आहे; जे कोणाकडून शिकता येत नाही. आत्मज्ञान हे इतरांकडून शिकण्याची सोय नाही, ते आपल्या आतच उत्पन्न होतं. ज्याप्रमाणे झाडाला फुलं येतात, झरे वाहतात, तसं जे नेहमी तुमच्या अंतरंगात वाहत असतं – झुळझुळ आवाजात प्रवाहित होत असतं, ते तुमचंच आहे. सहज स्वाभाविक, ते कोणाकडून उधार घ्यायचं नाही. एखादा गुरूही ते देऊ शकत नाही. सगळे गुरू त्याच्याकडं निर्देश करतात. जेव्हा तुम्हाला ते प्राप्त होईल, तेव्हा 'हे तर आपल्या आतच होतं, हा आपलाच ठेवा आहे,' असं तुम्हाला वाटेल. म्हणून ही 'सहज विद्या.'

विद्या दोन प्रकारच्या आहेत. या ऐहिक जगातली विद्या शिकायची, तर ती दुसऱ्याकडून शिकावी लागेल. ती सहज नाही. कितीही हुशार माणूस असो! या जगातली विद्या, ज्ञान त्याला इतरांकडूनच मिळवावं लागेल आणि माणूस कितीही अडाणी – मूर्ख असो, तरीही 'आत्मविद्या' त्याला इतरांकडून शिकावी लागणार नाही. ती तुमच्या आत आहे. अडसर आहे तो मोहाचा. 'मोह' संपला, ढग दूर झाले की हा विद्येचा सूर्य वर येतो.

'सगळं जग माझ्याच किरणांनी प्रकाशित झालं आहे,' अशी जाणीव या जागृत

योग्याला होते.

आणि ज्या दिवशी 'सहजविद्या' जन्माला येते, जागृती येते तेव्हा जाणवतं की, हे सारं जग माझ्याच किरणांनी उजळून निघालं आहे. तेव्हा केंद्रस्थानी तुम्ही असता. आपण सगळ्या जगाच्या केंद्रस्थानी असावं असं तुम्हाला खूप वाटत होतं, पण अहंकारामुळं ते शक्य झालं नाही. प्रत्येक वेळी पराभूत झालात आणि अहंकार नष्ट झाल्याबरोबर लगेच तुम्ही केंद्रस्थानी येता.

तुम्हाला जे मिळवायचं आहे, ते तुम्हाला मिळेल, पण तुम्ही चुकीच्या दिशेला शोध घेता आहात. तुम्ही चुकीच्या मार्गानं जात आहात. तुम्हाला जे हवं आहे, ते मिळू शकतं, पण त्यासाठी तुम्ही जो आधार घेताय, त्या आधारानं ते मिळणारही नाही. तुम्ही चुकीचा सारथी निवडला आहे, तुमचं वाहनही चुकीचं आहे. अहंकाराच्या बळावर तुम्ही कधीच जगात सर्वोच्च स्थान मिळवू शकत नाही आणि निरहंकारी माणूस तत्क्षणीच जगाचं केंद्र होऊन जातो. बोधी वृक्षाखाली बुद्धत्वाचा साक्षात्कार झाला की सगळं जग, हे विश्वच तुमच्या सीमा बनून जातात. बुद्धत्व केंद्रस्थानी येतं. 'मग जग, हा माझाच पसारा होतो. मग सगळे किरण माझेच किरण ठरतात. सारं आयुष्य 'माझं' होतं. पण हे 'माझंपण' तेव्हाच फलद्रूप होतं जेव्हा, 'मी' उरत नाही. हेच तर अवघड आहे. जोवर 'मी' आहे तोवर तुम्ही या 'मीपणाचा,' 'माझेपणाचा' कितीही विस्तार करा, कितीही मोठं साम्राज्य निर्माण करा, ती तुम्ही फसवणूक करत आहात.

खूप झळा सोसल्या आहात, कित्येक जन्मांपासून भरकटत आहात, तरीही जागे होत नाही.

मी ऐकलेली गोष्ट सांगतो – मुल्ला नसरुद्दिन, एक दिवस विमानानं चालले होते. विमानात आपल्या जागेवर बसल्या बरोबर त्यांनी हवाई सुंदरीला बोलावून विचारलं 'काय बाई, तेल, हवा, पाणी, पेट्रोल सगळं ठाकठीक आहे ना?' ती म्हणाली, 'तुम्ही तुमच्या जागेवर शांतपणे बसा. हे बाकीचं बघणं तुमचं काम नाही. त्याची काळजी आम्ही करू.' 'हो! पण मग मध्येच उतरवून धक्का मारायला सांगू नका आम्हाला,' नसरुद्दिन म्हणाले.

मला कोणीतरी हे सांगितलं, तेव्हा मी नसरुद्दिनना विचारलं, 'खरंच असं झालं होतं?' ते उत्तरले, 'हो बाबा, झालं होतं. दुधानं तोंड पोळलं की माणूस ताकसुद्धा फुंकून-फुंकून पितो. बसनं प्रवास करणारा, विमानात बसला तरी न जाणो मध्येच उतरून आपल्याला धक्का मारायला लागू नये, ही काळजी घेतोच ना!'

तुम्ही खूपदा पोळला आहात तरीही, ताक फुंकून-फुंकून प्यायचं लांब राहीलं तुम्ही अजून दूधही फुंकून प्यायला शिकला नाहीत.

आयुष्यात आपण अनुभवातून शिकत नाही, ही सगळ्यांत मोठी दुहेरी अडचण

आहे. 'अनुभवातून आम्ही शिकतो, पण ते दिसत नाही,' असं लोक म्हणतात, पण अनुभवातून कोणी शिकतोय असं दिसत नाही. तुम्ही पुन्हा-पुन्हा त्याच-त्याच चुका करता. नव्या चुका करण्यालाही कौशल्य लागतं. नव्या चुका केल्यात, म्हणजे आयुष्याला काही गती मिळेल, परिपक्वता येईल, पण त्याच त्या चुका वारंवार करता, पुनरावृत्ती करता.

मन-चित्त एक वर्तुळ आहे. तुम्ही घाण्याला जुंपल्यासारखे त्याच त्या वर्तुळात फिरत राहाता आणि हा घाणा, हे चक्र फिरतं तुमच्या मोहामुळं. मोह, सोडा! चक्र थांबेल. चक्र थांबलं रे! थांबलं की तुमच्या लक्षात येईल, तुम्ही केंद्रस्थानी आहात. तुम्हाला मुद्दाम केंद्र होण्याची गरज नाही, तुम्ही ते आहातच. तुम्हाला परमेश्वर होण्याची गरज नाही, तुम्ही परमेश्वर आहातच. म्हणून ती 'सहज' विद्या आहे.

'अशा जागृत योगी पुरुषाला,' सगळं जग आपल्याच किरणांपासून निर्माण झालं आहे,' अशी जाणीव होते.

आणि अशा जाणीवेचा सर्वोच्च आनंद आहे, या जाणीवेत परमामृत आहे. ही जाणीव झाली की, तुमच्या आयुष्यातला अंधकार नाहीसा होतो. सगळं दुःख, सगळ्या चिंता, काळज्या नाहीशा होतात. तुमच्यात एक प्रकारचा आनंदाचा उन्माद भरून राहातो. तुमच्या आयुष्यात एक धुंदी-मस्ती, एक गीत जन्माला येतं. एका अज्ञात स्रोतानं तुमचा श्वासन्‌श्वास पुलकित होऊन जातो. सुगंधित होऊन जातो.

ती सहज विद्या आहे, ते सहज ज्ञान आहे. एखादं शास्त्र ते शिकवू शकत नाही आणि कोणी गुरूही ते देऊ शकत नाही. पण या मार्गातले अडसर दूर करण्यात मात्र गुरू तुम्हाला मदत करू शकतात.

ही गोष्ट नीट लक्षात घ्या. ती परम विद्या, ते सर्वश्रेष्ठ ज्ञान शिकण्याचा काही मार्ग नाही, पण ती विद्या, ते ज्ञान प्राप्त करण्याच्या मार्गातील ज्या-ज्या अडचणी आहेत, त्या दूर करण्याचे उपाय मात्र शिकावे लागतात. ध्यानानं तो सर्वोच्च ठेवा मिळणार नाही, ध्यानानं मिळेल ती फक्त त्या दरवाज्याची किल्ली. ध्यानानं फक्त दरवाजा उघडेल. तो सर्वांत मौल्यवान ठेवा तुमच्यातच आहे. तुम्हीच तो ठेवा आहात. 'तत्त्वमसि!' ते ब्रह्म तुम्हीच आहात.

सगळे उपाय अडचणी दूर करण्यासाठी आहेत, मार्गातले अडसर बाजूला करण्यासाठी, मार्ग तर तुम्ही स्वतःच्या बरोबरच घेऊन वाटचाल करत आहात. ब्रह्म सहज सुलभ आहे, कठीण अडचण आहे ती तुमच्या मोहाच्या कारणांची! ब्रह्म प्राप्ती दूर आहे, ही अडचण नाही; पण या जगाला तुम्ही इतकं काही घट्ट पकडून ठेवलं आहेत की, ते सोडायला तुम्ही जितका वेळ लावाल, तितका ब्रह्म प्राप्तीला उशीर होईल, ही अडचण आहे. या क्षणी सोडू शकलात तर याच क्षणी ते प्राप्त होईल. थांबायचं असेल... जन्मजन्मांतरीपासून तुम्ही थांबलेले आहात, आणखीही

जन्मोजन्मी थांबू शकता.

तसं तर आता पुरेसं झालंय, गरजेपेक्षा जास्त थांबला आहात. आता आणखी थोडंही थांबणं योग्य ठरणार नाही. काळ परिपक्व झाला आहे. या जगाच्या वृक्षावरून, तुम्ही आता गळून पडायला हवं. घाबरू नका! वृक्षावरून पडलात म्हणून नष्ट व्हाल ही भीती बाळगू नका. नष्ट होईल, पण तुमच्यातलं जे व्यर्थ निरर्थक आहे, तेच जाईल. जे सार्थक आहे, ते अनंत पटींनी वाढून तुम्हाला मिळेल.

आज इतकंच !

ओशो – एक परिचय

ओशो हे कोणत्याच अवकाशात मावणारे नाहीत. माणसाच्या व्यक्तिगत शोधापासून ते समाजातल्या सर्व सामाजिक तसंच राजकीय प्रश्नांवर प्रकाश टाकणारी अशी त्यांची प्रवचनं आहेत. ओशोंनी स्वत:ही पुस्तकं लिहिलेली नाहीत. जागतिक स्तरावर सर्व श्रोत्यांसमोर दिलेल्या प्रवचनांच्या ऑडिओ व्हिडीओच्या वार्तांकनांचं संकलन म्हणजे त्यांची पुस्तकं आहेत. ते म्हणतात ''मी जे काही सांगतो ते केवळ तुमच्यासाठीच नसून भविष्यातल्या पिढींसाठी सांगत असतो.

लंडनच्या 'संडे टाइम्स'नं विसाव्या शतकातल्या जग बदलून टाकणाऱ्या एक हजार व्यक्तींमध्ये त्यांची गणना केलेली आहे. टॉम रॉबिन्स या अमेरिकन लेखकानं तर त्यांना 'जिझस ख्राईस्ट' नंतरचं सर्वांत 'खतरनाक' व्यक्तिमत्त्व असं बिरुद त्यांना बहाल केलंय. भारताचं भाग्य बदलवणाऱ्या गांधी, नेहरू आणि बुद्ध यांच्या बरोबरीनं भारतातील 'संडे-मिडडे'नं त्यांचा गौरव केला आहे.

आपल्या कार्याविषयी ते म्हणतात,'नवीन आधुनिक मनुष्याच्या जन्मासाठी मी

'भूमी' तयार करतो आहे.' या नवीन मनुष्याला ते 'झोरबा द बुद्ध' म्हणतात. झोरबा अशा की, ज्यामध्ये पृथ्वीवरची सर्व सुखं उपभोगण्याची क्षमता असेल, तसंच बुद्धांची शांत, सौम्य अशी प्रवृत्ती असेल. ओशोंच्या सर्वांगीण विचारांमध्ये जीवन-दर्शनाचा एक झुळझुळता प्रवाह आहे. त्यामध्ये पूर्वेकडची कालातीत असलेली प्रज्ञा आणि पश्चिमेकडचं विज्ञान, तसंच तंत्रज्ञानाच्या सर्वोच्च शक्यतांचा समावेश आहे.

आंतरिक परिवर्तनाच्या शास्त्रात 'ओशो' म्हणजे क्रांतिकारी उपदेशासाठी उत्तम पर्याय आहेत. तसंच ध्यानाच्या विविध पद्धतीचे प्रसारक आहेत. आत्ताच्या आधुनिक वेगवान जीवनशैलीला अनुसरून या पद्धती त्यांनी निर्माण केल्या आहेत.

सक्रिय ध्यानपद्धती अशापद्धतीनं तयार केलीय की, त्यामध्ये शरीर आणि मन या दोन्हीमध्ये एकत्रितपणे ताणतणावांचा निचरा होऊ शकेल आणि रोजच्या जीवनात सहज स्थिर मनोवृत्ती प्राप्त होऊ शकेल आणि गाढ शांतीचा अनुभव येईल.

ओशोंची दोन आत्मकथात्मक पुस्तकं याप्रमाणे.

१) 'ऑटोबायोग्राफी ऑफ ए स्पिरिच्युअली इनकरेक्ट मिस्टीक', सेंट मार्टिस प्रेस, यूएसए.

२) 'ग्लिम्प्सेस ऑफ ए गोल्डन चाइल्डहूड', ओशो मीडिया इंटरनॅशनल, पुणे, भारत.

ओशो इंटरनॅशनल मेडिटेशन रिझॉर्ट

ठिकाण : मुंबईपासून शंभर मैलावर दक्षिणपूर्वेला असलेल्या संपन्न अशा आधुनिक पुणे शहरात सुट्टी घालवण्याचं एक सुरेख असं स्थान म्हणजे, 'ओशो इंटरनॅशनल मेडिटेशन रिसॉर्ट!'' घनदाट झाडीमध्ये लपलेलं हे रिसॉर्ट सर्वांपेक्षा वेगळं असून अठ्ठावीस एकराच्या बगिचामध्ये पसरलेलं आहे.

वेगळेपण : शंभरपेक्षाही जास्त अशा निरनिराळ्या देशांमधून हजारो पर्यटक दरवर्षी या रिसॉर्टला भेट देतात. इथला अनुपम असा परिसर उत्साहानं परिपूर्ण, शांत-निवांत असा असून काहीतरी सर्जनात्मक असं नवीन जीवन जगण्याविषयी प्रेरणा देणारा आहे. संपूर्ण वर्षभर चोवीस तास चालणारे निरनिराळे उपक्रम इथे आहेत. अर्थात काहीही न करता नुसतं शांत बसणं, हाही त्यातलाच एक भाग!

इथल्या सर्व कार्यक्रमांच्या रचनेत ओशोंच्या 'झोरबा द बुद्ध'ची आंतरदृष्टी समाविष्ट आहे. यामध्ये एका नवीन मनुष्याचा नवीन ढंग आहे. जो माणूस रोजचं दैनंदिन जीवन सर्जनात्मक पद्धतीनं जगूनसुद्धा मौन तसंच ध्यानामध्ये मग्न होण्याची क्षमता राखतो.

इथली कार्यक्रमपद्धती :

ध्यान : दिवसभर चालणाऱ्या ध्यान कार्यक्रमांमध्ये सक्रिय तसंच निष्क्रिय, परंपरागत तसंच क्रांतिकारक, खासकरून 'ओशो डायनॅमिक मेडिटेशन'पद्धतीनुसार, प्रत्येक व्यक्तीनुसार अनेक ध्यानपद्धती उपलब्ध आहेत. या सर्व ध्यानपद्धती जगातल्या सर्वांत भव्य अशा 'ओशो ऑडिटोरियम' ध्यान सभामंडपात पार पाडल्या जातात.

विविधता : इथल्या विविध व्यक्तिगत सेशन्समध्ये, शिबिरात सर्जनशील अशा कलांपासून ते संपूर्ण स्वास्थ्यापर्यंत, तसंच व्यक्तिगत परिवर्तन, व्यक्तिगत संबंध, जीवनातील अग्रक्रम, कार्यध्यान, गुह्यविज्ञान, खेळ, मनोरंजन या सर्व गोष्टीत अगदी 'झेन पद्धती'चा सुद्धा समावेश आहे. इथल्या (मल्टिव्हर्सिटी) विविध

गोष्टींच्या यशाचं रहस्य म्हणजे इथले सर्वप्रकार पूर्णपणे ध्यानाशी जोडलेले आहेत. त्यामुळे इथल्या माणसांमध्ये हा विचार घट्टपणे रुजवला जातो की, 'मनुष्य म्हणजे फक्त शरीराशी निगडीत नसून त्यापलीकडेही खूप आहे.'

बाशो स्पा : हिरव्यागार झाडांच्या सान्निध्यात, मोकळ्या हवेत असलेला भव्य असा, पाण्यात मनसोक्त तरंगण्याचा आनंद देणारा जलतरण तलाव म्हणजे मोठं आकर्षण आहे. वैशिष्ट्यपूर्ण तयार केलेली मोठी झकूझी, सौना, जीम, टेनिसकोर्ट या सर्वांचा समावेश इथे केलेला आहे.

भोजन : निरनिराळ्या पद्धतींनी बनवलं जाणारं इथलं स्वादिष्ट भोजन पूर्णपणे शाकाहारी असून ते पाश्चात्त्य तसंच आशियाई ढंगामध्ये उपलब्ध आहे. मेडिटेशन रिसॉर्टसाठी विशेषत्वानं लागवड केलेल्या सेंद्रिय भाज्याच इथं वापरल्या जातात. ब्रेड आणि केक रिसॉर्टच्या स्वत:च्याच बेकरीत बनवले जातात.

संध्याकाळचे कार्यक्रम : या कार्यक्रमांची यादी तर खूप मोठी आहे. पण सर्वांत पहिल्या स्थानावर आहे नृत्य! इतर कार्यक्रमात चांदण्यारात्रीतलं ध्यान, विविध मनोरंजक कार्यक्रम, संगीताचे कार्यक्रम तसंच रोजच्या जीवनासाठी ध्यान हे सम्मिलित आहे.

याव्यतिरीक्त प्लाझा कॅफेमध्ये मित्र-परिवारा बरोबर गाठीभेटी तसंच रात्रीच्या शांतवेळी या परिकथेसारख्या वाटणाऱ्या वातावरणात भटकण्याचा आनंदही घेऊ शकतो.

सोयी : रोजच्या उपयोगाच्या वस्तू आपण रिसॉर्टच्या दुकानांमधून खरेदी करू शकता. मल्टिमीडिया सभागृहात ओशोंची सर्व 'मीडिया' सामुग्री मिळू शकते. बँक ट्रॅव्हल एजन्सी तसंच सायबरकॅफेची सोयही इथे आहे. खरेदीची आवड असणाऱ्यांना पुण्यामध्ये भरपूर गोष्टी उपलब्ध आहेत. अगदी पारंपरिक भारतीय वस्तुंपासून ते आंतरराष्ट्रीय बँडपर्यंतची सर्व दुकाने आहेत.

राहाण्यासाठी : ओशो गेस्टहाउसमध्ये एखादी छानशी खोली मिळू शकते. खूप दिवस राहायचं असेल, तर 'लिव्हिंग-इन'चं पॅकेज घेऊ शकता. याव्यतिरिक्त आसपास बरीच चांगली हॉटेल्स आणि सर्व्हिस्ड अपार्टमेंट सुद्धा आहेत.

अधिक माहितीसाठी

सध्या सोशल नेटवर्किंगद्वारा संपूर्ण माहिती मिळू शकते. हे माध्यम फक्त तरुण वर्गच वापरतो असं नाही. काळ बदलतोय तसंच आम्हीही बदलतोय.

* विविध वेबसाइट – www.OSHO.com
* हिंदीसाठी – www.OSHO.com/hindi
* ओशो लायब्ररीमध्ये आपल्या आवडत्या विषयांसाठी
  www.OSHO.com/library
  www.OSHO.com/library-hindi
* संपूर्ण ओशो ध्यानपद्धती आणि संबंधित संगीतासाठी
  www.OSHO.com/Meditation
* ओशोंचं संपूर्ण हिंदी-इंग्रजी साहित्य आणि इ-बुक्ससाठी
  www.OSHO.com/shop
  www.OSHO.com/shop-hindi
  www.OSHO.com/ebooks
* ऑडिओ प्रवचनांसाठी MP3 व इतर
  www.OSHO.com/hindiAudiobooks
* रिसॉर्टला येण्यासाठी माहितीखातर
  www.OSHO.com/MeditationResort
* ओशो इंटरनॅशनल न्यूजलेटरच्या मोफत सदस्यत्वासाठी
  www.OSHO.com/newsletters
  www.OSHO.com/hindinewsletters
* ओशो टॅराकार्ड ऑनलाइन वाचनासाठी
  www.OSHO.com/tarot
* ओशो हिंदी रेडिओसाठी पाहा.
  www.OSHOtalks.info
  radiohindi.OSHO.com
* इथल्या कार्यक्रमांसाठी, उत्सवांसाठी माहिती घेण्यासाठी
  www.facebook.com/OSHO.International

* विविध उपक्रम, कार्यक्रमांसाठी माहिती
  www.facebook.com/OSHO.International.Meditation.Resort
* ओशो व्हिडीओ चॅनल, कुठेही केव्हाही
  www.youtube.com/OSHO.International
* दिवसाची सुरुवात ओशोंच्या संदेशानं
  www.twitter.com/OSHOtimes

* या साइट्सवर रजिस्ट्रेशन तसंच ब्राउज करण्यासाठी थोडा वेळ काढा. ओशोंबद्दल भरपूर माहिती मिळेल.

* या व्यतिरिक्त आणखीनही निरनिराळ्या रोचक पद्धतीनं आपण शोधू शकता ज्यायोगे 'ओशोंना जगभरात' प्राप्त करता येईल.

■

ओशो का हिंदी साहित्य

उपनिषद
सर्वसार उपनिषद
कैवल्य उपनिषद
अध्यात्म उपनिषद
कठोपनिषद
ईशावास्य उपनिषद
निर्वाण उपनिषद
आत्म-पूजा उपनिषद
केनोपनिषद

बुद्ध
एस धम्मो सनंतनो (बारह भागों में)

महावीर
महावीर-वाणी (दो भागों में)
जिन-सूत्र (दो भागों में)
महावीर या महाविनाश
महावीर : मेरी दृष्टि में
ज्यों की त्यों धरि दीन्हीं चदरिया

कबीर
सुनो भई साधो
सुनो भई साधो
कस्तूरी कुंडल बसै
कहै कबीर दीवाना
कहै कबीर दीवाना
मेरा मुझमे कुछ नही
कहै कबीर मैं पूरा पाया
गुंगे केरी सरकारा
कहै कबीर मैं पूरा पाया
न कानों सुना न आंखों देखा
होनी होय सो होय (कबीर)
अकथ कहानी प्रेम का (फरीद)

कृष्ण
गीता-दर्शन
(आठ भागों में अठारह अध्याय)
कृष्ण-स्मृति

अष्टावक्र
अष्टावक्र महागीता (नौ भागों में)

लाओत्से
ताओ उपनिषद (छह भागों में)

अन्य रहस्यदर्शी
अथातो भक्ति जिज्ञासा (शांडिल्य)
(दो भागों में)
भक्ति-सूत्र (नारद)
शिव-सूत्र (शिव)
भजगोविन्दम् मूढ़मते (आदिशंकराचार्य)
एक ओंकार सतनाम (नानक)
जगत तरैया भोर की (दयाबाई)
बिन घन परत फुहार (सहजोबाई)
मैने राम रतन धन पायो (मीरा)
झुक आई बदरिया सावन की (मीरा)
नहीं सांझ नहीं भोर (चरणदास)
संतो, मगन भया मन मेरा (रज्जब)
कहै वाजिद पुकार (वाजिद)
मरौ हे जोगी मरौ (गोरख)
सहज-योग (सरहपा-तिलोपा)

बिरहिनी मंदिर दियना बार (यारी)
प्रेम-रंग-रस ओढ़ चदरिया (दूलन)
दरिया कहै सब्द निरबाना (दरियादास बिहारवाले)
हंसा तो मोती चुगैं (लाल)
गुरु-परताप साध की संगति (भीखा)
मन ही पूजा मन ही धूप (रैदास)
झरत दसहुं दिस मोती (गुलाल)
नाम सुमिर मन बावरे (जगजीवन)
अरी, मै तो नामके रंग छकी (जगजीवन)
कानों सुनी सो झूठ सब (दरिया)
अमी झरत बिगसत कंवल (दरिया)
हरि बोलौ हरि बोल (सुंदरदास)
ज्योति से ज्योति जले (सुंदरदास)
जस पनिहार धरे सिर गागर (धरमदास)
का सोवै दिन रैन (धरमदास)
सबै सयाने एक मत (दादू)
पिव पिव लागी प्यास (दादू)
अजहूं चेत गंवार (पलटू)
सपना यह संसार (पलटू)
काहे होत अधीर (पलटू)
कन थोरे कांकर घने (मलूकदास)
रामदुवारे जो मरे (मलूकदास)
जरथुस्त्र: नाचता-गाता मसीहा (जरथुस्त्र)
संसार और मार्ग (च्यांगत्सु)
सत्य असत् (च्यांगत्सु)

प्रश्नोत्तर

नहिं राम बिन ठांव
प्रेम-पंथ ऐसो कठिन
उत्सव आमार जाति, आनंद आमार गोत्र
मृत्योर्मा अमृतं गमय
प्रीतम छवि नैनन बसी

रहिमन धागा प्रेम का
उड़ियो पंख पसार
सुमिरन मेरा हरि करैं
पिय को खोजन मैं चली
साहेब मिल साहेब भये
जो बोलैं तो हरिकथा
बहुरि न ऐसा दांव
ज्यूं था त्यूं ठहराया
ज्यूं मछली बिन नीर
दीपक बारा नाम का
अनहद में बिसराम
लगन महूरत झूठ सब
सहज आसिकी नाहिं
पीवत रामरस लगी खुमारी
रामनाम जान्यो नहीं
सांच सांच सो सांच
आपुई गई हिराय
बहुतेरे हैं घाट
कोंपलें फिर फूट आईं
क्या सोवै तू बावरी
कहा कहूं उस देस की
पंथ प्रेम को अटपटो
फिर पत्तों की पांजेब बजी
मैं धार्मिकता सिखाता हूं, धर्म नहीं
फिर अमरित की बूंद पड़ी
एक एक कदम
नये समाज की खोज
नये भारत की खोज
नये भारत का जन्म
भारत का भविष्य
देख कबीरा रोया
   देख कबीरा रोया

अस्वीकृति में उठा हाथ
भारत के जलते प्रश्न
    भारत के जलते प्रश्न
    सामजवाद से सावधान
    समाजवाद अर्थात आत्मघात
    स्वर्ण पाखी था जो कभी
ओशो उपनिषद
एक नई मनुष्यता का जन्म
भविष्य की आधारशिलाएं

अंतरंग वार्ताएं
संबोधि के क्षण
प्रेम नदी के तीरा
सहज मिले अविनाशी
उपासना के क्षण
अनंत की पुकार

झेन, सूफी और
उपनिषद की कहानियां
बिन बाती बिन तेल
सहज समाधि भली
दीया तले अंधेरा
मनुष्य होने की कला
सदगुरु समर्पण
उस पथ के पथिक
अंतर्यात्रा के पथ पर

योग
पतंजलि : योग-सूत्र (पांच भागों में)
योग : नये आयाम

तंत्र
संभोग से समाधि की ओर
    संभोग से समाधि की ओर
    युवक और यौन
    क्रांती सूत्र
तंत्र-सूत्र (पांच भागों में)

विचार-पत्र
क्रांति-बीज
पथ के प्रदीप

पत्र-संकलन
अंतर्वीणा
प्रेम की झील में अनुग्रह के फूल
ढाई आखर प्रेम का
पद घुंघरू बांध
प्रेम के फूल
प्रेम के स्वर
पाथेय

बोध-कथा
मिट्टी के दीये

साधना-शिविर
साधना-पथ
    साधना-पथ
अंतर्यात्रा
प्रभूकी पगडंडियां
मैं मृत्यु सिखाता हूं
जिन खोजा तिन पाइयां
समाधि के सप्त द्वार (ब्लावट्स्की)
साधना-सूत्र (मेबिल कॉलिन्स)
ध्यान-सूत्र
जीवन ही है प्रभु
असंभव क्रांति

ध्यान, साधना

विविध

धर्म की यात्रा
स्वयं की सत्ता
सुख और शांति
नारी और क्रांति
सम्यक शिक्षा
शिक्षा में क्रांति
गहरे पानी पैठ
ज्योतिष विज्ञान
नव संन्यास क्या
सत्य का अन्वेषण
सत्य का दर्शन
घाट भुलाना बाट बिनु
पथ की खोज
जीवन अलोक
जीवन की कला
जीवन क्रांती की दिशा
जीवन गीत
मन का दर्पण
आंखों देखी सांच
आनंद की खोज
स्वर्णिम बचपन

ओशोंच्या साहित्यासंबंधी माहितीसाठी तसेच मागणीकरिता संपर्क :

ओशो मिडिया इंटरनॅशनल
१७ कोरेगाव पार्क, पुणे ४११००१ (महाराष्ट्र-भारत)
फोन नं. +९१ (२०) ६६०१९९८१
Email : distribution@osho.net

ओशोंच्या ऑडियो व्हिडियो प्रवचनांसंबंधी माहितीसाठी तसेच मागणीकरिता संपर्क :

ओशो मल्टिमीडिया ॲन्ड रिसॉर्ट्स प्रा. लि.
१७, कोरेगाव पार्क, पुणे ४११००१ (महाराष्ट्र-भारत)
फोन नं. +९१ (२०) ६६०१९९८१
Email : distribution@osho.net

श्रोत्यांसमोर प्रत्यक्ष दिलेल्या तत्कालीन प्रवचनांचा समावेश असणारी ही ओशोंची पुस्तकं आहेत. ओशोंची सर्व प्रवचनं, पुस्तकरूपात तसंच ऑडिओ रेकॉर्डिंगच्यारूपात उपलब्ध आहेत. ही रेकॉर्डिंग्ज तसंच पुस्तकं यांच्यासाठी www.OSHO.com/library या संकेतस्थळावर संपर्क साधता येईल.

माझे माझ्यापाशी काही नाही

ओशो

अनुवाद : **भारती पांडे**

"योग ही काही आत्महत्या नाही. योग ही एक अतिशय गहन अशी प्रक्रिया आहे, एक कला आहे. आणि तुम्ही तर एक-एक पाऊल चालत राहिलात तर सारं काही तुमच्या आतच लपलेलं आहे. तुम्ही सगळं घेऊनच आला आहात. फक्त ते प्रगट करायचं बाकी आहे. तुम्ही अप्रगट परमात्मा आहात - फक्त थोडं प्रगट व्हायचं आहे. वाद्य तयार आहे, बोटं थोडी तयार करायची आहेत— मग वीणेचे स्वर निनादू लागतील. जसजशी बोटं तयार होऊ लागतील तसतसं अधिकाधिक सखोल संगीत निर्माण होईल

आणि मग एक क्षण असा येईल जेव्हा वीणेचीही गरज उरणार नाही, बोटांचीही गरज उरणार नाही— तेव्हा चारी दिशांना अस्तित्वात असलेलं परम संगीत ऐकू येऊ लागतं— फक्त तुमच्याजवळ ऐकण्याची क्षमता नाही आहे...

त्या नादालाच आपण 'ओंकार' म्हणतो.